आलेक्झान्द्र ड्यूमास (जन्म : २४ जुलै १८०२ मृत्यू : ५ डिसेंबर १८७०)

जगात सर्वाधिक वाचल्या जाणाऱ्या लेखकांमध्ये आलेक्झान्द्र ड्यूमास या फ्रेंच लेखकाचा समावेश केला जातो. त्याच्या साहित्यकृती सुमारे १०० भाषांमध्ये भाषांतरित झाल्या आहेत. साहस, अभिजातता, नेमके आणि अर्थपूर्ण संवाद, तपशीलवार वर्णनांतून वातावरणनिर्मिती आणि गुंतागुंतीच्या घडामोडी असलेली वेगवान कथानकं ही त्याच्या कादंबऱ्यांची मुख्य वैशिष्ट्यं आहेत. त्याच्या कादंबऱ्यांवर दोनशेपेक्षा अधिक चित्रपटही तयार करण्यात आले आहेत.

ड्यूमासच्या वडलांचा जन्म हैतियन गुलाम बाईच्या पोटी झाला असला, तरी त्याचे वडील फ्रेंच उच्चवर्णीय होते. वयाच्या चौदाव्या वर्षी ड्यूमासला त्याचे वडील पॅरिसमध्ये घेऊन गेले आणि तिथे त्याने सैनिकी प्रशिक्षण घेतलं.

ड्यूमासने सुरुवातीच्या काळात नाटकं लिहून लेखन-कारकिर्दीची सुरुवात केली. नंतर त्याने कादंबऱ्यांबरोबरच नियतकालिकांमध्ये लेख लिहिले, तसंच प्रवासांवर आधारित पुस्तकंही लिहिली. ड्यूमासच्या जवळजवळ सगळ्या कादंबऱ्यांना नेपोलियनच्या वादळी पर्वाची पार्श्वभूमी आहे. त्याने लेखनातून बराच पैसा कमावला. उधळपट्टी आणि ऐशआरामाची सवय असलेल्या ड्यूमासने 'शातो द मॉन्टे क्रिस्टो' ही प्रसिद्ध हवेली बांधली. कर्जदारांना चुकवण्यासाठी १८११मध्ये तो बेल्जियमला पळून गेला. कफल्लक अवस्थेत १८७० साली त्याचा मृत्यू झाला. मृत्यूशय्येवर असतानाही प्रसन्नचित्त असलेला ड्यूमास म्हणाला, ''मृत्यूलाही मी एक गोष्ट सांगेन आणि तो माझ्यावर दया दाखवेल.''

डायमंड वर्ल्ड क्लासिक्स

जागतिक साहित्यातील श्रेष्ठ कलाकृतींचे रसाळ अनुवाद

द काउन्ट ऑफ मॉन्टे क्रिस्टो *आलेक्झान्द्र ड्यूमास*

द कॉल ऑफ द वाइल्ड *जॅक लंडन*

सर आर्थर कॉनन डॉयल यांच्या शेरलॉक होम्स मालिकेतील पुस्तके

शेरलॉक होम्सच्या रहस्यकथा

शेरलॉक होम्सचं पुनरागमन

द हाउंड ऑफ बास्करव्हिल

द व्हॅली ऑफ फिअर

अ स्टडी इन स्कार्लेट

अ साइन ऑफ फोर

आगामी

द थ्री मस्कटिअर्स *आलेक्झान्द्र ड्यूमास*

अप फ्रॉम स्लेव्हरी *बुकर टी. वॉशिंग्टन*

सुडाने पेटून उठलेल्या तरुणाची विलक्षण कहाणी!

द काउन्ट
ऑफ
मॉन्टे क्रिस्टो

आलेक्झान्द्र ड्यूमास

अनुवाद व संक्षिप्तीकरण
प्रणव सखदेव

डायमंड पब्लिकेशन्स

द काउन्ट ऑफ मॉन्टे क्रिस्टो

आलेक्झान्द्र ड्यूमास, अनुवाद : प्रणव सखदेव

The Count of Monte Cristo

Alexandre Dumas, Translation : Pranav Sakhadeo

प्रथम आवृत्ती : एप्रिल २०१६

ISBN : 978-81-8483-671-4

© डायमंड पब्लिकेशन्स

संपादन
नीता कुलकर्णी

मुखपृष्ठ
शाम भालेकर

मुद्रक
रेप्रो नॉलेज कास्ट लिमिटेड, ठाणे

अक्षरजुळणी
थ्रीडी ग्राफिक्स, पुणे
मुग्धा दांडेकर, ९८२२७०७९७१

प्रकाशक
डायमंड पब्लिकेशन्स
२६४/३ शनिवार पेठ, ३०२ अनुग्रह अपार्टमेंट
ओंकारेश्वर मंदिराजवळ, पुणे-४११ ०३०
☎ ०२०-२४४५२३८७, २४४६६६४२

info@diamondbookspune.com
facebook.com/diamondbookspune

ऑनलाईन पुस्तक खरेदीसाठी भेट द्या
www.diamondbookspune.com

या पुस्तकातील कोणत्याही भागाचे पुनर्निर्माण अथवा वापर इलेक्ट्रॉनिक अथवा यांत्रिकी साधनांनी- फोटोकॉपिंग, रेकॉर्डिंग किंवा कोणत्याही प्रकारे माहिती साठवणुकीच्या तंत्रज्ञानातून प्रकाशकाच्या आणि लेखकाच्या लेखी परवानगीशिवाय करता येणार नाही. सर्व हक्क राखून ठेवले आहेत.

एक

२४ फेब्रुवारी, १८१५. मार्साय बंदरावरच्या दीपस्तंभाकडून संकेत आला. 'फॅरो' हे मोठं जहाज बंदराला लागणार होतं. स्मिर्ना, त्रिएस्त आणि नेपल्स इथून ते आलं होतं.

फॅरोसारखं मोठं जहाज मार्सायच्या बंदराला लागणं ही नेहमीच एक महत्त्वाची घटना असे. कारण एकतर याच शहरात त्याची बांधणी करण्यात आली होती आणि त्याचा मालकही याच शहरातला रहिवासी होता. त्यामुळे उत्सुक लोकांची बंदरावर गर्दी जमली होती.

जहाजाचा नक्कीच काहीतरी अपघात झाला असावा, अशी कुजबुज जहाज बंदराला लागत असताना बघ्यांच्या गर्दीत सुरू झाली. मात्र, त्यातल्या अनुभवी खलाश्यांच्या चाणाक्ष नजरांनी बरोब्बर हेरलं, की अपघात झाला असेल; पण तो प्रत्यक्ष जहाजाला नक्की झालेला नसणार. कारण जहाज अगदी नीट कार्यरत असल्याचं दिसत होतं. पायलटशेजारचा तरुण धक्क्याच्या चिंचोळ्या जागेतून जहाज नीट आत घालण्यासाठी चाक फिरवण्याच्या तयारीत होता. तो झटपट काम करत होता. त्याची नजर सावधपणे अंदाज घेत होती.

अस्वस्थ गर्दीतल्या कुजबुजीचा परिणाम त्यातल्या एका माणसावर इतका झाला, की जहाज बंदराला लागेपर्यंत त्याला थांबताच आलं नाही. त्याने एका छोट्या होडीत उडी मारून नावाड्याला ती फॅरोपाशी घेऊन जायला सांगितलं.

त्या तरुण खलाश्याने त्या माणसाला येताना पाहिलं, तसा तो जहाजाच्या एका बाजूला आला. त्याने डोक्यावरची टोपी काढून हातात घेतली. तो उंच, सडपातळ होता. विशीच्या आसपास असावा. त्याचे डोळे काळेभोर होते आणि केसही. कोवळ्या वयात सतत धोक्यांचा सामना केल्यानंतर व्यक्तिमत्त्वात येणारा शांतपणा आणि स्थितप्रज्ञता यांचं तो मूर्तिमंत उदाहरण होता.

होडीतला माणूस ओरडला, ''डान्टे, कसाहेस? आणि हे काय? जहाजावरचे सगळे असे मरगळ्यासारखे का दिसताहेत?''

तरुण उत्तरला, ''फार दुर्दैवी घटना घडलीय, मिस्टर मॉरेल! सिव्हितावेशियाला असताना आपण आपले शूर कॅप्टन लक्लेर यांना गमावलं.''

जहाजमालकाने विचारलं, ''आणि मालाचं काय झालं?''

''माल अगदी सुरक्षित आहे, मिस्टर मॉरेल. पण बिचारे कॅप्टन लक्लेर...''

त्यावर सुटकेचा निःश्वास टाकत जहाजमालकाने विचारलं, ''काय झालं त्याला?''

''त्यांना प्रचंड वेदना होत होत्या. डोक्यात ताप चढला होता त्यांच्या.''

जहाज मालक म्हणाला, ''चालायचंच, असंही अमर कोणीच नसतं! आणि जुन्या खोडांनी गेल्याशिवाय तरुणांसाठी जागा तरी कशी निर्माण होणार? नाहीतर बढती कोणाला कधी मिळणारच नाही, नाही का?''

राउंड टॉवर लागताच त्या तरुण खलाश्याने जहाजावरच्या लोकांना पटापट काही सूचना केल्या आणि तत्काळ त्यांची अंमलबजावणी झाली. जहाज आता धक्क्याला लागणार होतं. त्याचा वेग इतका कमी झाला होता, की जणू ते थांबलंच आहे, असं वाटावं.

मग जहाजमालकाची अस्वस्थता पाहून डान्टे म्हणाला, ''मिस्टर मॉरेल, तुम्ही आता जहाजावर आलात, तर हिशेबनीस मिस्टर डँग्लार तुम्हाला हवी असलेली सगळी माहिती नीट पुरवतील. ते पाहा, ते आत्ताच केबिनमधून बाहेर आलेत. तोवर मी जरा नांगर टाकण्याच्या कामावर देखरेख करतो.''

जहाजाच्या शिडीवरून जहाजमालक गडबडीने जहाजावर आला. डान्टे आपल्या कामाला लागताच डँग्लार जहाजमालकाला भेटायला आला. हा हिशेबनीस पंचविशीचा, खिन्न चेहऱ्याचा होता. वरिष्ठांचं लांगुलचालन करायचं अन् हाताखालच्या माणसांशी मात्र उद्धटपणे वागायचं ही त्याची सवय! त्यामुळे तो खलाश्यांना मुळीच आवडत नसे; पण एडमंड डान्टे मात्र खलाश्यांचा लाडका होता.

डँग्लार म्हणाला, ''मिस्टर मॉरेल, तुम्हाला घडलेल्या दुर्दैवी घटनेबद्दल समजलं असेलच!''

''होय, बिचारा कॅप्टन! तो शूर तर होताच, तसंच आदरासही पात्र होता.''

''हाडाचा खलाशीदेखील! त्याचं अख्खं आयुष्य समुद्रात गेलं. 'मॉरेल अँड सन' कंपनीचा तर तो विश्वासू आणि महत्त्वाचा माणूस होता. त्याच्या जाण्याने एक पोकळी निर्माण झाली आहे.''

''पण,'' जहाजमालक डान्टेकडे पाहत म्हणाला, ''मला वाटतं डँग्लार, आता

त्याच्या बदल्यात काम करणारा माणूस वयस्करच असला पाहिजे असं काही नाही. आपल्या एडमंडकडेच पाहा. त्याचं काम बघून त्याला कोणाच्या सल्ल्याची गरज असेल असं अजिबातच वाटत नाही.''

डान्टेकडे कुत्सित नजर टाकत डँग्लार म्हणाला, ''होय, तेही आहेच. तरुण असल्याने त्याला काही शंका नसतातच. कप्तान ज्या क्षणी मेला, त्या क्षणी कोणाशीही सल्लामसलत न करता त्याने सगळी सूत्रं आपल्या हाती घेतली. आणि मग थेट मार्सायला येण्याऐवजी त्याने एल्बाच्या बेटावर जाऊन दीड दिवस वाया घालवला.''

जहाजमालक म्हणाला, ''सूत्रं हाती घेण्याचं म्हणशील, तर ते योग्यच होतं. कारण तो फर्स्ट मेट होता. हां, त्याने दीड दिवस वाया घालवला हे चुकलंच. जहाजाचं दुरुस्तीचं काही काम निघालं असतं, तर मग ठीक होतं.''

''जहाजाला काहीही झालं नव्हतं, मिस्टर. त्याला किनाऱ्यावर जायचं होतं, बाकी काही नाही.''

''डान्टे, प्लीज जरा इकडे येतोस?'' मॉरेलने हाक मारली.

''सर, आलोच दोन मिनिटांत,'' असं म्हणून त्याने खलाश्यांना काही सूचना दिल्या. नांगर टाकला गेला. साखळ्या सळसळत गेल्याचा आवाज झाला. मग डान्टे मॉरेलकडे गेला.

''मला सांग, तू एल्बाच्या बेटावर का थांबलास?''

''मी कॅप्टन लक्लेर यांच्या आज्ञेवरूनच तिथे गेलो होतो. त्यांनी मला तिथल्या मार्शल बर्टान्ड यांना देण्यासाठी एक पाकीट दिलं होतं.''

''एडमंड, तू भेटलास 'त्याला'?''

''होय.''

मॉरेलने इकडेतिकडे पाहिलं आणि डान्टेला बाजूला घेत उत्सुकपणे विचारलं, ''मला सांग, राजे कसे आहेत?''

''चांगले आहेत, एवढंच मी सांगू शकतो. मी मार्शलच्या खोलीत असताना ते तिथे आले होते.''

''तू बोललास का त्यांच्याशी?''

डान्टे हसत म्हणाला, ''नाही, तेच बोलले माझ्याशी.''

''काय, काय बोलले?''

''त्यांनी जहाजाबद्दल चौकशी केली. मार्सायला जहाज कधी निघणार, कोणत्या मार्गाने जाणार, त्यात काय माल आहे, असं विचारलं. मला वाटतं, हे जहाज विकत घेण्याचा त्यांचा मानस असावा. तसं ते म्हणालेही. पण मी म्हणालो की, 'मी फक्त

खलाशी आहे. हे जहाज 'मॉरेल अँड सन'च्या मालकीचं आहे.' त्यावर ते म्हणाले, 'मला माहितेय ती कंपनी. मॉरेल यांच्या पिढ्यान्‌पिढ्या या व्यवसायात आहेत. माझ्या दलातही एक मॉरेल होते.' "

मॉरेल खुशीत येऊन म्हणाला, "बरोब्बर, पोलिकर मॉरेल, माझे काका. ते नंतर कॅप्टन झाले." मग डान्टेच्या खांद्यावर थाप मारत मॉरेल म्हणाला, "तू लक्लेरची आज्ञा पाळून योग्यच केलंस. पाकीट दिल्याने, राजांशी बोलल्याने तू अडचणीत येऊ शकशील हे तुला ठाऊक होतं, तरी..."

डान्टेने विचारलं, "पण मी कसा काय अडचणीत आलो असतो? त्या पाकिटात काय होतं हे मला माहीतही नव्हतं. आणि पहिल्यांदा भेटलेल्या माणसाला सामान्यपणे जे प्रश्न विचारले जाताच तेच राजांनी मला विचारले. एक मिनिट हं, आरोग्य आणि जकात विभागाचे अधिकारी आले आहेत..."

डँग्लार लगेच मॉरेलकडे सरकला. "त्याने अगदी योग्य कारणं दिलेली दिसताहेत, तो तिथं का थांबला, याची!"

"होय, कॅप्टनची आज्ञा पाळून त्याने त्याचं कर्तव्य योग्य प्रकारे बजावलं."

"कॅप्टनचा विषय निघालाच आहे म्हणून मला आठवलं, कॅप्टनने तुम्हाला लिहिलेलं पत्र त्याने तुम्हाला दिलं नाही का?"

"नाही, नाही दिलं."

"अच्छा, मला वाटतंय, त्या पाकिटासोबत कॅप्टनने एक पत्रही त्याला दिलं होतं."

"कोणतं पाकीट, डँग्लार?"

"तेच ते, जे एल्बाच्या बेटावर द्यायचं होतं."

"पण हे तुला कसं कळलं?"

डँग्लार शरमेने लाल झाला. "मी तिथून जात असताना कॅप्टनचं दार किलकिलं होतं. तेव्हा मी पाहिलं, तो ते पाकीट डान्टेला देत होता."

"तो मला पत्राबद्दल काही बोलला नाही. पण जर का ते त्याच्याकडे असेल, तर तो ते मला देईल याची मला खात्री आहे."

डँग्लार काही क्षण शांत झाला. मग म्हणाला, "मिस्टर मॉरेल, प्लीज यातलं काही डान्टेला सांगू नका!"

तेवढ्यात डान्टे तिथे आला. डँग्लार लागलीच तिथून सटकला.

"तुझं काम संपलं असेल, तर डान्टे, रात्री जेवायला ये माझ्याकडे."

"माफ करा, मिस्टर मॉरेल. मला प्रथम माझ्या वडलांची भेट घ्यायला हवी. पण

तुम्ही दिलेल्या आमंत्रणासाठी धन्यवाद!''

"बरोबर आहे तुझं. तू एक जबाबदार मुलगा आहेस; पण वडलांना भेटून मग माझ्याकडे येऊ शकतोस तू.''

"परत मला माफ करा! पण त्यानंतरही मला तितकीच महत्त्वाची एक भेट घ्यायची आहे.''

"ओह, बरोबर, मी विसरलोच होतो. तुझ्या वडलांप्रमाणेच डोळ्यांत प्राण आणून आणखीही कोणीतरी तुझी वाट पाहत असेल नाही का! तुला मर्सिडिजसारखी रूपवती 'बाई' मिळाली, हे तुझं भाग्यच! एडमंड, नशीबवान आहेस!''

" 'बाई' नव्हे, प्रेयसी आहे ती माझी, मिस्टर,'' डान्टे तत्काळ म्हणाला. "माझी वाग्दत्त वधू!''

मॉरेल हसत म्हणाला, "तेच ते!''

"आमच्याबाबतीत मात्र 'तेच ते' नाही,'' डान्टेने उत्तर दिलं.

"बरं, उगाच तुला चिडवण्यात काही अर्थ नाही. तुला अजून काही सांगायचंय किंवा द्यायचंय मला?''

"नाही.''

"कॅप्टनने मरण्याआधी माझ्यासाठी तुझ्याकडे एक पत्रं दिलेलं होतं ना?''

"शक्यच नाही. त्यांना लिहिताच येत नव्हतं. हां, आणखी एक गोष्ट. मला दोन आठवड्यांची सुट्टी हवी आहे.''

"लग्नासाठी?''

"होय, आणि मग पॅरिसला जायचंय.''

"ठीक आहे. हवा तेवढा वेळ घे. असंही नव्याने माल भरायला सहाएक आठवडे तर लागतीलच. त्यामुळे अजून तीन महिने तरी जहाज कुठेच जाणार नाही. पण तीन महिन्यांनी तू इथे पाहिजेस, बरं!'' मग तो डान्टेच्या खांद्यावर थोपटत म्हणाला, "नाहीतर फॅरो जहाज त्याच्या कॅप्टनशिवाय सफरीला जाणार कसं, काय?''

"काय म्हणालात? कॅप्टनशिवाय?'' त्याचे डोळे अत्यानंदाने चमकले. "तुम्ही खरंच मला कॅप्टन करणार आहात?''

"हे बघ डान्टे, मी एकटा मालक असतो, तर काहीच अडचण नव्हती. पण या निर्णयात माझ्या भागीदाराचंही मत महत्त्वाचं आहे; पण तरी माझं मत तुलाच असेल हे नक्की. तू काळजी करू नकोस. मी माझ्या परीने सर्व प्रयत्न करेन.''

डान्टेने भावपूर्णपणे जहाजमालकाचा हात धरला. त्याला रडू येईल, असं वाटत होतं. "मिस्टर मॉरेल, तुमचे आभार मी कसे मानू. माझ्या वडलांच्या आणि मर्सिडिजच्या

वतीनेही लाख लाख धन्यवाद!''

''ठीक आहे, एडमंड. जा, तुझ्या नातेवाइकांना भेट आता. मी जरा वेळ इथेच थांबून डँग्लारसोबत हिशेबाची तपासणी करतो. मला एक सांग, डँग्लारबरोबर काम करायला तुला आवडतं का?''

''एक सहकारी म्हणून पाहायचं झाल्यास, मला तो फारसा आवडत नाही. एका क्षुल्लक कारणावरून भांडण झाल्यापासून तो माझा द्वेष करायला लागला आहे. झालं असं की, मी मूर्खासारखं मॉन्टे क्रिस्टो बेटावर दहा मिनिटं थांबावं असं सुचवलं. आणि अर्थातच त्याने ते अमान्य केलं. तसा त्याला अधिकारही होता. पण एक हिशेबनीस म्हणून तो कामात तसूभरही कमी नाही. त्यामुळे तो त्याच्या कामात अगदी चोख आहे, यात शंकाच नाही.''

''समजा तू फॅरोचा कॅप्टन असतास, तर तू त्याला कामावर ठेवलं असतंस का?''

डान्टे उत्तरला, ''मी कॅप्टन असो अथवा नसो, पण माझ्या जहाजमालकाचा ज्यांच्यावर विश्वास असेल, त्यांच्याबद्दल मला कायमच आदर वाटेल.''

''छान, छान, डान्टे! तू आता एक समजदार तरुण झाला आहेस. आता मी तुला आणखी थांबवून ठेवत नाही.''

''धन्यवाद, खूप खूप धन्यवाद, मिस्टर मॉरेल! आणि अच्छा!''

एका होडक्यात बसून तो तरुण किनाऱ्याकडे जाऊ लागला. किनाऱ्यावर पोहचताच तो गर्दीत हरवून गेल्याचं जहाजमालकाने पाहिलं. मॉरेल वळला तेव्हा त्याच्या मागेच डँग्लार उभा होता. तोही त्या खलाश्याकडेच पाहत असला, तरी दोघांच्याही नजरेत जमीन-अस्मानाचं अंतर होतं.

■ दोन ▬▬▬▬▬▬▬▬▬▬▬▬▬▬▬▬

उलट्या काळजाच्या, द्वेषाने भरलेल्या आणि आपल्या सहकाऱ्यांविरुद्ध कुटिल कारस्थान करून आपल्या जहाजमालकाचे कान फुंकणाऱ्या डँग्लारला आता जरा बाजूला ठेवून डान्टे काय करतो आहे ते आपण पाहू या.

डान्टे किनाऱ्यावरून पुढे गेला आणि मग काही पावलांवरच्या डावीकडच्या एका छोट्याशा इमारतीत शिरला. अंधारात चार जिने वर गेल्यावर एका लहानशा खोलीपाशी थांबला. याच खोलीत त्याचे वडील राहत होते.

"बाबा, बाबा!"

तो वृद्ध आनंदाने थेट आपल्या तरुण मुलाच्या मिठीतच शिरला. तो अशक्त आणि पांढुरका दिसत होता.

तरुणाने विचारलं, "बाबा, तुम्हाला बरं नाहीये का?"

"नाही, मुळीच नाही बेटा एडमंड, पण तू असा अचानक येशील हे माहीत नसल्याने मी आनंदित झालो आहे."

"मी जहाजावरून थेट इथेच आलो. आता लवकरच आपल्या आयुष्यात आनंदी आनंद पसरणार आहे, बाबा..."

"फारच छान, बेटा. पण आनंद कसा काय येणार आहे? तू परत नव्या मोहिमेवर जाणार आहेस का?"

"देवा, मला क्षमा कर. कारण एका अर्थाने मी दुसऱ्याच्या मरणावर आनंद साजरा करतो आहे. पण ते खरं आहे. बाबा, कॅप्टन लक्लेरचा मृत्यू झाला आहे आणि मला त्यांच्या जागी बढती मिळेल, असं दिसतंय. बाबा, विचार करा, मी विसाव्या वर्षी कॅप्टन होणार आहे. वाढीव पगार, शिवाय नफ्यातही हिस्सेदारी. माझ्यासारख्या गरीब खलाश्याला हे म्हणजे सोने पे सुहागाच!"

"बेटा, खरंच तू नशीबवान आहेस!"

''पहिल्या पगारातून मी एक घर घेईन, बाग असलेलं... काय झालं बाबा, तुम्ही बरे आहात ना?''

''नाही रे, काही नाही...'' असं म्हणून तो वृद्ध माणूस मटकन खालीच बसला.

''मला वाटतं, ग्लासभर वाइन घेतलीत तर बरं वाटेल तुम्हाला. वाइन कुठे आहे?''

आपल्या मुलाला थांबवत तो म्हातारा म्हणाला, ''नको नको, खरंच नको.'' पण एडमंडने त्यांचं काहीही ऐकलं नाही. तो कपाटात शोधू लागला; पण त्याला वाइनची बाटली सापडेना.

''घरात वाइन नाहीये!''

गालफडं वर आलेल्या आपल्या म्हाताऱ्या वडलांकडे, मग रिकाम्या कपाटाकडे पाहत एडमंड म्हणाला, ''वाइन नाहीये! बाबा तुमच्याकडे पैसे नाहीयेत का?''

''मला बाकी काही नको, आता तू आलास ना, मग पुरे!''

''पण तीन महिन्यांपूर्वी निघताना मी तुम्हाला पैसे देऊन गेलो होतो!''

''हो, पण तू विसरलास का की, शेजारच्या कॅडेरूस यांच्याकडून आपण कर्ज घेतलं होतं. त्यांनी मला त्याची आठवण करून देताना सांगितलं की, जर पैसे परत केले नाही, तर ते ही गोष्ट मिस्टर मॉरेल यांच्या कानावर घालतील. तसं घडलं तर तुला काहीतरी त्रास व्हायचा म्हणून मी घाबरलो. आणि त्यांना लगेचच सगळे पैसे देऊन टाकले.''

''मी १४० फ्रँक्सचं कर्ज घेतलं होतं. आणि तुम्हाला २०० फ्रँक्स दिले होते. म्हणजे तुम्ही तीन महिने फक्त ६० फ्रँक्सवर काढलेत?'' म्हाताऱ्याने होकारार्थी मान हलवली. ''पण आता ठीक होईल सगळं.''

''होय, होईलच सगळं ठीक. माझ्यासमोर मोठी संधी आहे, हातात थोडेफार पैसेही आहेत. हे घ्या आणि आधी काहीतरी खायला आणायला कोणालातरी पाठवा बरं.'' असं म्हणून एडमंडने त्याचे खिसे रिकामे केले. त्यातून काही सोन्याची नाणी, काही फ्रँक्स आणि काही सुट्टे पैसे बाहेर पडले. तसा वृद्धाचा चेहरा पुन्हा उजळला.

''बाबा, उद्या आणखीही मिळतील. शिवाय, कॉफी आणि तंबाखूही मिळेल. आत्ता दोन्ही गोष्टी जहाजावर आहेत. कोणीतरी येतंय...''

''नक्कीच कॅडेरूस तुझं स्वागत करायला आलेले असणार!''

''बहुतेक तेच असतील. बरेचदा पोटात एक आणि तोंडावर वेगळंच काहीतरी असतं त्यांच्या. पण आपण त्यांचं स्वागत करायला हवं. त्यांनी आपल्याला मदत केली आहे.''

एवढ्यात कॅडेरूस खोलीत आला. कॅडेरूस पंचविशीचा, काळ्या केसांचा आणि दाढीवाला इसम होता. तो शिंपी असल्याने त्याच्या हातात कोटाचं कापड होतं. ''आलास का? एडमंड!''

''होय. मी तुमची काय सेवा करू शकतो?'' एडमंडने विचारलं. पण त्याच्या बोलण्यात एक थंडपणा होता. त्यावर त्याने आदराची झालर घालण्याचा प्रयत्न केला होता इतकंच!

''धन्यवाद! पण मला कशाचीही गरज नाहीये. खरंतर लोकांनाच बरेचदा माझी गरज असते. तर तू घेतलेले पैसे मला मिळालेत, म्हणजे आता तू कर्जमुक्त झाला आहेस.''

एडमंड म्हणाला, ''खरंय, पण उपकारांची परतफेड कधीही होऊ शकत नाही. पैसे परत देता येतात; पण कृतज्ञता देता येत नाही.''

''झालं ते झालं, एडमंड. त्यापेक्षा तुझं काय चाल्लंय ते मला सांग. मी आत्ताच बंदरावर जाऊन माझा मित्र डँग्लारला भेटलो, तेव्हा त्याने मला तुझ्याबद्दल सांगितलं. तो म्हणाला की, मिस्टर मॉरेलच्या मनात तुझं स्थान आता फारच वरचं झालंय म्हणे. पण तू त्यांच्या जेवणाच्या आमंत्रणाला असा नकार द्यायला नको होतास. कॅप्टन होण्याची महत्त्वाकांक्षा असणाऱ्याने कसं नेहमी जहाजमालकाच्या पुढे पुढे करायला हवं, काय?''

''तसं काहीही न करता मी कॅप्टन होईन, असं मला वाटतंय.''

''खरंय, अगदी खरंय! तुझ्या या यशाने आम्हाला तर आनंद होईलच; पण आणखी कोणालातरी फार आनंद होईल!''

म्हाताऱ्याने विचारलं, ''तुम्हाला मर्सिडीज म्हणायचंय का?''

तोच एडमंड म्हणाला, ''बाबा, आता मी निघतो. मला तुम्हाला भेटायचं होतं. तेव्हा आता तुमच्या परवानगीने मी मर्सिडिजला भेटायला जातो, चालेल ना?'' त्याने वडलांना मिठी मारली. कॅडेरूसकडे पाहून मान हलवली आणि तो निघून गेला.

कॅडेरूस काही क्षण थांबला. मग त्यानेही निरोप घेतला आणि खाली, जिन्याजवळ उभ्या असलेल्या डँग्लारला भेटला. तो त्याचीच वाट पाहत होता.

डँग्लारने विचारलं, ''त्याने तुला त्याच्या कॅप्टन होण्याबद्दल काही सांगितलं का?''

''अरे, तो तर असा काही बोलत होता जसं काय तो कॅप्टन झालाच आहे! आत्ताच एवढा शेफारलाय, मग नंतर काय करेल.''

''त्याचं मर्सिडिजवर अजूनही प्रेम आहे का?''

"हो, म्हणजे काय! अरे, कधी एकदा तिला भेटतोय, असं झालं होतं त्याला. तिलाच भेटायला गेलाय आत्ता. पण बहुतेक प्रत्यक्षात त्याला काहीतरी वेगळंच पाहायला मिळणार असं दिसतंय.''

"म्हणजे?''

"नक्की सांगता येणार नाही, पण ती जेव्हा-केव्हा शहरात येते तेव्हा तिच्यासोबत एक उद्धट चेहऱ्याचा कॅटॅलन तरुण असतो.''

"म्हणजे मजाच येणार असं दिसतंय. चल, आपणही त्याच दिशेला जाऊ. कोणत्यातरी बारमध्ये बसून हे वाइन पीत पीत काय होतंय पाहू.''

"चालेल, चल. पण एकाच अटीवर. वाइनचे पैसे तू भरणारेस!'' कॅडेरूस स्पष्टपणे म्हणाला.

मग ते दोघं भराभरा निघाले.

तीन

त्या कॅटॅलन लोकांच्या गावात डँग्लार आणि कॅडेरूस वाइन पीत बसले होते.

स्पेनमधल्या काही भटक्या कॅटॅलन लोकांचा गट इथे येऊन जमिनीच्या या निमुळत्या पट्ट्यात राहू लागला आणि नंतर इथेच वसला. या गटाच्या प्रमुखाला इथली भाषा थोडीफार येत असल्याने त्याने मार्सायच्या लोकांना सुमद्रकिनाऱ्याजवळच्या जमिनीचा हा ओसाड तुकडा त्यांना देण्यात यावा अशी विनंती केली. म्हणजे ते त्यावर त्यांच्या बोटी ठेवतील. त्यांची मागणी मान्य करण्यात आली. नंतर या भटक्या लोकांनी इथे एक गावच वसवलं. अर्थात, ते मार्साय शहरातल्या लोकांमध्ये फारसे मिसळत नसत, आणि रोटी-बेटी व्यवहारही त्यांच्या-त्यांच्यातच चाले.

या गावातल्या एका घराच्या भिंतीला टेकून काळ्याभोर केसांची आणि हरणासारख्या डोळ्यांची एक तरुणी उभी होती. तिच्यासमोर विशीतला एक तरुण होता. त्याच्या चेहऱ्यावर उदासी, थोडा राग आणि अस्वस्थता असे संमिश्र भाव होते.

तो तरुण म्हणाला, ''मर्सिडिज, आता ईस्टरचा सण येणारे. लग्न करायला चांगला मुहूर्तय. तुझं उत्तर काय ते सांग!''

''फर्नांड, मी तुला शंभरदा माझं उत्तर सांगितलंय. मी तुला माझ्या भावासारखा मानते. मी तुझ्याकडे तशा नजरेने पाहूच शकत नाही, कारण माझं हृदय मी दुसऱ्या कोणा व्यक्तीला केव्हाच देऊन टाकलंय. मी कितीदा हे सांगू तुला?''

''होय, अनेकदा निष्ठुरपणं सांगितलंस तू!''

''आणि तुला माझ्यासारख्या अनाथ, गरीब मुलीशी का लग्न करायचंय?''

''मला तुझ्या गरिबीशी काही घेणंदेणं नाहीये. माझ्यासाठी तर तू एखाद्या पैसेवाल्या बापाच्या मुलीपेक्षाही किमती आहेस. अगं, पुरुषाला हवी असते ती चांगली बायको, त्याचं घर सांभाळणारी. आणि तू त्यात उत्तम आहेस!''

मर्सिडिज आपलं डोकं हलवत म्हणाली, ''नाही नाही, फर्नांड. जर बाईचं तिच्या

नवऱ्यावर प्रेम नसेल, तर ती चांगली बायको आणि गृहिणी होऊच शकत नाही. आपल्यातलं मैत्रीचं नातंच चांगलं आहे. पुरे आता!''

फर्नांड मागे सरला, काही क्षण थांबला. मग तिच्यासमोर थांबून म्हणाला, ''तर पुन्हा सांग, तुझं हेच उत्तर कायम असणार, नक्की?''

ती उत्तरली, ''होय, माझं एडमंड डान्टेवर प्रेम आहे. केवळ तोच माझा पती होऊ शकतो.''

''तू कायम त्याच्यावर प्रेम करणारेस?''

''जोवर मी जिवंत आहे, तोवर. अखेरच्या श्वासापर्यंत.''

फर्नांडने आपलं डोकं खाली घालून जोरजोरात हलवलं. मग जोरात एक निःश्वास सोडला, एखाद्या फूत्कारासारखा! अन् म्हणाला, ''जर तो मेला तर?''

''तो मेला तर मीही जीव देईन.''

''तो तुला विसरूनच गेला तर?''

तेवढ्यात कोणीतरी 'मर्सिडिज' अशी आनंदाने तिला हाक मारली.

तिचा चेहरा लाजेनं गोरामोरा झाला. तिच्या डोळ्यांमधून आनंद ओसंडत होता. ''पाहिलंस, तो मला विसरलेला नाहीये, पाहिलंस, तो इथे आलाय!'' ती आनंदाने ओरडली, ''एडमंड मी इथेय!'' फर्नांड जसा काही धुमसत होता.

त्या दोघांनी एकमेकांना घट्ट मिठी मारली. दारातून आलेल्या पिवळाधमक प्रकाशात ते उजळून निघाले होते. त्यांना इतका आनंद झाला होता, की आपल्या आजूबाजूला असलेल्या वास्तव जगाचा त्यांना विसर पडला. फर्नांडचा हात नकळतच त्याच्या पट्ट्याला लावलेल्या चाकूकडे गेला.

एडमंड म्हणाला, ''सॉरी हं, मला माफ करा. इथे आणखी कोणी आहे याचं भानच मला राहिलं नाही. मर्सिडिज, हे कोण?''

''माझा मित्र असल्याने तो तुझाही मित्रच आहे एडमंड. हा माझा चुलत भाऊ फर्नांड. तुझ्यानंतर माझं याच्यावरच सर्वांत जास्त प्रेम आहे. ओळखलंस त्याला?''

''हो हो, आठवलं,'' एडमंड म्हणाला. त्याच्या एका हातात मर्सिडिजचा हात होता, तर दुसरा हात त्याने हस्तांदोलन करण्यासाठी पुढे केला. पण फर्नांड पुतळ्यासारखा स्तब्धच राहिला. एडमंडने प्रश्नार्थकपणे मर्सिडिजकडे पाहिलं. तिचा चेहरा उदास दिसत होता. मग त्याने फर्नांडकडे पाहिलं, तर त्याच्या कपाळावर आठ्यांचं जाळं पसरलं होतं. त्याबरोबर त्याला एका क्षणात सगळं उमगलं. तो म्हणाला, ''मी इतक्या घाईने तुला भेटायला आल्यावर इथे मला माझा कुणी शत्रू भेटेल, असं वाटलं नव्हतं.''

फर्नांडकडे पाहत मर्सिडिज रागावून म्हणाली, ''शत्रू? मुळीच नाही. तो माझा भाऊ आहे. तो नक्की मैत्रीचा हात पुढे करेल.'' संमोहित झाल्याप्रमाणे फर्नांडने हळूहळू आपला हात पुढे केला. त्याला खूप राग आला होता. मग तो झटक्यात घराबाहेर निघून गेला. बाहेर आल्यावर वेडाचा झटका आल्यासारखा तो स्वत:शीच ओरडू लागला, ''मी काय करू? त्या एडमंडचा कसा काटा काढू? कसा?''

तोच एक आवाज आला, ''फर्नांड, एवढ्या घाईत कुठे चाललाहेस?'' तो थांबला आणि त्याने वळून पाहिलं. डँग्लार आणि कॅडेरूस एक पथिकाश्रमाबाहेर उभे होते.

कॅडेरूस म्हणाला, ''जरा इकडे येतोस मित्रा? की तुला फारच घाई झालीये?''

फर्नांड काहीच बोलला नाही. डँग्लार उत्तरला, ''त्याने मैत्री नाकारलीय असं वाटतं!'' मग कॅडेरूसला खूण करत म्हणाला, ''बहुतेक डान्टेने याच्यावरती कायमचा विजय मिळवलेला दिसतोय!''

कॅडेरूस म्हणाला, ''असंच दिसतंय खरं.'' अन् मग फर्नांडला म्हणाला, ''चल, आमच्यासोबत.'' फर्नांडने कपाळावरचा घाम टिपला आणि त्यांच्या दिशेने पथिकाश्रमात गेला.

कॅडेरूसने त्याला डिवचलं, ''तू तर अगदी एखाद्या हरलेल्या खेळाडूसारखा दिसतोयस! बिचारा, नाकारलेला प्रेमिक!''

डँग्लार म्हणाला, ''काहीही काय बोलतोस? अरे, इतका सुंदर दिसणारा तरुण प्रेमात कधी हरूच शकत नाही!''

''पण त्याची अवस्था पाहून तरी असंच वाटतंय. फर्नांड, आम्हा मित्रांशी बोल काहीतरी. ते तुझी इतकी चौकशी करताहेत. असं गप्प राहणं बरं नव्हे.''

फर्नांडने मान खाली घालूनच नुसताच हुंकार भरला. कॅडेरूस डोळा मारत म्हणाला, ''पाहिलंस डँग्लार, असं होतं. फर्नांडसारखा हुशार, शूर कॅटॅलन तरुण आणि मार्सायमधला सर्वोत्तम कोळी, सुंदर मर्सिडिजच्या प्रेमात पडतो; पण दुर्दैवाने ती एका खलाश्याच्या प्रेमात आकंठ बुडालेली असते....''

डँग्लार मध्येच म्हणाला, ''तुला काय म्हणायचंय? काहीच कळत नाहीये मला.'' त्यावर कॅडेरूस कुचकटपणे म्हणाला, ''अरे, बिचाऱ्या फर्नांडचा पत्ता कट झाला ना त्याच्यामुळे!''

आपला राग बाहेर काढण्यासाठी फर्नांड कॅडेरूसवर ओरडला, ''कशावरून माझा पत्ता कट झालाय? मर्सिडिज कोणावरही प्रेम करू शकते, तिला पूर्ण अधिकार आहे तसा.''

त्यावर कॅडेरूस त्याला उचकावत म्हणाला, ''मला वाटलं तू तर सच्चा कॅटॅलन, 'लढवय्या' आहेस. कॅटॅलन पुरुष म्हणे प्रतिस्पर्ध्याला सोडत नाहीत. वचपा काढतात चांगला!''

जणूकाही त्याला फर्नांडबद्दल मनापासून कळकळ वाटत असल्यागत डँग्लार उद्गारला, ''बिचारा! त्याला वाटलंही नसेल की, डान्टे अचानक टपकेल म्हणून! पण असं मनाविरुद्ध घडणं फारच दुःखदायक असतं बुवा!''

कॅडेरूसने वाइनचा घोट घेतला. आता त्याच्या बोलण्यात मद्याचा अमल चढल्याची लक्षणं दिसत होती. तो म्हणाला, ''डँग्लार, पण डान्टेने काही असं पहिल्यांदाच केलेलं नाहीये. अनेकांना त्याने असंच दुःख दिलंय.''

''काहीही असो, पण डान्टेचं लग्न त्या सौंदर्यवतीशी होणार हे नक्की!''

डँग्लारने सूचकपणे फर्नांडकडे पाहिलं. त्याचे शब्द लोखंडाच्या तप्त रसासारखे फर्नांडच्या कानामध्ये ओतले गेले. कॅडेरूसने विचारलं, ''लग्न कधीये त्यांचं?''

फर्नांड पुटपुटला, ''अजून लग्न व्हायचंय त्यांचं!''

कॅडेरूस म्हणाला, ''हो, पण ते तर काय होईलच. जसा तो फॅरो जहाजाचा कॅप्टन होणारे, तसाच तिचा नवराही नक्कीच होईल, काय डँग्लार?''

कॅडेरूस आणि डँग्लार यांनी एकमेकांकडे पाहून खूण केली. मग ग्लास उचलत म्हणाले, ''चिअर्स! कॅप्टन एडमंड आणि सुंदर मर्सिडिजसाठी!'' त्याबरोबर फर्नांडने रागाने त्याचा ग्लास जमिनीवर आपटला.

कॅडेरूस म्हणाला, ''अरे, ते पाहा बरं, त्या टेकडीवर काय दिसतंय, का या वाइनमुळे मला कसले कसले भास होताहेत? पाहा, ते दोघं प्रेमी हातात हात घालून वर जाताहेत. देवा माफ कर मला, हे काय बघतोय मी? एकमेकांचं चुंबन घेताहेत ते!''

फर्नांड रागाने दबलेल्या ओठांतून पुटपुटला, ''होय, तेच आहेत ते!''

आता कॅडेरूस मोठ्याने म्हणाला, ''तुलाही दिसताहेत ना ते! अरे, डान्टे आणि मर्सिडिज, कृपया जरा इकडे लक्ष द्या. आम्हाला सांगा तरी तुमचं लग्न कधी आहे ते. कारण हा फर्नांड काहीच सांगत नाहीये.''

कॅडेरूसला दारू जास्त झाली होती, हे डँग्लारच्या लक्षात आलं. त्याच्या मनात विचार आला, 'हे दोघंही मूर्ख आहेत. एक आहे दारुडा, तर दुसरा भित्रा. मला भीती वाटतेय ती डान्टेच्या सुदैवाची. तो जर कॅप्टन झाला आणि त्याचं तिच्याशी लग्नही झालं, तर...' मग तो हसला, 'पण मी त्यात थोडी ढवळाढवळ केली तर...!'

कॅडेरूसने ओरडून विचारलं, ''डान्टे, तू मित्रांना ओळखलंस का नाही? ओह...

नमस्कार मादाम डान्टे!''

त्यावर मर्सिडिज उत्तरली, ''असं म्हणतात की, लग्नाआधी नवऱ्याच्या नावाने मुलीला हाक मारणं हे अशुभ असतं. तेव्हा कृपया मला मर्सिडिजच म्हणा.''

डँग्लार खाली झुकून अभिवादन करत त्या जोडप्याला म्हणाला, ''तुमचं लग्न आता लवकरच होईल, नाही का मिस्टर डान्टे?''

''होय लवकरच. आज किंवा फार तर उद्या माझ्या घरी सगळी तयारी करू. आणि मग परवा साखरपुडा! त्यानंतरच्या पार्टीचं तुम्हा दोघांना आग्रहाचं निमंत्रण आत्ताच देतो!''

कॅडेरूस मंद हसत म्हणाला, ''फर्नांडचं काय? तोही असेलच आमंत्रितांमध्ये.''

''अर्थातच, माझ्या बायकोचा मित्र तो माझाही मित्रच.''

डँग्लार म्हणाला, ''कॅप्टन, तुम्हाला फारच घाई असेल आता. सगळी तयारी करायची म्हटल्यावर!''

डान्टे म्हणाला, ''मिस्टर डँग्लार, मीही तुम्हाला विनंती करतो, ज्या पदावर मी नाही त्या पदाचा उल्लेख माझ्या नावाआधी कृपया करू नका.''

डँग्लार म्हणाला, ''नाही नाही, मला इतकंच म्हणायचं होतं की, अजून फॅरोला निघायला बराच वेळ असला तरी तुम्ही खूपच घाईत असाल, नाही?''

''माणसाला आनंदी व्हायची कायमच घाई झालेली असते. मलाही घाई आहे, कारण मला पॅरिसलाही जायचंय.''

''अरे, व्वा, काही खास कारण?''

''नाही, माझं काही काम नाहीये. पण कॅप्टन लक्लेरने माझ्यावर एक जबाबदारी सोपवली आहे. ती पार पाडायची आहे. फारच महत्त्वाची जबाबदारी.''

डँग्लारच्या मनात विचार आला, 'बहुतेक हा पॅरिसला मार्शलने दिलेलं पत्र पोहचवण्यासाठी जात असेल. त्या पत्रावरून एक जबरी कल्पना सुचलीये. डान्टे, आता तू फॅरोमध्ये कॅप्टन म्हणून चढू शकशील, असं वाटत नाहीये मला!' मग तो म्हणाला, ''तुमचा प्रवास सुखकर होवो.''

''धन्यवाद!'' असं म्हणून ते दोघं अभिवादन करून निघाले. जणूकाही दोन पवित्र आत्मे स्वर्गात जात असावेत, असे ते भासत होते.

चार

दुसऱ्या दिवशीची हवा छान होती. सूर्याची उबदार किरणं जमिनीला सुखावत होती. इकडे साखरपुड्याची तयारी जोरात सुरू होती. त्यासाठी शहरातला एक मोठा हॉल घेण्यात आला होती. सकाळपासून लोकांची गर्दी जमली होती. त्यात फॅरो जहाजावरचे खलाशी होते, काही सैनिक आणि डान्टेचे मित्र होते.

मिस्टर मॉरेल स्वत: या सोहळ्याला उपस्थित राहणार असल्याचं बोललं जात होतं. आणि तसं झालंही. तो डान्टेचा मोठा सन्मानच होता. कारण त्यांची सोहळ्याला असलेली उपस्थिती म्हणजे डान्टे आता कॅप्टन होणार या गोष्टीवर शिक्कामोर्तब झाल्यासारखंच होतं.

मिस्टर मॉरेल आल्यावर स्वागतासाठी डान्टेला बोलवायला डँग्लार आणि कॅडेरूस यांना पाठवण्यात आलं. ते काही अंतर गेले असतील, तोच त्यांना वधू-वर एडमंड आणि मर्सिडिज येताना दिसले. त्यांच्यासोबत एडमंडचे वडील आणि हो, फर्नांडही होता. तो कपटीपणे हसत होता. अर्थातच त्याकडे त्या दोघांचं लक्ष गेलं नाही. ते निळ्याभोर आकाशाकडे पाहत होते, जणूकाही सूर्य किरणांच्या हजारो करांनी त्यांना भरभरून आशीर्वाद देत होता.

मिस्टर मॉरेल त्यांना भेटायला आले आणि मग ते सगळे एकत्रच सभागृहात गेले. काही मिनिटांत खानपानाचा कार्यक्रम सुरू झाला.

"मी आत्ता खूप म्हणजे खूपच आनंदी आहे. इतका की मला काही सुचतच नाहीये. कधीकधी खूप आनंदाचंही तुमच्यावर ओझं होतं, अगदी दुःखासारखंच." डान्टे अत्यंत खुशीने म्हणाला.

त्यावर डँग्लार म्हणाला, "कशाला काळजी करता? सगळं तर छान चाललंय की!"

"हो, पण त्याचीच तर काळजी वाटतेय मला. मला कळतच नाहीये, मर्सिडिजसारखी

बायको मिळण्यासाठी मी काय पुण्य केलं आहे ते?'' डान्टे उद्गारला.

कॅडेरूस म्हणाला, ''नवरा! कॅप्टन अजून 'नवरा' व्हायचाय बरं तुमचा!'' मर्सिडिज लाजली. खुर्चीवरून उठून फर्नांडने कपाळावर जमा झालेला घाम हाताने निपटला. जणू काही ते वादळ येण्याआधीचे पावसाचे थेंबच असावेत.

तोच बाहेरून जोरजोरात पावलांचे, मोठ्याने बोलल्याचे आणि तलवारींच्या किणकिणाटाचे आवाज ऐकू आले. आणि मग सर्वत्र शांतता पसरली. काही सेकंदांतच एक पोलीस अधिकारी आणि चार सैनिक तिथे आले. मिस्टर मॉरेलने विचारलं, ''काय झालं सर, तुम्ही आत्ता इथे? काही गडबड आहे का?''

अधिकाऱ्याने अलिप्तपणे विचारलं, ''एडमंड डान्टे कोण आहेत इथे?''

सगळ्यांचं लक्ष डान्टेकडे गेलं, त्याच्या चेहऱ्यावर प्रश्नचिन्ह होतं. पण तरी तो धीर करून पुढे येत म्हणाला, ''मी आहे डान्टे, काय झालंय?''

''तुम्हाला अटक करण्यात येते आहे. तसं आदेशपत्र आहे आमच्याकडे.''

एडमंडचा चेहरा पांढराफटक पडला. ''अटक? पण का?''

''तुमची प्राथमिक तपासणी झाल्यावर ते तुम्हाला सांगितलं जाईलच.''

मिस्टर मॉरेलला कळून चुकलं, की वाद घालण्यात काही अर्थ नव्हता. अटकेचं आदेशपत्र म्हणजे जणू शांत, बहिरा आणि मुका कायद्याचा पुतळा! डान्टेचे वडील झटकन त्या अधिकाऱ्याकडे गेले. खरंच या जगात काही गोष्टी आई-वडिलांचं हृदय समजूच शकत नाहीत! त्यांनी हात जोडले, अक्षरश: हात पसरून भीक मागितली; पण सगळं व्यर्थ ठरलं. अधिकारी म्हणाला, ''शांत व्हा, सर. कदाचित तुमच्या मुलाने जकात विभागाच्या काही पूर्तता केल्या नसतील. त्यांची चौकशी करून कदाचित त्यांना लगेचच सोडून दिलं जाईल.''

डान्टेने आपल्या सगळ्या मित्रांची भेट घेतली. ''काळजी करू नका, काहीतरी चूक झाली असेल,'' असं सांगत तो अधिकाऱ्यांसोबत गेला.

पाच

शहरातल्या आणखी एका भागात याच वेळेस, याच दिवशी असाच साखरपुड्याचा सोहळा सुरू होता. पण तो डान्टेच्या सोहळ्यापेक्षा निराळा होता. या सोहळ्यासाठी सैनिक, खलाशी उपस्थित नव्हते, तर मार्सायमधला उच्चभ्रू वर्ग उपस्थित होता. त्यात माजी न्यायदंडाधिकारी होते, अधिकारी होते आणि त्याचबरोबर राजा नेपोलियनबद्दलच्या वाईटसाईट गोष्टी कानावर पडतच लहानाचे मोठे झालेले अनेक तरुणही होते.

एकेकाळी एल्बाच्या बेटावरील पाच-सहा हजार लोकांचा राजा असलेल्या नेपोलियनने नंतर लाखो लोकांचा 'नेपोलियन अमर रहे!'चा जयघोष ऐकला होता. आता मात्र इथे जमलेल्या उच्चवर्गीयांना नेपोलियनच्या पडत्या काळाचा शेवट आता जवळ आला आहे, असं वाटत होतं. त्यांच्या आयुष्यात आता काहीतरी नवं घडेल अन् त्यामुळे एका भयानक दुःस्वप्नातून ते बाहेर येतील, असं त्यांना वाटत होतं.

सेंट-मेराँचा उमराव हा वयोवृद्ध होता. त्याने उभं राहून सम्राट लुई अठराव्याला अभिवादन केलं आणि वाइनचा ग्लास पुढे केला. तोच वातावरणात उत्साह सळसळला आणि ग्लासांचे किणकिणाट ऐकू आले.

पन्नाशीची असली तरी उमरावाची पत्नी सुंदर दिसत होती. ती म्हणाली, ''त्या भयंकर काळात आपला छळ करणारे सगळे क्रांतिकारक इथे असते, तर त्यांनीही आपण सम्राटांशी किती एकनिष्ठ राहिलो हे खुलेपणाने मान्य केलं असतं. आपण मात्र ढासळत असलेल्या सत्ताकेंद्राशीच एकनिष्ठ राहिलो आणि ते मात्र उगवत्या सूर्याच्या बाजूने होते. त्यात आपण सगळंच गमावून बसलो. पण आता लुई हेच आमचे खरे सम्राट आहेत हे मान्य करायला हवं. आणि त्यांचा तो नेपोलियन आता राजा राहिलेला नाही. नाही का, मिस्टर विलफोर्ट?''

''माफ करा मादाम, मी तुमचं म्हणणं नीट ऐकलं नाही.''

उमराव म्हणाला, ''अगं, या तरुण मुलांना या चर्चेत ओढू नकोस, प्रिये. त्यांचं

लवकरच लग्न होणार आहे. त्यांना कशाला असेल राजकारणात रस?''

इतक्यात सोनेरी केसांची आणि निरासग डोळ्यांची एक मुलगी म्हणाली, ''मला माफ कर, आई. मीच विलफोर्ट यांचं लक्ष विचलित केलं होतं.''

गोड हसत उमरावाची पत्नी म्हणाली, ''हरकत नाही रेनी. तर विलफोर्ट, मी म्हणत होते की, त्या बोनापार्टवाल्यांकडे आपल्याएवढी एकनिष्ठता आणि संयम यांपैकी काहीच नाही.''

''मादाम, अहो, त्या मूर्ख, अतिमहत्त्वाकांक्षी लोकांसाठी नेपोलियन म्हणजे जणू प्रेषितच होता. त्यांच्यासाठी तो राज्यकर्ता, पालक नव्हताच, तर समानतेचं प्रतीक वगैरे होता म्हणे.''

''विलफोर्ट, तुमच्या या बोलण्यालाही क्रांतीचा वास येतो आहे. पण तरी ठीक आहे, चिखलातून उमललेल्या कमळाला थोडातरी चिखल लागणारच.''

विलफोर्ट लाल झाला. या वाक्यामागचा छुपा अर्थ त्याला लक्षात आला होता. तो तावातावाने म्हणाला, ''हे खरंय की, माझे वडील बोनापार्टच्या बाजूने होते आणि कदाचित अजूनही असतील; पण त्यांच्यात आणि माझ्यात याबाबत मतभेद आहेत. मी कायम सम्राटांच्या बाजूने होतो आणि राहीन!''

''छान, छान! यश लक्षात ठेवावं, बाकी विसरून जावं असं मी माझ्या पत्नीला कायमच सांगत आलो आहे,'' उमरावांनी टिप्पणी केली.

त्यावर उमरावाची पत्नी म्हणाली, ''मी ते सगळंच विसरायला तयार आहे. पण समजा मिस्टर विलफोर्ट तुमच्या हातात कधी एखादा दगाबाज सापडला, तर त्याला असं सोडू नका. नाही, कारण तुमच्या कुटुंबातच दगाबाजीची परंपरा आहे, म्हणून सांगते.''

विलफोर्ट म्हणाला, ''मादाम, व्यवसायामुळे आणि आत्ताच्या या काळामुळे मी फारच कडक झालो आहे. राजकीय दोषारोपाची सध्या माझ्याकडे बरीच प्रकरणं देण्यात आली आहेत. एकप्रकारे माझी निष्ठा सिद्ध करायची ही संधीच आहे म्हणा ना!'' यावर उमरावाच्या पत्नीने हसत मान डोलावली. मग विलफोर्ट पुढे सांगू लागला, ''मला भीती नाही. एल्बाच्या बेटावर नेपोलियन आहे आणि त्याच्यावर आमची कडक नजर आहे. पण तरी तो आहे ही गोष्टदेखील त्याच्या बाजूच्या लोकांसाठी उत्साहवर्धक असणार.''

''ते तर असणारच. पण राजा राज्य करो वा न करो, त्याचं सरकार कणखर आणि अधिकारी निडर असायलाच हवेत. म्हणजे पापकृत्यांना योग्य शासन होतंच.''

विलफोर्ट हसत म्हणाला, ''पण दुर्दैवाने मादाम, पापकृत्य झाल्यानंतर आमचं,

न्यायनिवाडा करणाऱ्यांचं काम सुरू होतं.''

तोच एका नोकराने येऊन विलफोर्टच्या कानात काहीतरी सांगितलं. आणि मग ''मी आलोच,'' असं म्हणून विलफोर्ट निघून जाऊ लागला.

तोच त्याची भावी पत्नी काहीशा रागाने म्हणाली, ''काय झालंय?''

''गंभीर प्रकरण आहे. बोनापार्टवाल्यांचा एक कट उघडकीस आला आहे. मग त्याने एक पत्रच वाचून दाखवलं –

असे कळविण्यात येते की, आज सकाळी फॅरो या बोटीचा वरिष्ठ खलाशी एडमंड डान्टे यांचे मार्सीय येथे आगमन झाले असून, ते प्रवासाच्या काळात नेपल्स आणि एल्बा या बेटांवरती थांबले होते. त्या वेळी त्यांच्याकडे बंडखोरांनी पॅरिसमधल्या बोनापार्टिस्टना द्यायला एक पत्र दिले होते. राजद्रोह हा गंभीर गुन्हा असून, त्याची छाननी त्यांना कैद करून करता येईल. ते पत्र त्यांच्या घरी किंवा फॅरो जहाजावरील त्यांच्या केबिनमध्ये किंवा त्यांच्याकडेच सापडू शकेल.''

वधू म्हणाली, ''पण पत्र तर मुख्य न्यायदंडाधिकाऱ्यांच्या नावे आहे...''

''पण ते शहरात उपस्थित नसल्याने त्यांच्या सचिवानेच, म्हणजे मी या सगळ्या गोष्टी सांभाळणं अपेक्षित आहे, नव्हे कर्तव्यच आहे ते माझं. त्याला माझ्या घरी कैद करून आणण्यात आलं आहे. येतो मी.''

उमराव म्हणाला, ''तुमचं कर्तव्य बजावा. अवश्य जा तुम्ही. राजाची सेवा करा.''

विलफोर्ट त्या सभागृहातून तडक निघाला. आता त्याला एका माणसाच्या जीवन-मरणाचा निकाल लावायचा होता. खरंतर जर त्याने त्याच्या वडिलांपासून फारकत घेतली नसती, तर त्यांच्या मतांमुळे त्याच्या भविष्याची साफ वाट लागण्याची शक्यता होती. पण आता तो आनंदात होता. सत्तावीस वर्षांच्या गेरार्ड द विलफोर्टकडे पैसा होता आणि न्यायदंडाधिकारी कार्यालयात तो उच्च पदावर होता. ज्या मुलीवर त्याचं प्रेम होतं तिच्याशी तो लवकरच विवाहबंधनात बांधला जाणार होता. अर्थातच हे प्रेम केवळ उत्कट वगैरे नव्हतं, तर त्यामागेही एक कारण होतं. ते असं की, एकतर ती मुलगी सुंदर होती आणि शिवाय तिच्या आईच्या घराण्याचं न्यायसंस्थेत मोठं प्रस्थ होतं, या गोष्टीचा त्याला पुढेमागे फायदाच होणार होता. तसंच त्याला एक लाख पन्नास हजार फ्रँक्स हुंडाही मिळणार होता, आणि नंतर कदाचित हीच रक्कम वारसदार म्हणून काही लाखांपर्यंत जाण्याची शक्यता होती.

दरवाजापाशी पोलीस अधिकारी त्याची वाट पाहत थांबला होता. चेहऱ्यावरती गंभीर भाव आणत तो म्हणाला, ''मी पत्र वाचलं. बरं झालं तुम्ही त्याला अटक केली

ते. आता तुम्ही केलेल्या तपासणीबद्दल सांगा.''

''आम्ही अजून काही तपास केलेला नाहीये, सर. त्या माणसाकडे सापडलेली सगळी कागदपत्रं मोहोरबंद करून तुमच्या टेबलावरती ठेवली आहेत. पत्रात तुम्ही त्याचं नाव वाचलं असेलच. तो फॅरोवर खलाशी आहे आणि ते जहाज मॉरेल अँड सनच्या मालकीचं आहे.''

तेवढ्यात तिथे मिस्टर मॉरेल आला. तो म्हणाला, ''मिस्टर विलफोर्ट, काहीतरी घोटाळा झालेला दिसतोय. आमचा खलाशी अटकेत आहे.''

विलफोर्ट उत्तरला, ''मला माहितेय सर, मी चौकशी करतो आहे.''

''सर, पण तो तर फारच शांत, सभ्य आणि विश्वासू तरुण आहे.''

विलफोर्ट राजघराण्यातला होता, तर मॉरेल कनिष्ठ कुळातला! पहिल्याला राजाबद्दल कळकळ होती, तर दुसरा बोनापार्टच्या बाजूकडे झुकणारा होता. त्यामुळे विलफोर्टने थंडपणे उत्तर दिलं, ''कदाचित तुमचं बरोबरही असेल, सर. पण सध्याचा काळ पाहता मला चौकशी करावी लागेल.'' असं म्हणून तो घराच्या दिशेने निघाला.

सैनिक आणि पोलिसांनी खोली भरून गेली होती. विलफोर्टने डान्टेकडे कटाक्ष टाकला. पोलिस त्याला कागदपत्रांचा गठ्ठा देऊन त्या खोलीतून बाहेर गेला. विलफोर्टच्या मनात डान्टेची पहिली प्रतिमा 'चांगला माणूस' अशी निर्माण झाली. पण तरी अशा राजकीय प्रकरणात केवळ अंत:प्रेरणेवर अवलंबून राहता येणार नव्हतं. तो त्याच्या खुर्चीवर बसला. काही क्षणांनी डान्टे तिथे आला. अजूनही त्याचा चेहरा पांढराफटक पडला होता, तरी वरकरणी तो शांत आणि हसत होता. अदबीने त्याने वाकून त्याचा न्यायनिवाडा करणाऱ्याला अभिवादन केलं.

पोलिसाने दिलेली कागदपत्रं चाळत विलफोर्टने विचारलं, ''तुमचं नाव आणि व्यवसाय?''

''एडमंड डान्टे. मी फॅरो जहाजावर वरिष्ठ खलाशी आहे.''

''तुमचं वय?''

''एकोणीस.''

''अटक झाली तेव्हा तुम्ही काय करत होतात?''

''तेव्हा मी माझ्या साखरपुड्याच्या पार्टीत होतो. माझं तीन वर्षांपासून एका मुलीवर प्रेम आहे आणि लवकरच आम्ही लग्न करणार आहोत.'' डान्टेचा आवाज किंचित कापरा झाला.

या योगायोगाचं विलफोर्टला आश्चर्य वाटलं. त्याच्या मनात खोल सहानुभूती दाटून आली. पण त्याच्या मनात आलेले विचार बाजूला सारून तो चौकशी करू

लागला.

“तुमचे कधी त्या ‘बंडखोरा’शी संबंध आले होते?”

“राजे राजसत्तेवरून पायउतार झाले, तेव्हा मी नौदलातून बाहेर पडलो.”

“मला असं समजलंय की, तुमची राजकीय मतं बंडखोर विचारसरणीशी मिळतीजुळती आहेत.”

“माझी राजकीय मतं? मला अशी काही मतंच नाहीत. मी विशीत आहे, वयाने फारच लहान. मला अजून बरंच आयुष्य पाहायचंय. मला इतकंच माहितेय – माझं माझ्या वडिलांवर प्रेम आहे, माझ्या मनात मिस्टर मॉरेल यांच्याविषयी आदर आहे आणि मी मर्सिडिजवर प्रेम करतो. बास. इतकंच.”

विलफोर्टने डान्टेकडे नीट पाहिलं. हा तरुण साधा, मोकळ्या मनाचा आणि प्रेमळ मनुष्य आहे, असं त्याला मनोमन वाटत होतं. आणि तो ज्या पद्धतीने त्याच्याशी बोलत होता, त्यावरून ते सिद्धदेखील होत होतं.

“तुम्हाला कोणी शत्रू आहेत?”

“शत्रू? शत्रू असण्याइतकी महत्त्वाची व्यक्तीच नाहीये मी!”

“शत्रू नसले, तरी तुमच्यावर जळणारेही खूप असतील. कारण अवघ्या एकोणिसाव्या वर्षी कॅप्टन होणं आणि सुंदर मुलीशी विवाह होणं, यामुळे अनेकांच्या पोटात दुखू शकतं.”

“हो, असेलही तसं. पण माझ्यावर कोण जळत असेल, हे मला सांगता येणार नाही. म्हणजे मी त्या दृष्टीने कधी विचारच केलेला नाही.”

“असं असेल तर तुमचा दृष्टिकोन चुकीचा आहे. तुम्ही तुमच्या आजूबाजूला असलेल्या माणसांबाबत कायम सतर्क असायला हवं. मला तुम्ही साधे वाटता, म्हणून मी तुम्हाला मदत करतो आहे. ज्या पत्रामुळे तुम्ही आज इथे आहात, ते हे. पाहा. हे हस्ताक्षर तुम्ही ओळखू शकाल?”

डान्टेने ते पत्र वाचलं. त्याचा चेहरा काळवंडला. “नाही, सर मला नाही माहीत हे हस्ताक्षर कोणाचंय ते. पण मी भाग्यवान आहे. कारण मला तुमच्यासारखा अधिकारी भेटला. हे काम कोण्या हाडाच्या शत्रूचंच असलं पाहिजे.” बोलता बोलता डान्टेच्या साधेपणाखाली दडलेली सुप्त ऊर्जा त्याच्या डोळ्यांतून चमकली. ती पाहून विलफोर्ट अधिकच प्रभावित होऊन म्हणाला, “आता तुम्ही एक कैदी आणि मी एक न्यायधीश या दृष्टिकोनातून न पाहता, चुकीच्या ठिकाणी फसलेल्या एका माणसाला दुसरा माणूस जसा मदत करतो, हे लक्षात घेऊन मला काय घडलं ते सगळं खरंखरं सांगा.”

“माझ्या वडिलांची, मर्सिडिजची, माझ्या खलाशी व्यवसायाची शपथ घेऊन काय

घडलं ते खरंखरं सांगतो तुम्हाला...

''नेपल्सवरून निघाल्यावर कॅप्टन लक्लेरची तब्येत अचानक ढासळली. ताप त्यांच्या डोक्यात गेला. मरण्याआधी त्यांनी मला बोलावून सांगितलं, 'माझ्यानंतर तूच या जहाजाचा कॅप्टन होशील, म्हणून मी तुला एक महत्त्वाची गोष्ट सांगतो आहे. इथून थेट एल्बाच्या बेटावर जा आणि हे पत्र तिथल्या मार्शलना दे. ओळख म्हणून माझी ही अंगठी त्यांना दाखव. तुला कदाचित आणखी एक पत्र किंवा काहीतरी जबाबदारी दिली जाईल. ती तुला माझ्याऐवजी पार पाडावी लागेल. माझ्यासाठी हे करशील ना, डान्टे?' मी त्वरित हो म्हणालो. आणि लगेचच त्याच रात्री कॅप्टन मरण पावले.''

''मग तुम्ही काय केलंत?''

''मेलेल्या माणसाची अखेरची इच्छा पूर्ण करणं पुण्याचं काम असतं, सर. म्हणून मग मी एल्बाच्या बेटावर गेलो. मार्शलना भेटलो. खूण म्हणून दिलेली अंगठी दाखवली. तेव्हा मला त्यांनी पॅरिसला पोहोचतं करण्यासाठी एक पत्र दिलं. ते एका व्यक्तीला द्यायचं होतं. मग मार्सायला आलो. आणि आता तुमच्यासमोर आहे. खरंतर मी उद्या पॅरिसला जायला निघणार होतो, पण...''

''तुम्ही खरं बोलताय, हे कळतंय. पण जरी तुम्ही दोषी असलात, तरी तुम्ही ते कृत्य कॅप्टनच्या, तुमच्या वरिष्ठांच्या सांगण्यावरून केलं आहे. ते पत्र मला देऊन जेव्हा खटला उभा होईल तेव्हा न्यायालयात येण्याचं वचन मला द्या. मग तुम्ही परत जाऊ शकता.''

''खरंच? पण ते पत्र तर त्या कागदपत्रांतच आहे, सर.''

''हो का, थांबा जरा. पाहतो मी. ते पत्र कोणासाठी आहे?''

''मिस्टर नुआरतिए, हेराँ रस्ता, पॅरिस.''

''काय?'' एकदम धक्का बसल्यासारखा विलफोर्ट खुर्चीवरून ताडकन उभाच राहिला.

''तुम्ही त्यांना ओळखता का?''

''चांगलंच ओळखतो मी...!''

''म्हणजे त्यात उठावाबाबत काही आहे का?'' डान्टेने विचारलं. ''तसं असल्यास मी आधीच सांगितल्याप्रमाणे मला त्यातलं काही ठाऊक नाही.''

''या पत्राबद्दल कुणाला काही माहितेय का?''

''तो पत्र देणारा सोडून कुणालाच नाही, खरंतर.''

ते पत्र वाचून विलफोर्ट उद्गारला, ''बाप रे, हे अतिच झालं. अतिच!'' त्याचे

हात थरथरू लागले. ओठ घट्ट आवळले. त्याने डान्टेकडे दुःखद नजरेने पाहिलं. त्याला वाटलं, 'जर याला कळलं की, नुआरतिए म्हणजे माझेच वडील, तर तर माझी पुरती वाट लागली. मी संपूनच जाईन.'

त्याने शक्य तितक्या शांतपणे डान्टेला सांगितलं, ''मला असं वाटतंय की, तुमच्यावरचे आरोप फारच गंभीर आहेत. त्यामुळे मी तुम्हाला लगेचच मुक्त करू शकत नाही. माझ्याकडे ते अधिकार नाहीत. मी तुम्हाला मदत करायचा प्रयत्न करतोय, हे तुम्ही जाणताच. त्यामुळे तुम्हाला काही काळ बंदिवासात राहावं लागेल, पण फारच थोडा काळ. यातला महत्त्वाचा पुरावा आहे हे पत्र आणि आता तो नष्ट होईल...'' असं म्हणून विलफोर्टने शेकोटीच्या जवळ जाऊन ते आगीतच टाकलं.

डान्टे आनंदाने म्हणाला, ''सर, तुम्ही माझ्यासाठी जणू देवासारखे धावून आलात.''

विलफोर्ट म्हणाला, ''आता माझं म्हणणं नीट ऐका. तुम्ही आज रात्री इथेच राहा. उद्या कोणीतरी तुमची चौकशी करायला येईल. त्यांना हे पत्र सोडून सगळं काही सांगा. पत्राबद्दल चकार शब्दही काढू नका. कोणी त्याबद्दल काही विचारलंच, तर सरळ नकार द्या, कळलं?''

''होय, सर, अगदी नक्की असंच करेन मी.''

''छान.'' असं म्हणून विलफोर्टने पोलिसाला बोलावलं. मग ते डान्टेला घेऊन निघून गेले.

दार बंद झालं आणि विलफोर्ट खुर्चीत कोसळलाच. जर का मुख्य न्यायदंडाधिकारी इथे असते आणि त्यांच्या हाती हे पत्र गेलं असतं तर...? माझे वडील कायम माझ्या आनंदाच्या मार्गात असा अडथळा का होतात? मला कायम माझ्या भूतकाळाशी का झगडावं लागतं?

मग अचानक त्याच्या मनात आशेचा किरण चमकला. आता ज्या पत्राने माझी पुरती वाट लागली असती, त्यानेच माझ्या नशिबाचं चक्र फिरेल असा विचार करत तो तडक त्याच्या होणाऱ्या पत्नीकडे जायला निघाला.

सहा

पोलीस अधिकारी डान्टेला 'पॅलेस ऑफ जस्टिस'कडे घेऊन गेला. नावात जरी पॅलेस म्हणजे प्रासाद असं असलं तरी तो कैद्यांचा तुरुंगच होता. तुरुंगाचं दार उघडलं आणि डान्टेला अंधाऱ्या लहान लहान मार्गिका दिसल्या. जणूकाही तो मोठ्या संकटातच शिरत असावा असं त्याला वाटत होतं. त्या वेगवेगळ्या मार्गिकांमधून गेल्यावर एके ठिकाणी डान्टेला थांबवण्यात आलं. समोर एक लोखंडी गज असलेलं दार होतं. ते उघडून डान्टेला आत ढकलून देण्यात आलं. मग दार बंद झालं. त्याने एक दीर्घ निःश्वास सोडला. आता तो तुरुंगात होता. तो खोलीतल्या एका स्टुलावर बसून विचार करू लागला. त्याला देण्यात आलेली कोठडी तुलनेने नीटनेटकी आणि स्वच्छ होती. त्याच्या कानात विलफोर्टचे दिलासादायक शब्द गुंजत होते. जसजशी रात्र होऊ लागली तसतसा तुरुंगातला अंधार अधिकच गडद होऊ लागला. मग त्याची श्रवणशक्ती आणखीनच तीक्ष्ण झाली. जरासादेखील आवाज झाला तरी, त्याला वाटायचं आपली सुटका करायलाच कोणीतरी आलं आहे. मग तो उठून दाराजवळ जायचा आणि मग निराशेने पुन्हा स्टुलावर बसायचा.

शेवटी दहाच्या सुमारास त्याला पावलांची चाहूल लागली. दार उघडल्याचा कर्र असा आवाज आला. अंधारातून एक शिपाई त्याच्याकडे आला.

''तुम्ही मला न्यायला आलात का? तुम्हाला साहायक न्यादंडाधिकाऱ्यांनी पाठवलंय का?'' डान्टेने विचारलं.

''होय, अर्थातच.'' त्याचं हे उत्तर ऐकून डान्टेला उत्साह वाटला.

बाहेर त्याच्यासाठी उभ्या असलेल्या पोलिसांच्या गाडीत त्याला बसवण्यात आलं. त्याच्या दोन्ही बाजूला दोन आणि समोर दोन असे चार शिपाई बसले होते. गाडी निघाली आणि बंदरापाशी थांबली.

डान्टेला धक्क्यावरती नेण्यात आलं आणि एका लहानशा बोटीत बसवण्यात

आलं. तिथेही त्याच्या शेजारी दोन शिपाई आणि काही अधिकारीही होते. त्यांच्या सूचनेवरून बोटीच्या चालकाने जोरात वल्ही मारायला सुरुवात केली. डान्टे जसा जमिनीपासून दूर दूर जाऊ लागला, तसं त्याने काकुळतीने विचारलं, ''मला कुठे नेताय तुम्ही?''

''कळेलच. काहीही न सांगण्याच्या स्पष्ट सूचना आहेत आम्हाला.''

डान्टे काहीच बोलला नाही. इतक्या अंधारात बोटीचा चालक मोठ्या शिताफीने बोट हाकत होता. डान्टेने न राहवून पुन्हा विचारलं, ''तुमचा विवेक जागृत असेल, तर कृपया आपण कुठे जातोय हे मला सांगा. मला चुकून पकडण्यात आलं आहे. मी एक सभ्य फ्रेंच माणूस आहे...'' यावर शिपायाने नुसतीच समोरच्या दिशेने खूण केली.

डान्टेने उभं राहून समोर पाहिलं. काही अंतरावर वर आलेली काळी शिळा दिसत होती, ज्यावर 'शातो-दीफ' हा काळ्या रंगाचा प्रासाद उभा होता.

ते समजताच डान्टे ओरडलाच. ''अरे देवा, शातो-दीफ?'' त्यावर शिपाई हसला. डान्टे बोलू लागला, ''पण या तुरुंगात तर राजकीय कैद्यांना ठेवण्यात येतं. आणि मी... मी गुन्हेगार नाहीये हो! मी निर्दोष आहे. मला तिथे का नेताय?... आणि विलफोर्ट यांनी मला दिलेल्या वचनाचं काय?''

''आम्हाला वचनबिचन ठाऊक नाही. आम्हाला कळतात त्या फक्त आज्ञा. चल, आलो आपण. उतर आता.'' डान्टेला आता समुद्रात उडी मारून जीवच द्यावासा वाटत होता; पण त्या बलदंड हातांनी त्याला उचलून किनाऱ्यावर नेलं. त्याने त्या माणसांना विरोध केला.

शिपाई म्हणाला, ''जर जास्त हालचाल केलीस, तर सरळ गोळी घालेन. गुपचुप माझ्याबरोबर चल. कळलं?''

डान्टेला काय करावं, काय बोलावं, काहीच कळेना. त्याचा शक्तिपात झाला होता. मग तो ते नेतील तसा जात राहिला. दहा मिनिटं चालल्यावर तुरुंग आला. दोन शिपाई डान्टेला आत घेऊन तुरुंगाधिकाऱ्याकडे गेले आणि तिथून त्याला एका तुरुंगात नेण्यात आलं.

जमिनीखालची ती कोठडी उदास, अंधारी होती. तिच्या भिंती ओलसर होत्या. जणूकाही त्यांवर आधीच्या कैद्यांनी अश्रूंची शिंपणच केली असावी. तिथे एका स्टुलावर एक मेणबत्ती जळत होती आणि मेणाचा थर तिच्या खाली जमला होता. डान्टेला मळकट कपडे घातलेल्या साहायक जेलरने सांगितलं, ''आज रात्रीपुरती ही तुझी कोठडी आहे. सकाळी तुला दुसरीकडे हलवण्यात येईल. इथे खायला ब्रेड आहे,

पाण्याचा जग आहे आणि तिथे खाली गवताची गादी आहे झोपायला. कैद्याला यापेक्षा आणखी काय मिळणार, नाही का?'' तो दाराला कुलूप लावून निघून गेला.

सकाळी सूर्याच्या पहिल्या किरणांनी कोठडीत जरासा उजेड आला. थोड्या वेळाने तो जेलर पुन्हा अवतरला. त्याने पाहिलं, डान्टे जिथे रात्री उभा होता तिथेच आत्ताही होता, तो जराही हलला नव्हता. त्याच ठिकाणी रात्रभर उभाच राहिला होता. त्याने डान्टेला विचारलं, ''झोपला नाहीस?''

''मला माहीत नाही.''

''भूक लागलीये?''

''मला माहीत नाही.''

''तुला काही हवंय का?''

''मला मुख्य तुरुंगाधिकाऱ्याला भेटायचं आहे.''

''अशक्य. नियमानुसार त्यांना भेटायची विनंती कैदी करू शकत नाही.''

''मला... मला तुरुंगाधिकाऱ्याला भेटायचं आहे, बस्स...''

''उगीच अशक्य गोष्टींची आस धरू नकोस. नाहीतर दोन आठवड्यांत वेडा होशील इथे, काय समजलास? कारण वेडेपणाची सुरुवात अशीच तर होते. इथे एक धर्मगुरू होता. त्याने मला तुरुंगाधिकाऱ्याला भेटायला, तीन लाख फ्रँक्सची लाच द्यायचा प्रयत्न केला. पण...''

''मी काही तुम्हाला तीन लाख फ्रँक्स देऊ शकत नाही; पण मी तुम्हाला तीनशे फ्रँक देईन. त्याबदल्यात तुम्ही एक पत्र मार्सायला असलेल्या मर्सिडिज यांना पोचतं करा. खरंतर पत्रही नाही, दोन-तीन ओळींची चिठ्ठीच!''

''छे, छे, जर का मी पकडलो गेलो, तर माझी नोकरी जाईल. मला इथे वर्षाला एक हजार फ्रँक मिळतात. ते सोडून तीनशेच्या मागे कोण जाईल?''

''जर तुम्ही पत्र पोचवलं नाहीत, तर एके दिवशी मी लपून राहीन आणि तुमच्या डोक्यात हे स्टूल हाणेन.''

''धमक्या! तो धर्मगुरूही असं करू लागला आणि मग एके दिवशी वेडा झाला.''

डान्टेने लगेच स्टूल उचललं. जेलर घाबरून म्हणाला, ''ठीक आहे. मी सांगतो निरोप साहेबांना.''

डान्टेने ते स्टूल खाली ठेवलं. जेलर बाहेर गेला आणि लगेचच चार सशस्त्र शिपायांना घेऊन आला. म्हणाला, ''तुरुंगाधिकाऱ्याच्या सूचनेनुसार, या कैद्याला त्या अंधाऱ्या तुरुंगात डांबा. वेड्यांना असंच केलं पाहिजे, चांगला धडा शिकवला पाहिजे.''

डान्टे पुटपुटला, ''खरंय, मी खरंच वेडा ठरवला गेलोय, वेडा!''

◼ सात _____

पॅरिसमधल्या आपल्या छोट्याशा अभ्यासिकेत सम्राट अठरावा लुई बसला होता आणि त्याच्या समोर उभ्या असलेल्या पन्नाशीतल्या उमरावाचं बोलणं निर्विकारपणे ऐकत होता. राजा म्हणाला, "बोला, काय म्हणणं आहे तुमचं?"

"सरकार, तिकडे दक्षिण भागात मोठी गंभीर स्थिती उद्भवली आहे. मोठ्या वादळाची शक्यता वाटते आहे."

"मला वाटतंय, तुम्हाला चुकीची माहिती देण्यात आलीये, उमराव. मला खात्री आहे की, तिथलं हवामान उत्तम आहे." सम्राटाच्या चेहऱ्यावर चाणाक्षपणाचे भाव झळकले.

"सरकार, तुमचा अंदाज योग्य असेलच; पण मला काहीतरी भयंकर घडणार असल्याची चाहूल लागली आहे."

"कोण घडवणार पण?"

"बोनापार्ट, सरकार. बोनापार्टिस्ट लोक. बंडखोर."

"उमराव ब्लाकाज, तुम्ही उगाच नको त्या विचाराने घाबरले आहात."

"सरकार, पण तुमच्या सुरक्षेच्या काळजीने माझी रात्रीची झोप उडाली आहे. मला ही माहिती अत्यंत विश्वसनीय सूत्रांकडून - मिस्टर द विलफोर्ट यांच्याकडून मिळाली आहे. त्यामुळे त्यांना भेटणं अत्यावश्यक आहे."

"विलफोर्ट? म्हणजे तेच ना जे मार्सायवरून आजच इथे आले आहेत? आधीच का नाही सांगितलंत मग? तो एक हुशार, आदरणीय, महत्त्वाकांक्षी तरुण आहे."

"पण त्याचे वडील..."

"माहितेय, नुआरतिए द गिरोदी. चांगलंच ओळखतो आम्ही त्यांना."

"तरी सरकार, तुम्ही अशा माणसाच्या मुलाला...?"

"ब्लाकाज, तुम्हाला मी म्हणालो ना, की तो खूप महत्त्वाकांक्षी आहे म्हणून.

इतका की, त्याच्या महत्त्वाकांक्षेपुढे तो काहीही, अगदी आपल्या वडिलांनाही सोडून देईल. बोलवा त्याला.''

काही क्षणांत विलफोर्टला घेऊन उमराव आला. दार उघडल्यानंतर सम्राट आणि विलफोर्ट यांची नजरानजर झाली.

सम्राट म्हणाला, ''या, या विलफोर्ट. मला उमराव म्हणाले की, तुम्हाला आम्हाला काहीतरी महत्त्वाचं सांगायचं आहे म्हणे.''

''होय, राजेसरकार, खरंय ते! मी इथे गडबडीने आलो. कारण एक प्रकरण हाताळत असताना माझ्या लक्षात एक गोष्ट आली, ती म्हणजे, मोठी बंडखोरी होणार असून त्यामुळे सम्राटांच्या सिंहासनाला धोका पोचू शकतो. आणि तो बंडखोर एल्बाच्या बेटाहून जामानिम्यासह निघाला आहे. तो कुठे आहे हे माहीत नसलं, तरी तो नेपल्सला उतरण्याचा प्रयत्न करू शकतो किंवा टस्कनीच्या किनाऱ्यावर जाऊ शकतो किंवा थेट फ्रान्सलाच येऊ शकतो.'' असं म्हणून सम्राटाचा अंदाज घेण्यासाठी विलफोर्ट एक क्षण थांबला. तेव्हा सम्राटाने हातानेच त्याला पुढे बोलण्याची आज्ञा केली.

''मला हे सगळं एका माणसामुळे समजलं. त्याला काल मी अटक केली आणि ताबडतोब पॅरिसला निघालो. तो माणूस एक खलाशी असून, त्याच्यावर आधीपासूनच तो बोनापार्टिस्ट असल्याचा संशय आहे. तो एल्बाच्या बेटावर गेला होता. तेव्हा त्याला पॅरिसमधल्या एका बोनापार्टिस्टला देण्यासाठी एक तोंडी संदेश देण्यात आला. तो खलाशी आता तुरुंगात आहे, सरकार.''

उमराव ओरडला, ''मिस्टर दान्द्रे!'' तोच पोलीस खात्याचा मंत्री आला. त्याचा चेहरा पांढरा पडला होता, तो थरथरत होता. त्याचे डोळे भीतीने विस्फारले होते.

सम्राटाने कावून विचारलं, ''काय झालं तरी काय? तुम्ही असे का दिसताय?''

तो मंत्री 'सरकार, सरकार' असं काहीतरी पुटपुटला. तोच सम्राटाने मोठ्याने बोलण्याची आज्ञा दिली. तेव्हा त्या मंत्र्याने राजाला थेट दंडवतच घातला. ''भयानक मोठं संकट, सरकार! २८ फेब्रुवारीलाच बंडखोर एल्बाच्या बेटावरून निघाला आहे आणि मार्चच्या पहिल्या आठवड्यात फ्रान्सच्या एका लहान बंदरात, अन्टिब्सला उतरणार आहे.''

''मार्चच्या पहिल्या आठवड्यात? एवढं अंतर पार करून तिथं पोहचणं शक्य नाही. तुम्हाला एकतर चुकीची माहिती मिळाली आहे किंवा वेड तरी लागलंय,'' सम्राट म्हणाला.

''नाही, सरकार हे खरंय. अगदी खरं.''

सम्राट नि:शब्द झाला आणि मग काही क्षणांत उभे राहून रागाने म्हणाला, "फ्रान्समध्ये? बंडखोर फ्रान्समध्ये? आणि आत्तापर्यंत याबाबत कोणालाच कळलं नाही? म्हणजे नक्कीच काहीतरी दगाफटका झालेला असणार."

उमराव म्हणाला, "पण सरकार, यासाठी केवळ पोलीस मंत्र्यांना जबाबदार धरता येणार नाही. आपण सगळेच गाफील..."

"पण..." असं म्हणून विलफोर्ट थांबला.

सम्राट म्हणाला, "बोला, जे काही असेल ते स्पष्टपणे सांगा. तुम्हीच पहिल्यांदा हे कृष्णकृत्य शोधून काढलंत. तेव्हा आम्हाला मदत करा."

विलफोर्ट म्हणाला, "सरकार, बंडखोर दक्षिणेत आहे. त्यामुळे तिकडेच त्याला थांबवून नामोहरम करणं योग्य."

कोणीच काही बोललं नाही. मग सम्राट म्हणाला, "आता तुम्ही जाऊ शकता. मला युद्ध व सैन्यदल मंत्र्यांशी बोलायला हवं. विलफोर्ट तुम्ही प्रवासाने थकला असाल. तुम्ही वडिलांकडेच थांबणार असाल, नाही?"

विलफोर्टला कसनुसं झालं. तो म्हणाला, "नाही सरकार, मी हॉटेलमध्ये उतरलो आहे."

सम्राट हसत हसत म्हणाला, "अरे हो बरोबर. आम्ही विसरलोच होतो, तुमच्यात आणि वडिलांत मतभेद आहेत नाही का? राज्यासाठी, तख्तासाठी इतकं मोठं काम केल्याबद्दल आम्ही तुम्हाला सन्मानित करणार आहोत. तुमचं काम आम्ही विसरू शकत नाही. सध्या हे ठेवा." असं म्हणून राजाने एक सोन्याचं तबक दिलं. हा मोठा सन्मान म्हणून समजला जायचा.

विलफोर्टचा आनंद गगनात मावेना. त्याने त्या तबकाची चुंबनं घेतली आणि तो खोलीतून बाहेर आला.

आठ

एकामागोमाग एक घटना घडत गेल्या. एल्बाहून नेपोलियनचं परतून येणं हे काहीसं चमत्कारिक व अनपेक्षित होतं. नेपोलियनचा हा वार परतवून लावणं राजा लुई अठराव्याला शक्य झालं नाही. भक्कम पायाच नसलेल्या त्याच्या राजसत्तेला जबरी धक्का बसला आणि नेपोलियनच्या अक्षरश: एका कटाक्षाने ती जमीनदोस्त झाली. विलफोर्टला यातून निष्ठेशिवाय काहीही मिळालं नाही, जी घातक आणि बिनकामाची होती. पण त्याला त्याच्या वडिलांचं सुरक्षाकवच मात्र मिळालं. चांगला काळ येईपर्यंत तरी त्याने आपलं लग्न पुढे ढकलायचा निर्णय घेतला. कारण जर नेपोलियन सत्तेत राहिला, तर त्याच्या वडिलांनी त्याचा दुसऱ्या मुलीशी त्याचा विवाह केला असता आणि जर का लुई अठरावा परत सत्तेत आला असता, तर आहे तीच परिस्थिती राहिली असती.

इकडे कोणीही सत्तेत आलं-गेलं तरी डान्टे कैदीच राहिला. बाहेर काय चाललं आहे याची त्याला त्या अंधाऱ्या तुरुंगात सुतरामही कल्पना नव्हती.

नव्या राजसत्तेच्या शंभर दिवसांच्या काळात, मिस्टर मॉरेल तीनदा विलफोर्टला येऊन भेटला. पण विलफोर्टने त्यांना नुसतीच वचनं आणि पोकळ दिलासे दिले. मग वॉटर्लूची लढाई झाली आणि त्यानंतर मात्र मॉरेलने सगळ्या आशा सोडून दिल्या.

अठरावा लुई परत सत्तेत आल्यावरती विलफोर्टला तुलूसच्या मुख्य न्यायदंडाधिकाऱ्याचं पद देण्यात आलं. आणि लगेचच त्याने सान्ता मेराँच्या मुलीशी लग्न केलं. तिच्या त्या घराण्याचं न्यायव्यवस्थेत बरंच वजन होतं.

नेपोलियनच्या सत्तेच्या लहानशा काळात डँग्लारला फार भीती वाटली होती. आता डान्टे परत कधीही उगवू शकेल, असं त्याला वाटत होतं. त्यामुळे त्याने मॉरेलकडे आपला राजीनामा सोपवला आणि दुसरीकडे नोकरी धरली.

फर्नांडला मात्र त्याने काही फरक पडला नाही, त्याला डान्टे त्याच्या मार्गात नकोच होता. तोच राजाने सैन्यभरतीचा आदेश दिला. मग फर्नांड मर्सिडिजला सोडून युद्धावर निघून गेला. पण त्याच्याही मनात एक भीती कायम होतीच, की आपण नसताना डान्टे येईल आणि तिच्याशी लग्न करेल. पण तसं काही झालं नाही. आणि मग मर्सिडिज मागे एकटीच राहिली. अजूनही ती फर्नांडकडे केवळ एक मित्र म्हणूनच पाहत होती. आता तिच्यासोबत कोणीच नव्हतं. तिच्या मनातलं दुःख तिच्या आसवांमधून वाहत असे. गजबजलेलं आणि उन्हाने उजळून निघणारं ते कॅटॅलन गाव आता तिला सुन्न वाटत होतं. तिला आत्महत्या करावीशी वाटे; पण तिचा धीर होत नसे. मग ती आणखीनच दुःखीकष्टी होत असे.

नेपोलियनच्या पाडावानंतर डान्टेच्या वडिलांच्या सगळ्या आशा धुळीस मिळाल्या. डान्टेला अटक झाल्यानंतर पाच महिन्यांनी त्यांनी मर्सिडिजच्या बाहूंमध्ये आपले प्राण सोडले. मिस्टर मॉरेलने अंत्यसंस्काराचा खर्च केला आणि त्यांनी आजारपणात घेतलेली छोटीमोठी कर्जंदेखील चुकती केली.

नऊ

तुरुंगात डान्टेची अवस्था आता बिकट होत चालली होती. तो अधिकच वाईट परिस्थितीत गुंतत चालला होता. पहिल्यांदा त्याला सुटकेची आशा वाटत होती; पण तसं काहीही झालं नाही. तेव्हा मात्र त्याला आपल्या निरपराधीपणाचीच शंका वाटू लागली. त्याला दुसऱ्या कोणत्यातरी कोठडीत हलवावं, भले मग ती कोठडी आणखी अंधारी असली तरी चालेल, अशी याचना ती जेलरला करू लागला. त्याला बदल हवा होता. त्याला पुस्तकं हवी होती, बाहेर चालायला जायला हवं होतं; पण यातलं काहीच मिळालं नाही.

या सगळ्याला कंटाळून गेल्यावर मग तो देवाची दया मागू लागला. त्याला त्याच्या आईने शिकवलेल्या प्रार्थना आठवल्या. त्यांचे अर्थ मनात पाझरू लागले. सुखी माणसाची प्रार्थना म्हणजे नुसतेच बापुडे शब्द असतात; पण दुःखी माणसालाच प्रार्थनांचा खरा अर्थ कळतो. मात्र, त्याच्या या आर्त प्रार्थनांचाही फार परिणाम झाला नाही.

त्याचं मन काळवंडत चाललं होतं आणि त्याच्या मनाला काळ्याकुट्ट ढगांच्या सावल्यांनी वेढा घातला. त्याच्या मनाला एकच प्रश्न भुंग्यासारखा पोखरत होता – 'आपल्या आनंदाला का बरं गालबोट लागलं असेल?' तो चिडायचा, रागवायचा आणि त्या भरात वेड्यासारखं करायचा. भिंतींवर आणि जेलच्या गजांवर डोकं आपटून घ्यायचा. त्या वेडेपणात त्याला मार्शलने दिलेल्या पत्राची ओळन्‌ओळ दिसायची. त्या पत्राचा स्पर्श जाणवायचा आणि मग तेच पत्र विलफोर्टनं आगीत टाकलं होतं. त्यातला शब्दन्‌शब्द आगीत भस्मसात झालेला त्याने पाहिला होता. ज्याच्यामुळे आज तो इथे आहे तो माणूस देवदूत नव्हता, तर शत्रू होता, निर्दयी होता हे आता त्याला कळून चुकलं होतं. तो या विचारांत बुडून जायला लागला, त्याचा त्रास स्वतःलाच करून घ्यायला लागला. आणि मग यातून त्याच्या मनात आत्महत्येची,

स्वतःचा नाश करून घ्यायची विषवल्ली उगवून आली.

त्याच्यासमोर आत्महत्या करण्याचे दोन मार्ग होते – स्वतःला फासावर लटकावणं किंवा उपाशी राहून मरून जाणं. खलाशी असल्याने अनेक चाच्यांनी लोकांना फासावर लटकावलेलं त्यानं पाहिलं होतं. त्यामुळे फासावर जाण्याची कल्पना त्याला नको वाटली. म्हणून त्याने दुसरा मार्ग अवलंबला. आकाशाचा एक तुकडा त्याला दिसू शकेल अशा छोट्याशा खिडकीतून तो अन्न फेकून देऊ लागला. पहिल्यांदा त्याला अन्न खावंसं वाटायचं नाही; पण नंतर तीव्र भुकेने त्याला ते खावंसं वाटू लागलं. तो तासतासभर मांसाच्या सडक्या तुकड्याकडे किंवा काळ्या ब्रेडकडे पाहत बसे. मग त्याला त्याचा पण आठवे. आपण तो मोडू याची भीतीही वाटे. मात्र, एके दिवशी त्याला अन्न फेकण्याचीही शक्ती राहिली नाही.

दुसऱ्या दिवशी त्याचा आवाजही ऐकू येणं बंद झाल्याने जेलरला वाटलं तो गंभीररीत्या आजारी पडला असावा. आता लवकरच आपण मरू, असं डान्टेलाही वाटू लागलं. एक प्रकारच्या बधिरतेने त्याला वेढून टाकलं. डोळे मिटू लागले. मग त्याला एक दिव्य असा प्रकाशझोत दिसला. त्याला वाटलं, आपण मेलो आहोत आणि आकाशात जातो आहोत.

रात्री नऊच्या सुमारास तो ज्या भिंतीला टेकून झोपला होता त्या भिंतीमधून अचानक काहीतरी आवाज येऊ लागले. एखादा मोठा प्राणी तिथे काहीतरी उकरल्याचा आवाज करत असावा, असं त्याला तेव्हा वाटलं. त्याने मोठ्या कष्टाने आपले डोळे उघडले. त्याला तेव्हा टोकदार नखांनी किंवा एखाद्या टोकेरी हत्याराने कोरल्यासारखा आवाज येत होता. तो आवाज तीन–चार तास येत होता आणि नंतर मग बंद झाला.

सकाळी उठल्यावर परत त्याला तसाच आवाज ऐकू येऊ लागला तेव्हा मात्र त्याच्या मनात आलं, 'ज्या अर्थी हा आवाज आत्ताही येतोय, त्या अर्थी एखादा कैदी पळून जाण्यासाठी वाट काढत असावा. नक्कीच. आपणही त्याला मदत करायला हवी.' पण मग त्याला वाटलं की, 'समजा कोणीतरी शेजारी खरंच काही काम करत असेल तर? जेलरला आपण विचारलं पाहिजे.' पण तो इतका अशक्त झाला होता, की त्याला उठताही येत नव्हतं. जेलरने आणून ठेवलेल्या सूपचा एक घोट त्याने घेतला आणि मग हळूहळू सगळं प्याला. त्याला जरा हुशारी वाटू लागली.

त्याला एक कल्पना सुचली. समजा आपण या भिंतीवर टकटक करून थोडं ठोकलं, तर जर कोणी कामगार काम करत असेल, तर त्याकडे तो दुर्लक्ष करेल आणि आवाज पुन्हा येत राहील. पण जर का तो कैदी असेल, तर मात्र तो घाबरून त्याचं काम थांबवेल.

तो उभा राहिला. आता त्याचे पाय कापत नव्हते आणि त्याला नीट दिसतही होतं. तो कोठडीच्या एका कोपऱ्यात गेला. तिथला एक दगड घेऊन त्याने जोरात तीन–चारदा तो भिंतीवर आपटला. तोच जादू व्हावी, तसा तो आवाज थांबला. डान्टेने नीट लक्ष देऊन ऐकलं, तर तो आवाज थांबला होता. नक्कीच, हा कैदी असणार! डान्टे मनात म्हणाला. त्याचा चेहरा आनंदाने उजळला. तो आवाजाची चाहूल घेत राहिला; पण त्यानंतर तीन दिवस काहीच घडलं नाही, आवाज आला नाही. डान्टेने पुन्हा खायला–प्यायला सुरुवात केली. जणूकाही त्या आवाजाने त्याच्यात आता जगण्याची नवी इच्छा फुंकली होती. तो रोज भिंतीला कान लावून आवाज येतो आहे का, हे पाहायचा. मग स्वतःला शांत करण्यासाठी कोठडीत फेऱ्या मारत राहायचा. अन् मग पुन्हा एकदा तो आवाज आला. झालं असं, की जेलर येऊन जेवण देऊन गेल्यावर डान्टेने भिंतीला कान लावला आणि त्याला काहीतरी जाणवलं. त्या आवाजाच्या ध्वनिलहरी – कंपनं होती. त्याला आनंद झाला, स्फुरण चढलं.

आता त्याने पलीकडच्या बाजूने काम करणाऱ्याला मदत करायचं ठरवलं. त्याने बेड सरकवला. दुसऱ्या बाजूला जिथे काम सुरू असेल असं वाटत होतं, तिथल्या भिंतीवर त्याच्या बाजूने खोदकाम करायचं ठरवलं. पण त्याच्याकडे टोकदार हत्यार किंवा वस्तू असं काहीच नव्हतं. गज काढू शकणं तर शक्यच नव्हतं. मग त्याला कल्पना सुचली. त्याने मातीचा माठ फोडला आणि त्याच्या तीन–चार धारदार कपच्या बेडखाली लपवून ठेवल्या. बाकीच्या कपच्या मुद्दाम तशाच ठेवल्या. माठ फुटण्याची घटना तुरुंगात नेहमीच घडायची. त्यामुळे जेलरला त्याची शंका आली नसती.

डान्टेकडे आता अख्खी रात्र होती; पण अंधारात काम करणं कठीण होतं. तोच त्याला असं जाणवलं की, एका आकारहीन टोकदार वस्तूमागूनच आवाज येत होता. ती वस्तू म्हणजे एक कठीण खडक होता. त्यामुळे त्याने आपला बेड पुन्हा आधीच्या स्थितीत आणून ठेवला आणि तो सकाळ व्हायची वाट पाहू लागला.

सकाळी जेलर आल्यावर डान्टेने आपल्या हातून माठ फुटल्याचं सांगितलं. जेलर त्याच्यावर रागावून निघून गेला आणि त्याने दुसरा माठ आणून दिला. जरा काळजीने वापर कर, असं सांगून त्याने आधीच्या माठाचे तुकडेही झाडून घेतले नाहीत. तो गेल्यावर डान्टेने बेड सरकवला आणि भिंत पाहिली. त्याने आजूबाजूला असलेल्या चुना काढायला सुरुवात केली. त्याला तो खडक काढायचा होता. त्याने अर्ध्या तासात मूठभर चुना काढला.

तीन दिवसांनी त्याला दगडाच्या बाजूचा सगळा चुना काढण्यात यश आलं. आता त्याला तो दगड काढायचा होता. मात्र, तो मोठा होता आणि हाताने काढता येत

नव्हता. त्याने फुटलेल्या माठाच्या कपचीचा तराफ्यासारखा वापर केला; पण तरी त्याला यश न आल्याने तो थांबला. रागावला, हताश झाला. आपण जे करतोय खरंच बरोबर आहे का?

मग त्याच्या डोक्यात एक कल्पना आली. दररोज सूप देण्यासाठी एक पॅन घेऊन जेलर यायचा. त्या पॅनला एक लोखंडी दांडा होता. एके दिवशी डान्टेने सूपचा बाउल जेलरच्या पायाखाली येऊन फुटेल अशा ठिकाणी मुद्दाम ठेवला. आणि अगदी तसंच झालं. मग रागावून जेलर इकडेतिकडे पाहत, सूप कशात ओतता येईल अशी एखादी वस्तू शोधू लागला. मग डान्टे म्हणाला, ''पॅन आजच्या दिवस इथेच असू दे. सकाळी घेऊन जा.''

आळशी जेलरला ही सूचना फार आवडली आणि त्याने तो पॅन तिथेच ठेवला. डान्टेला खूप आनंद झाला. कुणास ठाऊक थोड्या वेळात जेलरचं मन बदलेल, या विचाराने डान्टेने भराभर त्या पॅनच्या दांड्याच्या साहाय्याने तो खडक मोकळा करून, सैल करायचा प्रयत्न केला. रात्रभर मिळालेल्या लोखंडी पॅनचा पुरेपूर वापर करायचं ठरवलं. तो भराभर काम करू लागला.

दुसऱ्या दिवशी सकाळी जेलरने त्याला ब्रेड दिला. तेव्हा डान्टेने विचारलं, ''तुम्ही मला नवा बाउल देणार नाही का?''

जेलर उत्तरला, ''नाही, तू तोडफोड करतोस. आधी माठ फोडलास, मग बाउल. त्यापेक्षा हा पॅनच मी इथे ठेवत जाईन.''

डान्टेला तेच तर हवं होतं. तो पॅन म्हणजे त्यासाठी स्वर्गातून आलेलं वरदानच होतं जणू. त्याने आकाशाकडे पाहून हात जोडले. तो दुप्पट जोमाने कामाला लागला. संध्याकाळी जेव्हा जेलर यायची वेळ होत असे, तेव्हा तो थांबत असे आणि वाकडा झालेला पॅनचा दांडा सरळ करून ठेवत असे. जेलर गेल्यानंतर पुन्हा कामाला लागत असे. एके दिवशी मोठ्या परिश्रमाने त्याला तो दगड काढता आला.

डान्टे आनंदाने चीत्कारला, ''देवा, देवा मी जी तुझी इतकी प्रार्थना केली त्याला फळ आलं. तू महान आहेस, तुझी लीला अपरंपार आहे.''

तोच दुसऱ्या बाजूने आवाज आला, ''माझ्यासारखाच देवाचा धावा कोण करतंय?'' डान्टेच्या अंगावर रोमांच उभे राहिले. ''कोण आहे तिथे? कृपया, परत माझ्याशी बोला. मला खरंच वाटत नाहीये. बोला ना!''

तिथून आवाज आला, ''कोण आहात तुम्ही?''

डान्टे म्हणाला, ''एक बिचारा कैदी.''

''तुम्ही केव्हापासून आहात इथे?''

''२८ फेब्रुवारी, १८१५पासून.''

''आणि तुमचा गुन्हा काय?''

''निष्पाप असणं हाच.''

''तुमच्यावर आरोप काय आहेत?''

''राजा नेपोलियनच्या परतीच्या कटात सहभाग.''

''म्हणजे नेपोलियन आता सत्तेत नाहीये?''

''१८१४ सालीच त्याला पदच्युत करण्यात आलं. नंतर तो एल्बाच्या बेटावर गेला. पण तुम्ही इथे कधीपासून आहात?''

''१८११ सालापासून.'' डान्टेला धक्का बसला. तो माणूस त्याच्याही चार वर्षं आधीपासून तुरुंगात होता.

''छान. आता खोदकाम थांबवा. पण ते जेलरला दिसलं कसं नाही?''

''त्याच्या पुढ्यात माझा पलंग असतो. त्यामुळे ते झाकलं जातं.''

''अच्छा, कोठडीबाहेर काय आहे?''

''मार्गिका, ती बाहेर जाते.''

''ओह, असं आहे तर.'' तो आवाज म्हणाला.

डान्टेने विचारलं, ''का? काय झालं?''

''मी माझ्या योजनेचं जे रेखाटन केलं होतं, त्यात एक रेषा चुकीची काढलेली दिसतेय. मला वाटत होतं, ही भिंत समुद्राच्या दिशेने असेल.''

''समुद्र?''

''होय, मी समुद्रात उडी मारून डॉम किंवा टिब्यूलेन बेटावर पोहत जाणार होतो किंवा मुख्यभूमीवर जाणार होतो.''

''एवढा वेळ तुम्ही पोहू शकता?''

''देवाच्या कृपेने पोहू शकत होतो; पण आता नाही. चला, आता तुमचं भोक नीट बुजवा. मी सांगेपर्यंत काम करू नका. कळलं?''

''कृपया, मला सांगाल का तुम्ही कोण आहात?''

''मी, मी, कैदी क्रमांक सत्तावीस.''

''तुमचा माझ्यावर विश्वास नाहीये का?''

''आवाजावरून तुम्ही तरुण दिसता. तुमचं वय किती?''

''इथे आल्यापासून मी ते मोजलेलंच नाही. पण मी इथे आलो तेव्हा एकोणीस वर्षांचा होतो.''

''म्हणजे आता तुम्ही सव्वीसचे तरी असाल. या वयात माणूस विश्वासघातकी

असू शकत नाही.''

''तसं मी केलंच, तर माझे तुकडे तुकडे करा.''

''ठीके, थांब. मी परत येईन.''

''कधी, कधी याल तुम्ही?''

''जरा धीर धरा. मी संकेत देईन. मला जरा धोक्याचा विचार करू दे.''

''कृपया मला एकट्याने सोडून जाऊ नका. आपण एकत्र पळून जाऊ.''

''होय,'' असं म्हणून त्या माणसाचा आवाज येईनासा झाला. त्या क्षणापासून डान्टेने आपलं सगळं आयुष्य त्याच्या हाती सोपवलं.

रात्री अंधाराचा फायदा घेऊन तो माणूस परत येईल, असं त्याला वाटत होतं. मात्र, तसं काही झालं नाही. कोणीच आलं नाही. सकाळी जेलर येऊन गेल्यानंतर त्याला भिंतीवर कसलातरी आवाज आला.

''कोण, तुम्हीच आहात ना?'' डान्टेने विचारलं.

''होय, जेलर गेला का?''

''हो, आता तो संध्याकाळपर्यंत तरी येणार नाही. आपल्याकडे बराच मोकळा वेळ आहे.'' तोच डान्टेला दुसऱ्या बाजूने खोदकामाचा आवाज येऊ लागला. तो वाढतच गेला, तसा डान्टेही तेच करू लागला. आणि मग एका क्षणी ते जमिनीलगतचं भोकं मोठ्ठं झालं आणि त्यातून एक डोकं बाहेर आलं, नंतर एक अख्खा माणूसच त्याच्या कोठडीत शिरला!

दहा

डान्टेने त्याच्या नव्या मित्राला कडकडून मिठी मारली. तो केव्हापासून त्याची आतुरतेने वाट पाहत होता. त्याने त्याला खिडकीजवळ नेलं आणि त्यातून येणाऱ्या प्रकाशाच्या अंधूक झोतात त्याला न्याहाळलं.

तो लहानखुरा होता आणि त्याचे केस पांढरे झाले होते. डोळे खोल गेले होते आणि करड्या भुवयांखाली लपून गेल्यासारखे वाटत होते. त्याची काळी-पांढरी दाढी छातीपर्यंत रुळत होती. त्याचे मूळचे कपडे कसे असावेत हे कळत नव्हतं, कारण ते फाटलेले आणि मळले होते.

त्या माणसाचं वय पासष्टच्या आसपास असावं. पण तरी त्याच्या हालचाली चपळ होत्या. जरी पळून जायचा मार्ग सापडण्याऐवजी तो एका दुसऱ्याच कोठडीत पोहचला असला, तरी त्यानेही डान्टेला आनंदाने प्रतिसाद दिला. त्या तरुणाला पाहून त्याच्या आत्म्याला जणू पुन्हा तेज प्राप्त झालं.

तो म्हणाला, ''पहिल्यांदा हे भगदाड जेलरला कळू नये म्हणून नीट झाकलं पाहिजे. तुमच्याकडे खोदायला काही साधन नाहीये का?''

डान्टेने आश्चर्याने विचारलं, ''नाही. तुमच्याकडे आहे?''

''मी एक तयार केलं. माझ्याकडे छिन्नी आहे.'' त्याने त्याला एक धारदार टोक असेलली छिन्नी दाखवली. ''मी ती माझ्या पलंगाच्या लोखंडी कांबीपासून तयार केली. तिचाच वापर करून मी हा साधारण पन्नास फुटांचा मार्ग खोदला.''

डान्टे चकित होऊन ओरडलाच, ''पन्नास फूट!''

''पण माझे प्रयत्न निष्फळ ठरले.'' त्याचा चेहरा दुःखी झाला.

डान्टे म्हणाला, ''कृपया, आता तरी सांगा की, तुम्ही कोण आहात?''

''सांगतो, पण तुम्हाला माझा फार काही फायदा होईल असं वाटत नाही...'' डान्टेने त्याला मधेच थांबवत सांगितलं, ''मी तुमच्यापेक्षा फारच लहान आहे. तेव्हा

मला तुम्ही अहो-जाहो नका करू, कृपया.''

तो म्हणाला, ''ठीके. तर माझं नाव ॲबे फारिया. मी धर्मोपदेशक आहे. मी इथे १८११ सालापासून आहे; पण त्याआधी मला एका किल्ल्यात तीन वर्षं नजरकैदेत ठेवलं होतं.''

''पण तुम्हाला कैद का करण्यात आलं?''

''कारण १८०७ साली मी एक स्वप्न पाहिलं होतं, जे १८११मध्ये नेपोलियनने प्रत्यक्षात आणायचा प्रयत्न केला होता. मला माझा नेता सापडला होता, ज्याला माझा दृष्टिकोन कळला आहे, असं तो किमान भासवत तरी होता. मात्र, नंतर त्याने मला धोका दिला.''

डान्टेला ते ऐकून फार वाईट वाटलं. पण तो आत्ता काहीच करू शकत नसल्याने, तो विषय बदलत म्हणाला, ''तुमचा पळून जायचा अजूनही विचार आहे?''

''मला आता तरी ते अशक्यप्राय वाटतेय.''

''का? पहिल्याच प्रयत्नात यश मिळेल अशी अपेक्षा करणं हे जरा जास्तच होतं, असं नाही वाटत? तुम्ही दुसऱ्या दिशेने खोदकाम करून का पाहत नाही?''

''दुसऱ्या दिशेने? अरे, मला ही छिन्नी आणि इतर काय काय जुळवाजुळवी करायलाच चार वर्षं लागली. दोन वर्षं मी ही कठीण जमीन नुसतीच घासत होतो. आज मी जो दगड काढून बाहेर आलो आहे तो कधीतरी हलवता येईल, अशी आशाही मला वाटत नव्हती. आणि हे खोदकाम करताना बाहेर आलेली माती, दगड मी एका जिन्याखाली दडवून ठेवली आहे आणि आता त्यात एक मूठही माती मावणं शक्य नाही. माझे सगळे श्रम वाया गेलेत. बहुतेक मला इथेच खितपत ठेवणं, हीच देवाची इच्छा दिसतेय. तरी मी वाट पाहेन. काहीतरी संधी मिळेलही.''

डान्टेने नि:श्वास सोडला. ''म्हणजे तुम्ही अजून वाट पाहू शकाल? पण हे श्रम म्हणजे तुम्ही चाकरी पत्करल्यागत झालं असेल ना? रोज उठून तेच काम!''

तो धर्मोपदेशक म्हणाला, ''नाही. मी एवढंच काम करत नाही. मी लिहितो आणि अभ्यास करतो.''

''ते तुम्हाला कागद, पेन आणि शाई देतात?''

''नाही, पण मी स्वतःच तयार करतो.''

''कसं काय?'' डान्टेने त्याच्याकडे कौतुकाने पाहिलं; पण खरंतर त्याच्या बोलण्यावर त्याचा विश्वास बसत नव्हता. फारियालाही त्याच्या मनात शंका असल्याचं लक्षात आलं. तो म्हणाला, ''तू जेव्हा माझ्या कोठडीत येशील, तेव्हा मी लिहिलेलं अख्खं पुस्तक तुला दाखवेन. त्यात माझं आयुष्यभराचं संशोधन, विचार आहे.''

"हे सारं तुम्ही इथे लिहिलंय?"

होय, मी कापडं गुळगुळीत आणि कडक करण्याची एक पद्धत शोधून काढली. आणि आपल्याला मधूनमधून जे मासे देण्यात येतात, त्यांच्या काट्यांपासून मी पेन तयार केलं. माझ्या कोठडीत फायरप्लेस आहे. ती वर्षानुवर्षं साफ न केल्याने तिच्यात खूप काजळी जमली आहे. मी ती वाइनमध्ये मिसळून शाई तयार केली."

डान्टे उत्सुकतेने म्हणाला, "आता तर मला पाहायलाच हवं!"

फारिया उत्तरला, "चल, आत्ताच." असं म्हणून दोघं त्या जमिनीलगतच्या भुयारातून आत गेले. कोठडीत गेल्यावर डान्टेने तिचं निरीक्षण केलं; पण त्याला त्यात विशेष असं काही दिसलं नाही.

फारियाने फायरप्लेसजवळ असलेला एक मोठा दगड हलवला. तिथे एक पोकळ जागा होती. त्यातच तो त्याच्या वस्तू दडवून ठेवत होता. त्यातून त्याने कापडांच्या काही गुंडाळ्या काढल्या. त्या साधारण चार इंच रुंद आणि अठरा इंच लांब होत्या. प्रत्येकावर क्रमांक टाकले होते आणि त्यावर बारीक अक्षरांत लिहिलेलं होतं. अर्थातच ते लेखन इटालियन भाषेत होतं. डान्टे मूळचा इटालियन असल्याने त्याला ते लगेच समजलं.

फारिया म्हणाला, "दोन दिवसांपूर्वी या बहात्तराव्या तुकड्यावर मी शेवटचा परिच्छेद लिहिला. आणि आता माझे दोन्ही शर्ट्स आणि सगळे रुमाल संपून गेले आहेत. जर मी इथून बाहेर पडलो आणि कोणी हे इटलीत प्रकाशित केलं, तर मला पुन्हा प्रसिद्धी मिळेल." त्याने डान्टेला पेन आणि त्याचं इतर साहित्यही दाखवलं.

डान्टेने ते सगळं नीट निरखून पाहिलं. आणि मग त्याच्या मनात विचार आला, की हा माणूस इतका बुद्धिमान आहे, हुशार आणि तपस्वी आहे की, कदाचित तो आपल्या दुर्दैवी रहस्याबद्दल काही सांगू शकेल. त्याच्याशी आपण बोललं पाहिजे.

फारिया म्हणाला, "कसला विचार करतो आहेस एवढा?"

"मी विचार करत होतो की, तुम्ही तर मला तुमच्या जीवनाबद्दल सगळं काही सांगितलंत; पण मी अजून माझ्याबद्दल काहीच बोललो नाही."

"पण तुझं वय इतकं लहान आहे की, तुझ्या आयुष्यात फारच कमी गोष्टी घडल्या असतील."

"असेलही तसं, पण माझं आयुष्य दुर्दैवाच्या फेऱ्यात अडकलं आहे. आणि हे दुर्दैव माझ्याच वाट्याला का यावं, या प्रश्नाने मी बेचैन झालो आहे. माझी झोप उडाली आहे..."

सगळ्या वस्तू लपवत फारिया म्हणाला, "सांग मला तुझी कहाणी –"

डान्टेने त्याने भारतात आणि पूर्वेकडे केलेल्या एक-दोन प्रवासांबद्दल सांगितलं. त्यानंतर कॅप्टन लक्लेर कसे मेले, ते पत्र घेऊन तो कसा आला, त्याचा साखरपुडा आणि त्यानंतर घडलेले सगळे दुर्दैवी प्रसंग सांगितले आणि आपल्या आयुष्याची कर्मकहाणी संपवली.

फारिया विचारात गढून गेला. मग म्हणाला, ''जर तुम्हाला गुन्हेगार शोधायचा असेल, तर पहिल्यांदा गुन्ह्यामुळे कोणाला फायदा होणार आहे हे शोधा, असं म्हटलं जातं.''

''मी तर कोणाच्या खिजगणतीतही नव्हतो. त्यामुळे कोणाला काय फायदा होणार?''

''असं अजिबात म्हणू नकोस. सगळ्या गोष्टी सापेक्ष असतात. तू फॅरो जहाजाचा कॅप्टन होणार होतास, बरोबर? आणि तुझं एका सुंदर मुलीशी लग्नही होणार होतं?''

''बरोबर.''

''मग मला सांग, तू कॅप्टन होऊ नये, यात कोणाला रस होता?''

''अं... खरंतर सगळ्यांनाच मी आवडायचो. पण हां, एकाच माणसाशी एकदा माझं भांडण झालं होतं, त्याचं नाव डँग्लार. तो जहाजावर हिशेबनीस होता.''

''तू कॅप्टन झाला असतास, तर त्याला बोटीवर कामाला ठेवलं असतंस?''

''मला पर्याय असता, तर नक्कीच नाही. त्याच्या हिशेबात कायम घोळ असायचा.''

''आता, मला सांग, तू कॅप्टन लक्लेरशी बोलत असताना तिथे अजून कोणी होतं किंवा तुमचं बोलणं इतर कोणी ऐकण्याची शक्यता होती?''

''तिथे तर कोणी नव्हतं, पण... खोलीचं दार उघडं होतं आणि एकदा तिथून डँग्लार गेल्याचं आठवतंय, अगदी तेव्हाच मला कॅप्टननी पाकीट दिलं.''

''ठीके. आपण योग्य प्रकारे विचार करत आहोत. तू एल्बाच्या बेटावर गेल्यानंतर जेव्हा तुला ते पत्र दिलं गेलं, तेव्हा तू त्याचं काय केलंस?''

''मी ते माझ्याकडच्या कातडी पिशवीत ठेवलं.''

''म्हणजे ती पिशवी तू सोबत नेली होतीस का?''

''नाही, मी परतल्यानंतर ते पिशवीत ठेवलं. तोवर हातातच धरलं होतं.''

''म्हणजे, ते पत्र तुझ्याकडे असल्याचं काही लोकांनी - खास करून डँग्लारने - पाहिलं होतं तर.'' मग फारिया पुढे म्हणाला, ''आता मला नीट आठवून सांग की, आरोपपत्रात काय लिहिलं होतं.''

''त्या पत्रातला शब्दन्‌शब्द माझ्या मेंदूत कोरला गेला आहे,'' असं म्हणून डान्टेने त्या निनावी पत्रातला मजकूर सांगितला.

फारियाने त्याच्या खांद्यावर थोपटत विचारलं, ''डँग्लारचं हस्ताक्षर कसं होतं?''

"चांगलं, गोल आणि सुटसुटीत."

"आणि त्या पत्रातलं?"

"तिरकं, तिरकं."

"हस्ताक्षर तर सहज, मुद्दामहून बदलता येतं." मग फारियाने पेन घेऊन काही ओळी डाव्या हाताने लिहिल्या. ते पाहून डान्टेला आश्चर्य वाटलं. तो म्हणाला, "हो की, हे तर अगदीच तसं दिसतं आहे."

"याचा अर्थ ते पत्र डाव्या हाताने लिहिलं होतं. माझं निरीक्षण असं की, डाव्या हाताने लिहिलेलं हस्ताक्षर सर्वसाधारणपणे सारखं असतं. आता दुसरा प्रश्न - तुझं मर्सिडिजशी लग्न होऊ नये, असं कोणाला वाटत होतं का?"

"एका कॅटॅलन तरुणाला. फर्नांड त्याचं नाव. त्याचं तिच्यावर प्रेम होतं."

"तुला काय वाटतं, त्याने ते पत्र लिहिलेलं असेल?"

"वाटत नाही तसं. कारण त्याला पत्राबित्राबद्दल काहीच माहिती नव्हती. मी मर्सिडिजलाही काही सांगितलं नव्हतं."

"फर्नांड डँग्लारला ओळखत होता का?"

"नाही; पण... हो, आठवलं. मी त्यांना एकत्र पाहिलं होतं एकदा एका पथिकाश्रमात. आमच्या साखरपुड्याच्या आदल्याच दिवशी. तेव्हा डँग्लार माझ्याशी मैत्रीपूर्ण आणि छान वागला, तर फर्नांड हा अस्वस्थ वाटला. सोबत कॅडेरूस नामक शिंपीही होते. मी ओळखतो त्यांना; पण ते फारच प्यायले होते."

"आत्तापर्यंत आपण फार ढोबळ बोललो. आता मी तुला नेमके प्रश्न विचारतो. - तुला पकडल्यानंतर तुझी तपासणी कोणी केली?"

"साहायक न्यायदंडाधिकारी."

"तुझ्याशी तो कसा वागला?"

"फारच चांगला."

"तू त्याला सगळंकाही सांगितलंस का?"

"होय."

"त्यानंतर त्याचा रवय्या बदलला का?"

"हो. ते एल्बाहून आणलेलं पत्र वाचल्यानंतर त्यांचा चेहरा एकदम पडला. कदाचित माझं दुर्दैवी नशीब पाहून असं झालं असावं. कारण त्यांना माझ्याबद्दल आधी खूप सहानुभूती वाटली होती. म्हणून मग त्यांनी माझ्यासमोर ते पत्र जाळून टाकलं. मग म्हणाले, 'तुमच्याविरोधात असलेला हा पुरावा मी जाळून टाकतो आहे.'"

“अच्छा. आता मला सांग ते पत्र कोणाला द्यायचं होतं?”

“मिस्टर नुआरतिए, पॅरिस. दंडाधिकारी मला दोन-तीनदा म्हणाले, ‘वचन द्या, या पत्राबद्दल तुम्ही कोणालाही कुठेही काही सांगणार नाही, वचन द्या.’”

“नुआरतिए... नुआरतिए...” असं म्हणून फारिया विचार करू लागला. “मी एकदा एका नुआरतिएला भेटलो आहे. तो क्रांतीचा समर्थक होता. त्या दंडाधिकाऱ्याचं नाव काय बरं?”

“विलफोर्ट.”

फारिया हसू लागला. “बिचारा! तुला काय वाटतं, तो तुझ्याशी दयाळूपणे, चांगलं वागत होता?... किती भोळा आहेस तू! अरे, तुला माहितेय नुआरतिए हा कोण आहे ते? त्या विलफोर्टचा बाप!”

“काय? वडील!” डान्टे आश्चर्यचकित होऊन उभाच राहिला.

“हो. वडील. त्यांचं संपूर्ण नाव आहे नुआरतिए द विलफोर्ट!”

हे ऐकून डान्टेच्या डोक्यात तत्काळ प्रकाश पडला. मग आत्तापर्यंत अंधूक आणि गडद दिसत असलेल्या गोष्टी त्याला स्पष्ट दिसू लागल्या. विलफोर्टचा बदललेला रवय्या, त्याने दिलेली शपथ आणि जाळलेलं पत्र... सगळंच. मग डान्टे सरळ आपल्या तुरुंगात निघून गेला. त्याला आता थोडा वेळ एकट्याने राहून या सगळ्या गोष्टींचा विचार करायचा होता.

संध्याकाळी जेलर आला तेव्हा तो बेडवरती पडून शून्यात नजर लावून बसला होता. तो हलला नाही की त्याच्याशी काहीही बोलला नाही.

मग थोड्या वेळाने त्याला फारियाची हाक ऐकू आली. त्याने त्याला रात्रीच्या जेवणासाठी बोलावलं होतं. डान्टे जाऊ लागला. पण आता त्याच्या चेहऱ्यावरचे भाव बदलले होते. त्याने काहीतरी पण केला होता.

फारियाने त्याच्याकडे पाहिलं आणि म्हणाला, “मला क्षमा कर. माझ्यामुळे तुझा भूतकाळ खणला गेला आणि काय झालं असावं, हे तुझ्या समोर उघड झालं. तू सूडाने पेटला आहेस. तुझ्या मनात द्वेष उत्पन्न करण्यामागे मीच जबाबदार आहे. असं एकाअर्थी मला वाटतंय.”

डान्टे कसनुसं हसून म्हणाला, “आपण दुसऱ्या विषयावर बोलू या.” फारियाने त्याच्याकडे करुणपणे पाहिलं आणि डोकं हलवलं.

त्या वयोवृद्ध तपस्वी माणसाकडे सांगायला बरीच माहिती आणि ज्ञान होतं. ते तो रंजकपणे सांगायचा. तरीही त्यात स्वतःच्या गमजा मारलेल्या नसायच्या. इतकंच काय, त्याने स्वतःच्या दुर्दैवाबद्दलही त्याला कधी काहीही सांगितलं नव्हतं. शेवटी

डान्टे म्हणाला, "तुमचं ज्ञान पाहता, तुम्हाला जे कळलं आहे, त्यातलं काहीतरी तुम्ही मला शिकवलं पाहिजे."

फारिया हसत म्हणाला, "पोरा, शेवटी माणसाच्या ज्ञानालाही मर्यादा आहेत. मी गणित, इतिहास, भूगोल आणि तीन-चार भाषा शिकलो असलो, तरी तुला हे सगळं आत्मसात करायला निदान दोन-चार वर्षं तरी लागतील. पण हां, मी तुला काही मूलभूत तत्त्वं मात्र शिकवेन."

"चालेल," डान्टे उत्साहाने म्हणाला. लगेचच त्यांनी डान्टेच्या शिक्षणाचा सगळा आराखडा आणि योजना तयार केली. दुसऱ्याच दिवसापासून ते कामाला लागले. डान्टे हुशार होता आणि त्याची बुद्धिमत्ता वाखाणण्याजोगी होती. त्याने गणित, त्यातले यमनियम लगेचच आत्मसात केले. त्याला इटालियन, आधुनिक ग्रीक भाषा तर येत होतीच, मग सहा महिन्यांत त्याला स्पॅनिश यायला लागली. असं करत करत तो शिकत गेला असता, तर त्या वर्षाच्या शेवटी एक वेगळाच माणूस झाला असता.

एकदा डान्टेच्या लक्षात आलं, की फारिया काहीतरी गहन विचारात गढला आहे. तेवढ्यात फारिया एकदम ओरडला, "जर तिथे पहारेकरी नसेल तर!"

डान्टे उत्सुकतेने म्हणाला, "तुम्हाला सुटकेचा मार्ग सापडला का?"

"हो, पण जर पहारेकरी मुका-बहिरा असेल तर."

"तसं असेल तर त्याला कायमचं मुकं-बहिरं करता येईल!"

"नाही, नाही. रक्तपात नाही," फारिया ओरडला.

डान्टेला त्याबद्दल आणखी बोलायचं होतं; पण फारियाने नकारार्थी मान हलवून तो विषय तिथेच थांबवला. तीन महिने असेच गेले. मग एकदा फारियानेच डान्टेला विचारलं, "तू ताकदवान आहेस का?"

"तुम्ही पहारेकऱ्याला मारण्याची संमती देणार असाल, तर मी..."

"चालेल. मग अशी आहे माझी योजना. एका वर्षाची," असं म्हणून फारियाने डान्टेला आराखडा दाखवला. त्यांच्या तुरुंगाबाहेरच्या मार्गिकेतून जाण्याची ती योजना होती. तुरुंगातून बोगदा काढून मग ते त्या मार्गिकेत शिरणार होते. तिथून थोडं पुढे गेल्यावर एक तिठा होता, जिथे पहारेकरी पाठीला पाठ लावून उभे असत. मग त्यांना पकडून बांधून ठेवून तिकडच्या खिडकीतून दोघं जण निसटू शकणार होते. दोर आणि शिडीच्या साहाय्याने त्यांना तुरुंगाची भिंत पार करता येणं शक्य होतं.

हे सगळं पाहून डान्टेने टाळ्या वाजवल्या आणि त्याच्या डोळ्यांत आनंद दाटून आला. योजना चांगली होती आणि तिला यशही आलं असतं. त्यांनी लगेचच त्या दिवसापासून काम करायला सुरुवात केली. पंधरा महिन्यांच्या काळात त्यांनी खोदकाम

पूर्ण केलं. तसंच एकीकडे डान्टेचं शिक्षणही सुरू होतं.

एकेदिवशी संध्याकाळी डान्टेच्या कोठडीत ते दोघं बसलेले असताना अचानक फारिया वेदनेने विव्हळू लागला. तो जमिनीवर पडला. त्याचं शरीर ताठ, कडक झालं. चेहरा पांढराफटक पडला आणि कपाळ घामाने चिंब भिजलं.

डान्टेने गोंधळून विचारलं, "काय होतंय तुम्हाला?"

फारियाने कसंबसं उत्तर दिलं, "ऐक, झटका आलाय मला, भयंकर झटका. आधीही आला होता. पटकन जा माझ्या कोठडीत आणि तिथे एक रिकामा बूट असेल. त्यात एक लाल द्रव असलेली कुपी असेल. ती घेऊन ये. लवकर. नको, पण जेलर आला तर त्याला मी दिसेन. मला तिकडेच ने."

डान्टेने भुयारातून त्याला नेलं. कोठडीत गेल्यावर फारियाला बेडवर ठेवलं. मग फारियाने त्याला येत असलेल्या झटक्यात त्याला काय काय होईल, हे डान्टेला सांगितलं. त्याच्या तोंडातून फेस येईल, त्याला बोलता-हालता येणार नाही, असं तो म्हणाला. शेवटी म्हणाला, "जर का, तुला मी थंड आणि निश्चेष्ट पडलेला दिसलो, तर माझे दात सुरीने उघडून त्यात त्या औषधी द्रव्याचे आठ-दहा थेंब टाक. त्याने कदाचित मी जिवंत होईन."

"कदाचित?" डान्टे ओरडला. तोच फारियाने सांगितलेली सगळी लक्षणं दिसू लागली. तो थरथर कापू लागला. त्याच्या तोंडातून फेस येऊ लागला. डान्टे घाबरला, त्याला रडू येत होतं; पण त्याने स्वतःला सावरलं. हे सगळं तासभर चाललं असावं. मग फारिया थंड पडला. निपचित झाला. सांगितल्याप्रमाणे डान्टेने त्याचं तोंड उघडून त्यात औषधाचे थेंब टाकले आणि मग थांबला.

तासभर फारिया पडून होता. डान्टे त्याच्याकडेच एकटक पाहत होता, हातावर हात चोळत होता. शेवटी फारियाने डोळे उघडले, त्यात जिवंतपणाची खूण दिसली. त्याच्या अशक्त ओठांमधून एक हुंकार बाहेर पडला, थोडी हालचाल झाली. डान्टे अत्यानंदाने ओरडलाच, "तुम्ही ठीक झालात!"

फारिया बोलू शकत नव्हता, पण त्याने कसाबसा हात उचलून दाराच्या दिशेने बोट दाखवलं. डान्टेला जेलरच्या पावलांचा आवाज आला. त्याने उडी मारून भुयारात प्रवेश घेतला आणि झटकन आपल्या कोठडीत गेला. डान्टेचा तुरुंग उघडून जेलर जेव्हा आत आला, तेव्हा जेलरला तो पलंगावर बसल्याचं दिसलं. खाणं देऊन जेलर परतला, तेव्हा जेवणाचा विचारही न करता डान्टे पुन्हा फारियाकडे गेला.

फारिया शुद्धीवर आला असला, तरी तो अजूनही झोपूनच होता. तो म्हणाला, "मला तर वाटलं होतं की, मी काही तुला परत पाहू शकणार नाही! हे बघ, परत असं

काही झालं, तर सरळ पळून जा.''

"तुमच्याशिवाय? शक्यच नाही. थोडा आराम केलात की तुम्ही पुन्हा आधीसारखेच ठीक व्हाल.'' डान्टेने त्याच्या शेजारी बसत म्हटलं.

''मागचा झटका हा अर्ध्या तासाचा होता. पण त्यानंतर मी स्वतःहून उठलो होतो. आता मात्र मला माझा पाय हलवताच येत नाहीये. पुढच्या झटक्यात बहुतेक मी मरेन किंवा लुळा तरी होईन. त्यामुळे मी पोहू शकेन, असं वाटत नाहीये.''

"का, असं का म्हणता? जमेल तुम्हाला हळूहळू.''

"उगाच मला प्रोत्साहन नको देऊस. माझा हात लुळा पडला आहे. मला अर्धांगवायूचा झटका येऊन गेला आहे. तेव्हा तू इथून बाहेर पड.''

"नाही, कदापि नाही. मी तुम्हाला माझ्या खांद्यावर घेऊन पोहेन.''

"तू खलाशी आहेस, तेव्हा अशा वजनाने पोहताना काय होतं हे तुला चांगलंच ठाऊक आहे. तेव्हा माझी चिंता न करता तू इथून सटक!''

"काहीही होवो, मी तुम्हाला सोडून जाणार नाही,'' डान्टेने शपथेवर सांगितलं. फारियाने त्या दयाळू, सहृदयी आणि स्पष्टवक्त्या तरुणाकडे पाहिलं. त्याच्या चेहऱ्यावर सच्चेपणा दिसत होता. तो म्हणाला, "चालेल. तुझ्या या त्यागाचं आणि सच्चेपणाचं कधीतरी तुला फळ मिळेलच. आता आपण खोदलेलं भुयार तू पुन्हा भरून टाक. कारण पहारेकऱ्यांना त्याचा माग लागू शकतो आणि मग सगळंच बिनसू शकतं. आता उद्या सकाळपर्यंत इथे येऊ नकोस, जेलर गेला की मग आपण बोलू. मला एक अत्यंत महत्त्वाची गोष्ट तुला सांगायची आहे.'' डान्टेने त्याच्याकडे प्रेमादराने पाहिलं.

अकरा

दुसऱ्या दिवशी सकाळी डान्टे फारियाच्या तुरुंगात गेला. फारिया शांत बसला होता. त्याच्या डाव्या हातात कागदाचा एक तुकडा होता. त्याने तो काही न बोलता डान्टेला दाखवला. म्हणाला, ''नीट पाहा!''

''या अर्धवट जळालेल्या कागदावर वेगळ्या शाईने काहीतरी लिहिलेलं दिसतंय. हा कसला कागदाचा तुकडा आहे?''

''हा काही कागदाचा तुकडा नाहीये मित्रा, तो माझा खजिना आहे, ज्याचा अर्धा हिस्सा आत्तापासून तुझा झाला आहे.''

डान्टेला घाम फुटला. आत्तापर्यंत फारियाने एखाद्या खजिन्याबद्दल काहीच सांगितलं नव्हतं.

फारिया हसत म्हणाला, ''मला माहितेय, मी वेड्यासारखा वागतोय, असा विचार तूही करतो आहेस ते. इतर लोकांसारखाच. त्यांनाही असंच वाटलं, म्हणून मला इथे डांबलं. पण मी वेडा नाहीये. खरंच हा खजिना आहे. आणि जर का तो तुला शोधता आला, तर आपलं नशीब फळफळेल. खरंच!''

डान्टे म्हणाला, ''बरं, ठीके. पण आत्ता नको बोलायला याबद्दल. कारण तुम्ही आराम करणं गरजेचं आहे. कालच तुमची प्रकृती ढासळली होती. तेव्हा खजिन्यापेक्षाही आराम तुमच्यासाठी आवश्यक आहे.''

तो वृद्ध तपस्वी उद्गारला, ''समजा उद्या मला तिसऱ्यांदा झटका येऊन मी मेलो तर? मला माहितेय, तुझा विश्वास बसत नाहीये, पण हा खजिना आहे. तेव्हा हा कागदाचा तुकडा तुझ्याकडेच ठेव. कोणालाही दाखवू नकोस.''

तोच पावलांची चाहूल लागली. ''मी जातो,'' असं म्हणत डान्टे घाईने आपल्या तुरुंगाकडे जाऊ लागला. नंतर तो फारियाकडे गेला नाही. फारिया वेड्यासारखं बरळत असेल का, याचा विचार करत राहिला.

संध्याकाळी जेलर येऊन गेल्यानंतर, डान्टे बऱ्याच वेळात आलेलाच नसल्याचं फारियाच्या लक्षात आलं. त्यामुळे तोच त्याच्याकडे जायला निघाला. डान्टेला त्याचा वेदनेने कण्हण्याचा आवाज ऐकू येताच काय झालं आहे हे त्याला कळलं. तो लगेचच भुयारात गेला, तर फारिया येऊन पोहोचलाच होता.

फारिया हसत म्हणाला, ''तुला काय वाटलं की, तू माझ्या औदार्यातून स्वतःची सुटका करून घेशील? तसं होणं शक्य नाही!''

डान्टेने त्याला पलंगावर बसवलं आणि स्वतः त्याच्या समोर स्टूल घेऊन बसला. आता आपण त्याला टाळू शकत नाही, हे त्याला कळलं होतं.

फारिया बोलू लागला, ''तुला मी आधी सगळं सांगितलं आहेच. पण तरी एकदा सांगतो की, मी कार्डिनल स्पाडा या माझ्या अत्यंत जवळच्या मित्राकडे कधी काळी सचिव म्हणून काम करत होतो. त्याच्या घराण्यातला तो शेवटचा राजपुत्र होऊन गेला. तो काळ माझ्या आयुष्यातला सर्वांत आनंदी काळ होता. तो खरंतर श्रीमंत नव्हता; पण पूर्वपुण्याईने लोकांच्या तोंडात एक म्हण बसली होती – श्रीमंत व्हावं तर स्पाडासारखं. त्याचा प्रासाद माझ्यासाठी स्वर्ग होता. काही दिवसांतच मला तिथली सगळी रहस्यं, कानेकोपरे ठाऊक झाले. त्याच्या भाच्यांना मी शिकवलं आहे. ते नंतर मरण पावले. तो एकटाच राहिलेला असताना त्याने माझ्यावर केलेल्या उपकारांची परतफेड करण्यासाठी मी त्याला माझं सर्वस्व अर्पण केलं.

''तो सतत रात्ररात्रभर जागून काही जुनी पुस्तकं आणि हस्तलिखितं बारकाईने पाहताना, तपासताना मी बघत असे. एकदा मी त्याला विचारलंही, की तू रात्ररात्र जागून हे निरर्थक काम का करत असतोस? मग त्याने कडवटपणे हसत रोमच्या इतिहासाबद्दलच्या एका जुन्या पुस्तकातलं बारावं प्रकरण मला दाखवलं. ते सातव्या अलेक्झांडर पोपच्या आयुष्याबाबतचं होतं. त्यानंतर मी जे वाचलं ते मी कधीही विसरू शकलो नाही –

''रोमाग्नाची सगळी मोठमोठी युद्ध संपली आणि विजेत्या ठरलेल्या सीझर बोर्जियाला अख्खं इटली विकत घेण्यासाठी पैसा हवा होता. फ्रान्सचा राजा सातव्या लुईवर मात करण्यासाठी पोपलाही पैसा हवा होता. त्यामुळे बक्कळ पैसा मिळवण्यासाठी काहीतरी करणं आवश्यक होतं अन् हे त्या काळी भिकेस लागलेल्या इटलीमध्ये करणं अशक्यच होतं.

''मग त्या दोघांना एक कल्पना सुचली – त्यांनी दोन मुख्याधिकारी करायचं ठरवलं. रोममधल्या सर्वांत बलाढ्य आणि श्रीमंत व्यक्तींना त्या पदावरती नेमून, त्यातून फायद्याचं राज्य करता आलं असतं. यात त्या पदांवरती असलेली व्यक्ती,

त्यांच्या हाताखालची पदं आणि इतर अधिकार इतरांना विकू शकतील आणि हे अधिकार त्या व्यक्तींना म्हणजे मुख्याधिकाऱ्यांना देण्याच्या बदल्यात त्यांनी सरकारला बक्कळ पैसे द्यायचे होते. यात नंतर आणखी एक गोष्ट आली.

"पोप आणि सीझर यांनी जिओव्हानी रॉस्पिग्लिओसी – ज्याच्याकडे आधीच चार मुख्य पदं होती – आणि होली सी आणि सीझर स्पाडा या रोममधल्या सर्वांत श्रीमंत आणि आदरणीय व्यक्तींना मुख्याधिकारी होण्यासाठी तयार केलं. यातल्या रॉस्पिग्लिओसी आणि स्पाडा यांनी मुख्याधिकारी होण्यासाठी पैसे दिले आणि मग या दोघांकडे असलेली आठ पदं रिक्त झाल्याने त्यासाठीही पैसे मोजणारे समोर आले.

"पोपने रॉस्पिग्लिओसी आणि स्पाडा यांना मुख्याधिकारी बनवल्यानंतर एकदा पोप आणि सीझर यांनी त्यांना जेव्हा जेवायचं आमंत्रण दिलं तेव्हा पोप आणि सीझर यांच्यात वाद निर्माण झाला. सीझरचं असं मत होतं की, त्याच्या मित्रांची योग्य प्रकारे 'विल्हेवाट' लावण्यासाठी वापरण्यात येणाऱ्या गोष्टींपैकी एकाचा वापर केला जावा. ती म्हणजे, सिंहाचं तोंड असलेली अंगठी. सीझर ती आपल्या हातात घालायचा. विशिष्ट प्रकारे हातवारे केले की ते तोंड समोरच्या माणसाला चावायचं आणि मग चोवीस तासांत तो माणूस मरायचा.

"सीझरने हे कपटी हत्यार पोपला सांगितलं. त्यावर तो म्हणाला, त्यापेक्षा आपण अन्नातून विषप्रयोग करू. कारण तुझ्या उपायाने काम करायला एक-दोन दिवस लागतात, याने मात्र काम लगेच होतं. सीझरने ते मान्य केलं. एका सुंदर प्रासादात त्यांना बोलावलं होतं. सगळी योजना व व्यवस्था योग्यप्रकारे करण्यात आली होती.

"अत्यानंदित झालेला रॉस्पिग्लिओसी हसत अतिउत्साहात आला. स्पाडा दूरदर्शी व हुशार होता. त्याचं आपल्या भाच्यांवरती प्रेम होतं. त्याने आपलं मृत्युपत्र तयार केलं. त्याने आपल्या एका भाच्याला जवळच्या एका प्रासादाजवळ माझी वाट पाहा असा निरोपही पाठवला होता. पण तो त्याच्यापर्यंत पोहचला नाही. स्पाडाला या आमंत्रणातला कपटीपणा लक्षात आला होता.

"स्पाडा जेव्हा त्या प्रासादात पोहोचला तेव्हा त्याला त्याचा भाचाच तिथे दिसला. तो सीझरशी गप्पा मारत होता. ते पाहून स्पाडा भीतीने पांढरा पडला. सीझरने त्याच्याकडे एक कटाक्ष टाकला, जणू काही आधीच सगळं त्याच्या लक्षात आलं होतं आणि त्यानुसार त्याने योजना आखली होती, हे तो सांगत असावा. जेवत असताना स्पाडाला 'तुला माझा निरोप मिळाला नाही का,' इतकंच भाच्याला विचारता आलं. पण तोवर फारच उशीर झाला होता. त्याने वाइन प्यायली होती, जी स्पाडालाही देण्यात आलेली होती. थोड्याच वेळात ते दोघं मेले.

"पोप आणि सीझरला नंतर मृत्युपत्राबद्दल कळलं आणि त्यांनी त्याचा शोध सुरू केला. पण ते मृत्युपत्र केवळ एक कागदाचा तुकडा होता. त्यात स्पाडाने लिहिलं होतं – *माझ्या प्रिय भाच्यासाठी – माझा खजिना, पुस्तकं – सोन्याची चौकट असलेला स्तोत्रग्रंथ – हे सगळं माझ्यानंतर तू प्रेमाने सांभाळावंस.* नंतर वारसांनी सगळीकडे शोधलं; पण त्यांना खजिना सापडला नाही. सीझर, पोप यांनाही तो सापडला नाही. त्यानंतरही अनेक वर्षं गेली. पोपचं आणि सीझरचंही निधन झालं. स्पाडाच्या कुटुंबाला आपण पुन्हा राजांसारखं विलासी आयुष्य जगू असं वाटलं, पण तसं झालं नाही. त्यांना कायमच साशंकतेत आणि गूढातच राहावं लागलं. त्या खजिन्याबद्दलही बऱ्याच अफवा पसरल्या... तुला फारच कंटाळवाणी, रटाळ आणि निरर्थक वाटत नाहीये ना ही गोष्ट?"

"मुळीच नाही, तुम्ही सांगत राहा."

"स्पाडाच्या कुटुंबीयांनी परिस्थितीशी जुळवून घेतलं. त्यांच्या कुटुंबीयांपैकी शेवटी उरलेल्या वारसांचा मी सचिव होतो. तो प्रसिद्ध स्तोत्रग्रंथ उमरावाकडे होता, जो कित्येक पिढ्यांपासून हस्तांतरित होत आला होता.

"मला खात्री होती की, तो खजिना कोणालाच मिळाला नसून तो आहे तसाच असणार. अरेबियन गोष्टींमध्ये कसा बाटलीच्या तळाशी जिनी बसलेला असतो तसा. मी त्याचा खूपदा शोध घेतला; पण हाती काहीच लागलं नाही. उमराव मेल्यानंतर त्यांनी त्यांचं वाचनालय माझ्या नावे केलं. त्यात पाच हजार पुस्तकं होती. आणि तो स्तोत्रग्रंथसुद्धा.

"१८०७ साली एके दिवशी, उमरावाच्या मृत्यूनंतर दोनच आठवड्यांनी आणि मला अटक व्हायच्या एक महिना आधी, मी हजाराव्यांदा कागदपत्र तपासत होतो, नीट ठेवत होतो आणि तो प्रासाद एका अनोळखी व्यक्तीला विकून फ्लॉरेन्सला स्थायिक होणार होतो. दुपारचे तीन वाजले असतील. मला सगळ्याचा कंटाळा आला होता. म्हणून मी खुर्चीत बसल्या बसल्याच झोपलो... सहाच्या ठोक्यांनी मला जाग आली. मी उठून पाहिलं, तर अंधार पडू लागला होता. मी मेणबत्ती पेटवली. काही कागदपत्रं शोधू लागलो. एखादा कागद चुकून पेटायचा, याची मला भीती वाटत होती. मला तिथे एका टेबलावर तो प्रसिद्ध स्तोत्रग्रंथ ठेवल्याचं दिसलं. त्यात खूण म्हणून एक पिवळा पडलेला कागदाचा तुकडा ठेवला होता.

"मी मेणबत्ती घेऊन तिथे गेलो आणि तो तुकडा पाहिला, तर अचानक जादू झाल्याप्रमाणे त्या कागदावर अक्षरं उमटली. मी नीट पाहिलं, विचार केला आणि मग माझ्या लक्षात आलं की, ते पत्र मुद्दामहून अदृश्य शाईने लिहिलेलं होतं. उष्णतेच्या संपर्कात आल्यावर त्यावरची अक्षरं दिसू लागत. मग मी आणखीही काही कागद

ज्योतीवर धरून पाहिले आणि त्यातला एक कागद आज मी तुला दाखवला आहे. हे पाहा -''

डान्टेने दोन्ही कागद हातात घेऊन वाचले; पण त्यातला मजकूर असंबद्ध होता. त्याचा काही अर्थच लागत नव्हता. काही अक्षरं मध्येच तुटली होती. त्यामुळे शब्द पूर्णच झाले नव्हते. त्याने प्रश्नांकित चेहऱ्याने फारियाकडे पाहिलं. फारिया म्हणाला, ''आता दोन्ही कागद जोडून पाहा - ''

कागद जोडताक्षणीच डान्टेचा चेहरा उजळला. आता त्याला सगळा मजकूर नीट वाचता येत होता -

१४९८ सालातील एप्रिल महिन्यातल्या पंचविसाव्या दिवशी, मला सहावे अलेक्झांडर पोप यांनी जेवायला बोलावले आहे. इतरांप्रमाणेच माझ्यासोबत काहीतरी दगाफटका होईल अशी मला शंका असल्याने, मी माझ्या भाच्याला - ग्यूदो स्पाडाला माझा वारस म्हणून घोषित करतो आहे. मी माझा सगळा खजिना गुहांमध्ये लपवून ठेवला असून, तिथे आम्ही बरेचदा गेलेलो आहे. त्या जागेचं नाव आहे - मॉन्टे क्रिस्टोचं छोटसं बेट. माझ्याकडे जे सोनंनाणं, माणीक-रत्नं जे-जे सगळं होतं ते मी तिथे पुरून ठेवलेलं आहे. बेटाच्या पूर्वेकडे असलेल्या ओढ्यापासून सरळ वीस पावलं पुढे गेल्यावर दोन गुहा आहेत. दुसऱ्या गुहेत एका कोपऱ्यात तो खजिना आहे.

सीझर स्पाडा, एप्रिल २५, १४९८

डान्टेचा काही क्षण त्यावर विश्वासच बसेना. तो म्हणाला, ''हो, तुमचं म्हणणं खरंच होतं, तर!''

''चला, मी आता सुटलो. हे रहस्य आता तुलाही कळलं. जर आपण दोघं इथून सुटलो, तर अर्धा खजिना तुझा आणि जर का तू एकटाच सुटलास, तर सगळा खजिना तुझा.''

''पण त्यांचे कोणी वंशज राहिले नाहीत का?''

''नाही माझ्या मित्रा, कोणीही नाही. सगळे जण देवाघरी गेले आहेत. मी इतके दिवस याबद्दल तुला मुद्दामच सांगितलं नाही. मला तुला पारखायचं होतं आणि तुला चकितही करायचं होतं.''

''पण हा खजिना तुमचा आहे, तुमचाच अधिकार आहे त्यावर.''

त्या वृद्धाचे डोळे पाणावले. तो म्हणाला, ''आता तू माझा मानसपुत्र आहेस. मला मूल नसलं, तरी देवाने तुझी-माझी त्यासाठीच भेट घालून दिली आहे. तूच माझा पुत्र आहेस...''

बारा

आपल्या मानसपुत्राला – डान्टेला या खजिन्याचा भविष्यात नक्कीच फायदा होईल, याची फारियाला खात्री होती. त्यामुळे तो खुशीत होता. तो कधी मॉन्टे क्रिस्टोच्या बेटावर गेलेला नसला, तरी त्याला ते छोटं बेट माहिती होतं. त्याने सागरातून प्रवास करताना ते बरेचदा पाहिलेलं होतं. त्याला त्याचे अक्षांश आणि रेखांश, त्याचं नेमकं ठिकाण नीट माहीत होतं. ज्वालामुखीच्या स्फोटातून तयार झालेल्या त्या बेटावर कोणीही राहत नसे.

फारियाची एक बाजू अर्धांगवायूच्या झटक्याने लुळी पडली होती. त्यामुळे तो स्वतःहून त्या बेटावर जाऊ शकेल, याबद्दलच्या सगळ्या आशा त्याने सोडून दिल्या होत्या. पण आता तो आपल्या या मुलासाठी – डान्टेसाठी स्वप्नं पाहू लागला.

कोणीतरी बोलावत, हाक मारत असावं असं वाटल्याने, एकदा रात्री डान्टेला अचानक जाग आली. त्याने अंधारात आवाज ऐकायचा प्रयत्न केला. एक क्षीण किंकाळी त्याला ऐकू येताच, तो ''अरे देवा,'' असं म्हणून धावत भुयारातून फारियाकडे गेला. जेव्हा त्याने फारियाकडे पाहिलं, तेव्हा त्याची भीतीने दातखीळच बसली. त्याचा चेहरा पांढरा पडला होता, त्याचं शरीर कडक झालं होतं.

फारिया दुःखावेगाने म्हणाला, ''आता काय होणार आहे हे तुला समजलं असेलच! आता यापुढे तुझ्यावर या लुळ्याचं ओझं पडणार नाही. देव जे करतो आहे, ते भल्यासाठीच, याची मला खात्री आहे.''

डान्टेला काय करावं, हे पटकन सुचलं नाही. मग स्वतःला सावरत तो म्हणाला, ''नाही, मी तुम्हाला असं जाऊ देणार नाही. मी पुन्हा वाचवेन तुम्हाला...'' असं म्हणून त्याने पुन्हा ती औषधाची बाटली आणली.

फारिया म्हणाला, ''मला नाही वाटत त्याचा काही फायदा होईल आता. माझ्या मेंदूत रक्ताचा पूर येतोय, माझं शरीर कापतंय. अजून थोड्याच वेळा मी प्रेत होईन,

निश्चेष्ट प्रेत. तेव्हा आधीप्रमाणेच हे औषध मला देऊन पाहा; पण मागच्या वेळेसारखा फार काळ थांबू मात्र नकोस. या वेळी जर मी लगेच शुद्धीवर आलो नाही, तर मात्र समजून जा – मी गेलोय ते!'' डान्टेने त्याला पलंगावर झोपवून ठेवलं. त्याला दुःखाने आणि भीतीने रडू येऊ लागलं.

फारिया म्हणाला, ''आणि एक अखेरचं... माझ्या मुला – तू मला फार उशिरा भेटलास, तरी हरकत नाही. त्यामुळे माझं एकाकी आयुष्य उजळून निघालं. तुझं जीवन सुख, समृद्धी आणि आनंद यांनी भरून जावो. माझे तुला अनेकानेक शुभाशीर्वाद.'' डान्टेने त्याचा हात हातात धरून ठेवला. तोच विजेचा झटका लागल्यासारखं फारियाचं शरीर ताठ झालं ''आणि अच्छा, अखेरचा अच्छा!!'' असं म्हणून फारियाने त्याचा हात घट्ट हात धरला आणि डोळे मिटले.

तो झटका तीव्र होता. त्याचं शरीर कडक झालं होतं, भुवया सुजट दिसत होत्या, तोंडातून फेस आला होता. दातखीळ बसली होती. डान्टेने चाकूच्या मदतीने तोंड उघडून औषधाचे दहा–बारा थेंब आत टाकले. मग तो दहा मिनिटं थांबला, अर्धा–पाऊण तास झाला; पण काहीही हालचाल झाली नाही. मग डान्टेने औषधाची सगळी बाटलीच त्याच्या तोंडात ओतली. त्यामुळे अचानक फारियाचं शरीर थरथरलं. डोळ्यांची उघडझाप झाली आणि तोंडातून क्षीणपणे चिरकल्यासारखा आवाज आला. मग थरथरणारं शरीर आपोआपच हळूहळू शांत झालं, कडक होत गेलं.

सकाळचे सहा वाजले होते. सूर्याची पहिली किरणं तुरुंगात आली. विचित्र सावली त्या शवावर पडली. तो तिथे एकटाच होता. अजूनही डान्टेला तो मरण पावला आहे का नाही, याबाबत साशंकता होती. पण थोड्या वेळातच त्याची खात्री पटली, की तो त्या कोठडीत एका निश्चेष्ट मृतदेहाशेजारी बसला आहे. जेलर येण्याची वेळ झाल्याने तो त्वरित तिथून सटकला.

तो आपल्या तुरुंगात पोहचतो न पोहचतो तोच जेलर आला. आज तो पहिल्यांदा डान्टेकडे आला होता. डान्टेने त्याला सगळं नेहमीसारखंच असल्यासारखं भासवलं. जेलर निघून जाताच तो फारियाच्या कोठडीत गेला. भुयारातूनच त्याला काही सैनिक आणि अधिकारी यांचे पाय दिसले.

अधिकाऱ्याने सैनिकांना प्रेताच्या तोंडावर पाणी मारायची आज्ञा दिली, पण त्याने काहीही झालं नाही. मग अधिकाऱ्याने जाता जाता एक विनोद केलाच, 'हा बेटा माणूस आता कायमचा खजिना शोधण्यासाठी गेलेला दिसतोय, त्याचा प्रवास सुखकर होवो!' त्यावरून आणखीही सैनिकांनी हास्यविनोद करायला सुरुवात केली. मग अधिकाऱ्याने एका सैनिकाला तिथेच थांबायला सांगितलं आणि तो निघून गेला.

थोड्या वेळाने अधिकारी डॉक्टरांना घेऊन आला. सोबत आणखीही अधिकारी होते. मग डॉक्टरांनी शांतपणे शरीराची तपासणी करून कैदी मेला असल्याची घोषणा केली.

काही क्षण तिथे नि:शब्द शांतता पसरली. मग अधिकारी म्हणाला, ''डॉक्टरांवर माझा विश्वास असला, तरी अशा केसमध्ये नीट चौकशी करणं हे माझं कर्तव्यच आहे. तेव्हा नीट चौकशी व्हायला हवी.''

डॉक्टर म्हणाला, ''असं असेल तर ठीक आहे. गरम करा सळया!''

या आज्ञेने डान्टेचा थरकाप उडाला. सैनिकांनी बाहेर जाऊन तापवलेल्या लालबुंद सळया आणल्या. आता ते त्या सळया मढ्यात घुसवून पाहणार होते. डान्टे राग आणि भीतीने थरथरू लागला. तो अस्वस्थ झाला. तोच डॉक्टरचा आवाज आला, ''पाहताय ना तुम्ही मेलाय तो. मी त्याच्या टाचेत सळई खुपसली आहे. बिचारा वेडा माणूस!''

सैनिकांनी विचारलं, ''याचा साग्रसंगीत अंत्यविधी करायचा का?''

अधिकारी म्हणाला, ''मुळीच नाही. असंही मुख्य धर्मोपदेशक बाहेरगावी गेलेत. तेव्हा याला तसंच आज रात्रीच पुरून टाकू. नेहमीप्रमाणेच दहा-अकराच्या दरम्यान.''

''मग आम्ही इथे पहाऱ्यासाठी थांबू का?''

''काहीच गरज नाही. फक्त नेहमीसारखं दार बंद करून घ्या म्हणजे तो जिवंत आहे असं वाटेल.'' मग ते सगळे त्या कोठडीतून बाहेर पडले. तिथे एक शांतता पसरली, विचित्र शांतता. मृत्यूची. ती डान्टेच्या अंगावर चालून आली. तो हळूच बाहेर आला.

खिडकीतून प्रकाशाची एक तिरीप आत आली होती, ती थेट पलंगावरती पडली होती. तिथे एका कापडी पिशवीत फारियाचं शव ठेवलं होतं. त्या कापडी पिशवीतूनही त्या शवाचा ताठरपणा जाणवत होता. आता डान्टेचा हा मित्र, गुरू आणि बाप त्याच्यापासून कायमचा दूर, एका अज्ञात प्रदेशात निघून गेला होता. त्याने त्याला खूप मदत केली होती, ज्ञान दिलं होतं जे त्याला आयुष्यभर पुरणार होतं.

आता तो पुन्हा एकटा राहिला होता. फारिया भेटण्याआधी त्याला वाटलेल्या आत्महत्येच्या विचाराने पुन्हा डोकं वर काढलं. तो पुटपुटला, ''मी मेलो, तर मीही तो जिथे जाणार आहे तिथे जाईन आणि पुन्हा त्याला भेटेन. मी आता इथेच थांबतो आणि जेलर आला की त्याच्यावर हल्ला करतो. मग आपोआपच तो मला मारून टाकेल.''

पण मग लगेचच त्याच्या मनातला हा निराशेचा विचार निघून गेला आणि त्याची जागा सुटकेच्या इच्छेने आणि जीवनेच्छेने घेतली. तो स्वतःला म्हणाला, ''मरण! मरायचंच होतं, तर मी इतका त्रास का सहन केला? नाही मला लढायला हवं, मरण्याआधी माझ्या शत्रूंना मी धडा शिकवायला हवा. इथून मला सुटका करून

घ्यायलाच हवी.''

मग त्याच्या डोक्यात एक भन्नाट कल्पना आली. ही कल्पना नक्कीच देवानेच आपल्याला सुचवली आहे, असं त्याला वाटलं. त्या प्रेताऐवजी त्याने झोपायचं आणि बाहेर जायचं. ही ती कल्पना! त्याने तत्काळ फारियाच्या सुऱ्याने त्या पिशवीचं टोक उघडलं. त्यातून प्रेत बाहेर काढलं. एका कांबळीत गुंडाळून तो ते आपल्या कोठडीत घेऊन गेला. मग त्याच्या पलंगावर त्याने ते ठेवलं. त्याच्यावरून पांघरूण घातलं. परत निघताना त्याने एकदा त्या प्रेताच्या कपाळाचं चुंबन घेऊन त्याचा निरोप घेतला. फारियाचे बंडखोर डोळे अजूनही तसेच उघडे होते. त्याने प्रेताला मुद्दाम एका कुशीवर, भिंतीच्या दिशेने वळवून झोपवलं. म्हणजे मग जेव्हा संध्याकाळी जेलर आला असता, तेव्हा, तिथे डान्टे झोपला आहे असंच त्याला वाटलं असतं. बरेचदा डान्टे झोपलेला असायचा, त्यामुळे त्याला संशय आला नसता.

मग तो फारियाच्या कोठडीत गेला आणि त्या प्रेताच्या पिशवीत जाऊन झोपला. सोबत फारियाचा सुरा ठेवला. त्याने डोक्यात योजना पक्की केली – जेव्हा लोकांना तो प्रेत नसून जिवंत माणूस आहे असं कळेल, तेव्हा तो त्याच्याकडच्या सुऱ्याने त्यांच्याशी लढून पळून जाईल. प्रेत जिवंत झाल्याच्या धक्क्याचा फायदा त्याला घेता येईल. आणि जर का त्यांना काहीच समजलं नाही, तर तो शेवटच्या क्षणी स्वतःहूनच बाहेर येऊन तिथून निसटेल.

आता तो वाट पाहू लागला. वेळ सरकत होता, त्याच्या हृदयाची धडधड वाढू लागली. या सगळ्यातून आपण सहीसलामत सुटू का, या प्रश्नाचा भुंगा त्याचं मन पोखरू लागला. त्याचे हातपाय थंड पडू लागले. असेच काही तास गेले आणि आता ती वेळ येऊन ठेपली. त्याला दार उघडल्याचा आवाज आला. दोन जण कंदील घेऊन आले होते. त्यांनी पिशवीचं तोंड दोरीने बांधून बंद केलं आणि त्या प्रेताला दोन बाजूंनी उचलून नेऊ लागले. डान्टेची छाती धडधडू लागली. त्यांनी त्याला काही पावलं नेलं असेल–नसेल, मग ते थांबले. त्याला आता आपण काय करायचं ते काही कळेना. मग त्याला वाटलं की, सरळ दोरी कापून बाहेर पडावं. पण तोच त्याच्या पायाला घट्ट दोरी बांधण्यात आली. त्याला लाटांचा आवाज ऐकू येऊ लागला. आणि मग त्यांनी त्याला उचलून घेतलं. त्याला ऐकू आलं, 'एक! दोन! तीन!' मग तो अचानक हवेत उडतला गेला. त्याचं हृदय भीतीने भरून गेलं आणि मग त्या मागोमग त्याच्या नाकातोंडात थंडगार खारट पाणी शिरलं. त्याने ओरडायचा प्रयत्न केला; पण काही केल्या ते जमेना. त्या पिशवीच्या तळाला तोफगोळा बांधला होता. अन् तेव्हा त्याच्या लक्षात आलं, समुद्र हीच या तुरुंगाची स्मशानभूमी होती!

तेरा

डान्टेच्या नाकातोंडात पाणी जात होतं आणि पायाला तो जड गोळा बांधलेला असल्यामुळे तो वेगाने तळाला जात होता. त्याच्या एका हातात सुरा होता, तरीही त्याला अजून त्या पिशवीच्या बाहेर पडता आलं नव्हतं. पण आता त्याच्या प्राणावर बेतलं असल्याने त्याने प्राणपणाने पिशवीवर सुऱ्याने वार करून मोठ्ठं भोक पाडलं आणि वर उसळी मारली. तो काही क्षणात समुद्राच्या पृष्ठभागावर आला. त्याने थोडा दम खाल्ला आणि मग तो पोहू लागला.

काही मैल अंतर कापल्यानंतर त्याने वर पाहिलं, तर सगळं आकाश काळ्याकुट्ट ढगांनी भरून आलं होतं. त्याच्यासमोर अथांग काळा सुमद्र पसरला होता आणि लाटा त्याला घुसळून काढत होत्या. ही सगळी वादळ येण्याची लक्षणं होती. त्याने जवळच असलेल्या टिब्यूलीन बेटावर जायचं ठरवलं. तोच त्याला एक दीपस्तंभ दिसला. त्या स्तंभाच्या थोडं आधीच डावीकडे वळल्यावर त्याला ते छोटं, निर्मनुष्य बेट लागलं असतं. तो हातपाय मारू लागला. थोडा वेळ झाल्यावर त्याला वाटलं, की खरंच आपण बरोबर जातोय ना? किंवा आपण चुकीच्या दिशेने जात असू तर? पण आता पुढे जाण्याशिवाय पर्यायही नव्हता. त्यामुळे तो जात राहिला. सतत पोहत राहिल्याने हातापायांत पेटके येऊन आपण बुडून जाऊ, याची त्याला भीती वाटत होती. तो आतुरतेने बेट लागण्याची वाट पाहत होता.

आता त्याच्या डोक्यावरचं आकाश आणखीच काळं भासत होतं. ढग आणखीच गडद आणि गच्च दिसत होते. तोच त्याच्या पायाला काहीतरी लागलं. त्याला वाटलं, त्याच्या शोधात आलेल्या कोण्या सैनिकाने त्याला गोळी मारली असावी. पण तसं काही झालं नव्हतं. तो बेटावर पोहचला होता. तो काही क्षणांत त्या बेटाच्या खडकाळ किनाऱ्यावर जाऊन बसला. एकदाचा तो टिब्यूलीनच्या बेटावरती पोहोचला होता. त्याने आपलं अंग झोकून दिलं. दम खाल्ला. त्याची छाती धपापत होती. त्याने

स्वतःला शांत होऊ दिलं. दमणुकीने आपोआपच त्याचे डोळे मिटले.

अर्ध्या तासाने त्याला वादळी गडगडाटाने जाग आली. तो खडकांच्या आधाराने बसून राहिला. तोच जोरात एक वीज कडाडली आणि त्या प्रकाशात त्याला जवळच एक छोटी बोट दिसली. ती लाटांवर हेलकावे खात होती, त्यात दोनचार माणसंही दिसत होती. मग त्याला त्यांच्या ओरडण्याचा, प्रार्थनेचा आवाज ऐकू आला. त्याने आणखी काही दिसतं आहे का हे पाहायचा प्रयत्न केला; पण अंधार गच्च होता. त्याला वाटलं, उडी मारून त्या लोकांना वाचवण्याचा प्रयत्न करावा. पण तोच त्याला बोट कशावर तरी आदळण्याचा आवाज आला. मग त्यानंतर कोणताही आवाज ऐकू आला नाही. सर्वत्र शांतता पसरली. पुन्हा अंधार पसरला. डान्टेने विचार केला, बहुतेक त्या बोटीसोबत त्या माणसांनाही जलसमाधी मिळाली असावी. तो पुन्हा झोपी गेला.

हळूहळू वाऱ्याचा वेग मंदावला. आकाशाचा काळेपणा कमी झाला. ढग जणू कोणीतरी गुंडाळून दुसरीकडे, पश्चिमेकडे नेले होते. आणि अचानक फेसाळत्या लाटांना प्रकाशकिरणांचा स्पर्श झाला. दिवस उजाडत होता.

डान्टेला जाग आली. तो स्वतःलाच म्हणाला, ‘‘थोड्या वेळाने जेलर माझ्या कोठडीत जाईल, मला उठवेल. तेव्हा त्याला माझ्याजागी फारियाचं प्रेत असल्याचं कळेल. लगेचच त्याला घडलेला सगळा प्रकार लक्षात येईल. मग तो त्वरित अधिकाऱ्यांकडे जाईल आणि मला शोधण्यासाठी बोटी धाडण्यात येतील. सगळ्यांना कैदी पळाल्याची, त्याला थारा न देण्याची, पकडून ठेवण्याची सूचना पाठवण्यात येईल. देवा, आता मी काय करू?’’

त्याने डोळे बंद करून देवाची मनोमन प्रार्थना केली आणि तोच त्याला दूरवरती एका जहाजाचं शीड दिसलं. त्याने त्या जहाजाला ओळखलं. ते मार्सायचं जहाज होतं. तो पुटपुटला, ‘‘देवाने माझी प्रार्थना ऐकलेली दिसते आहे. ते लोक मला मार्सायला नेतील. पण जहाज पाहून तरी ते तस्करी करणारे वाटताहेत. मला त्यांना माझ्याबद्दल काहीतरी खोटंनाटं सांगावं लागेल. काय सांगू?... हां, असं सांगता येईल – ’’ त्याने किनाऱ्यावर आलेल्या एका खलाश्याच्या टोपीकडे पाहत म्हटलं, ‘‘काल माझी बोट एका वादळात सापडली. त्यातले दोन जण मेले, पण मी वाचलो. मी खलाशी आहे. ही माझी टोपी.’’ असं म्हणून त्याने ती टोपी डोक्यावर घातली आणि तो त्या जहाजाच्या दिशेने जाऊ लागला. तो वेगाने जात होता. कारण आता त्याच्या अंगात फार त्राण राहिले नव्हते, त्यामुळे लवकरात लवकर त्याला बोटीपर्यंत जायचं होतं. जहाज जवळ येताच, त्याने बेंबीच्या देठापासून हाक मारली

आणि आपला हात हलवला. त्याला घेरी आल्यासारखं झालं.

जाग आली तेव्हा डान्टे जहाजावर होता. त्याला कांबळीमध्ये गुरफटण्यात आलं होतं आणि एक खलाशी त्याचे हातपाय चोळून ऊब निर्माण करायचा प्रयत्न करत होता. त्याच्या बाजूला एक माणूस उभा होता. तो जहाजाचा कॅप्टन असल्याचं डान्टेच्या लगेचच लक्षात आलं.

त्याने त्याला मोडक्यातोडक्या फ्रेंचमध्ये विचारलं, ''कोणेस तू?''

डान्टेने मोडक्यातोडक्या इटालियन भाषेत उत्तर दिलं, ''माल्टीसचा खलाशी. आम्ही सायकूजवरून येत होतो. तेव्हा वादळात सापडलो. आमचं जहाज बुडालं, आम्ही काही जण कसेबसे बाहेर पडलो. आमची होडी त्या बेटावरच्या खडकाला लागून फुटली. बहुतेक मीच एकटा बचावलो. तेही तुमच्या कृपेने. नाहीतर...'' त्याने सोबत आणलेलं बोटीचं फळकूट आणि टोपी दाखवली.

''पहिल्यांदा मी पाहिलं तुला. मग इथे आणलं,'' एक खलाशी म्हणाला.

''धन्यवाद! खूप आभार!!'' डान्टेने त्याचा हात हातात घेतला.

''छातीपर्यंत वाढलेली दाढी, असे कपडे पाहून तुला जहाजावर घ्यावं का नाही, याचा मी विचार करत होतो. कारण तू अगदी चाच्यांसारखा दिसतोस.''

अचानक डान्टेला आठवलं की, त्याने तुरुंगात असल्यापासून त्याची दाढी आणि केस कापलेलेच नव्हते. मग तो म्हणाला, ''एकदा मी संकटात असताना, त्यातून वाचण्यासाठी देवाला नवस केला होता की, जर का मी वाचलो तर मी पुढची दहा वर्षं केस व दाढी कापणार नाही. आणि आज ती दहा वर्षं पूर्ण होत आहेत. मी ती बुडूनच साजरी करणार होतो; पण...''

''ते असू दे, पण आता तू करणारेस काय?'' कॅप्टनने त्याला विचारलं.

''मी खलाशी आहे. जिथे कुठे बंदर लागेल, तिथे तुम्ही मला सोडा. मग मी तिथे काहीतरी काम शोधेन. तोवर मी इथे पडेल ते काम करेन.''

''तुला मेडिटरेनियन सुमद्र माहितेय?''

''तो मला तळहाताच्या रेषांसारखा माहितेय. तिथे एकपण धड बंदर नाहीये. आहेत ती सगळी फारच कठीणेत.''

ज्या खलाश्याने डान्टेला वाचवलं होतं तो म्हणाला, ''हा आपल्यासोबतच राहिला तर काय फरक पडतो?''

''मला आवडेलच.''

'ठीके,' असं म्हणत कॅप्टनने संमती दिली, आणि तो दुसरा खलाशी म्हणाला, ''माझ्याकडे जास्तीचे कपडे आहेत. ते मी तुला देतो.'' डान्टेने त्वरित होकार भरला.

त्याने कॅप्टनला थोडी रम आणि ब्रेड द्यायची विनंती केली. जरा हुशारी आल्यावर तो गप्पा मारू लागला. कामं करू लागला.

जॅकोपोला – त्याला वाचवणाऱ्या खलाश्याला – डान्टेने तारीख विचारली. जॅकोपो उत्तरला, "२८ फेब्रुवारी."

"आणि साल?"

"१८२९. कमाले, तुला कोणतं वर्षं चालूये हेही ठाऊक नाही?"

"नाही, काय झालं कालच्या सगळ्या प्रसंगाने मला इतका धक्का बसलाय की, मला काही आठवेनासंच झालंय. म्हणून मी विचारतोय." डान्टेने खोटंखोटं हसत स्पष्टीकरण दिलं.

त्याला कैद होऊन चौदा वर्षं झाली होती. तुरुंगात गेला तेव्हा तो १९ वर्षांचा होता आणि आता तो ३३ वर्षांचा झाला होता. तो करुण हसला. त्याच्या मनात विचार आला, आत्ता मर्सिडिज काय करत असेल? आपली प्रतीक्षा करत असेल का? की तिला वाटलं असेल आपण मेलो आहोत? आणि मग त्याच्या चेहऱ्यावर राग आणि क्रौर्यमिश्रित भाव पसरले. त्याला ज्या माणसांनी इतक्या वर्षांचा तुरुंगवास भोगायला लावला होता, त्यांचा बदला घेण्याची शपथ त्याने आधीच घेतली होती. आणि ती माणसं होती, डँग्लार, फर्नांड आणि विलफोर्ट. त्याच्या डोळ्यांत अग्नी उसळला. तो ज्या जहाजावर होता त्याचं नाव होतं 'ज्यू-अमेली.' ते आता वेगाने लेघॉर्नकडे जात होतं. एका दिवसातच त्याला कळलं की, त्याची गाठ तस्करांशी होती. त्यामुळे त्याने आपली फारशी माहिती न देता, कॅप्टनविषयी सारं काही जाणून घेतलं. आणि स्वतःबद्दल माहिती सांगताना त्याने नेपल्स आणि माल्टाचे तपशील खरे ठेवून त्यात खोटे – कल्पित असे काही तपशील घालून नवीन कहाणी रचून सांगितली. हे इतकं बेमालूमपणे केलं, की कॅप्टन आणि इतर सहकाऱ्यांना त्याच्याबद्दल जरादेखील संशय आला नाही.

लेघॉर्नला पोहोचल्यावर तो लागलीच न्हाव्याकडे गेला आणि त्याने आपले केस कापून घेतले. मग त्याने आरशात स्वतःचा चेहरा पाहिला. तेव्हा त्याला स्वतःलाच ओळखता येईना! तो पार बदलला होता. अटक झाली तेव्हा त्याच्या गोलसर चेहऱ्यावर आनंदाचं तेज होतं. तो एका नव्या आयुष्यात प्रवेश करत होता आणि भविष्याबद्दल त्याला प्रचंड कुतूहल अन् उत्सुकता होती. आता मात्र सगळं काही बदललं होतं. त्याचा गोलसर चेहरा लांबुडका झाला होता, गालफडं आत गेली होती. त्याच्या हास्यात एक उपहास आला होता. त्याच्या डोळ्यांत दुःखाची झळाळी आणि द्वेष होता, त्याची त्वचा रापली होती आणि सुरकुतलीही होती. त्याच्या

देहबोलीत कष्ट... वेदना सोसण्यातून आलेला शहाणपणा, ज्ञान आणि आत्मविश्वास प्रकट होत होता. त्याच्या डोळ्यांत कोल्ह्यासारखे लबाड भाव झळकत होते.

डान्टेने स्वतःकडे पाहून एक कुत्सित हास्य केलं. आता त्याला त्याच्या मित्रांनी ओखळणंही शक्यच नव्हतं.

तो जहाजावर आल्यावर कॅप्टनने त्यांच्याच गटात कायमस्वरूपी सामील होण्याबद्दल त्याला विचारलं. पण डान्टेने स्वतःच्या काही योजना आखल्या असल्याने तीन महिने काम करायला होकार दिला.

जहाज एक आठवडा थांबल्यानंतर, त्यात मलमली कापड, सूत, दारूगोळा आणि तंबाखू असला काय काय माल घेतला गेला. त्यावर जकात अधिकाऱ्यांनी आपली मोहोर उमटवली नव्हती. त्यामुळे त्यांना त्या मालाची लपतछपत कौशल्याने तस्करी करावी लागणार होती.

त्याचा प्रवास सुरू झाला. डान्टे पुन्हा समुद्रात आला. त्याला जुने दिवस आठवले आणि तुरुंगात व्यतीत केलेली वर्षं आठवली. एके सकाळी जेव्हा कॅप्टन डेकवर आला, तेव्हा त्याने डान्टेच्या चेहऱ्यावर वेगळेच भाव पाहिले. ते उत्साहित झाल्यासारखे पण सावध होते. तो दूरवर आकाशाकडे झेपावलेल्या ग्रॅनाइटच्या खडकांकडे पाहत होता. ते होतं मॉन्टे क्रिस्टोचं बेटं. त्या बेटापासून डान्टे काही अंतरच दूर होता. पण तुरुंगवासाच्या काळात त्याने संयम हे मूल्य अंगी बाणवलं होतं. सुटकेसाठी तो चौदा वर्षं थांबला होता, मग आता श्रीमंत होण्यासाठीही धीर धरणं आवश्यक होतं. त्याला स्पाडाच्या पत्रातला प्रत्येक शब्द जसाच्या तसा आठवत होता.

दोन महिन्यांनतर डान्टेला तस्करीतल्या खाचाखोचा कळल्या आणि उत्तम खलाशी म्हणूनही त्याचं नाव झालं. या काळात तो मॉन्टे क्रिस्टो बेटाजवळून वीस वेळा तरी गेला असेल; पण एकदाही त्याला तिथे जाण्याची संधी मिळाली नव्हती. आणि अखेरीस ती चालून आली.

एकदा कॅप्टन त्याला एका तस्करांच्या अड्ड्यावर घेऊन गेला होता. कॅप्टनला आता डान्टे त्याच्या गटात कायमस्वरूपी हवा असल्याने तो त्याला आपल्यासोबत, त्याचा उजवा हात असल्याप्रमाणे घेऊन जात असे. त्या वेळी जास्त किमतीचा 'भारी' माल कुठूनतरी येणार असल्याची चर्चा सुरू झाली आणि तो उतरवण्यासाठी तस्करांना एखादी निर्जन जागा हवी होती. जेणेकरून अधिकाऱ्यांना आणि पोलिसांना त्याचा सुगावा लागू नये. कॅप्टनने तत्काळ मॉन्टे क्रिस्टो या बेटाचं नाव सुचवलं. तो म्हणाला, ''ते बेट या कामासाठी अगदी योग्य असून, तिथे चिटपाखरूही नसतं.'' डान्टेला प्रचंड आनंद झाला; पण तरी तो वरकरणी शांत राहिला.

चौदा

संध्याकाळी पाचच्या सुमाराला मॉन्टे क्रिस्टो बेट नीट दिसू लागलं. दहाच्या सुमारास ते बेटावर पोहोचले. तस्करांपैकी डान्टेचं जहाज पहिल्यांदा तिथे पोचलं होतं. डान्टेला झालेला आनंद त्याने उघड केला नाही. खरंतर इतरांसोबत चालत असताना त्याला त्या भूमीची माती उचलून चुंबून घ्यावीशी वाटत होती; पण तसं त्याने केलं नाही.

दुसऱ्या दिवशी सकाळी त्याने पिस्तूल घेतलं आणि म्हणाला की, ''मी जरा जंगली बोकडांची शिकार करायला जातो आहे. मस्तपैकी मेजवानी झोडता येईल,'' कोणालाही त्याच्यावर संशय येण्याचं काही कारणच नव्हतं. शिवाय जंगली बोकडाच्या मेजवानीने सगळ्यांच्याच तोंडाला पाणी सुटलं. तोच जॅकोपोने, त्याच्या मित्रानेही त्याच्यासोबत येण्याचा हट्ट धरला. अर्थातच संशय येऊ नये म्हणून डान्टेला नाही म्हणता आलं नाही.

ते दोघं भटकू लागले, तेव्हा त्यांना एक बोकड दिसला. डान्टेने पिस्तुलाचा बार भरून अचूक निशाणा साधत त्याची शिकार केली. मग त्याने जॅकोपोला बोकडाला तळावर घेऊन जाण्यास आणि मस्तपैकी शिजवून ठेवण्यास सांगितलं. तोपर्यंत तो आणखी एकाची शिकार करणार होता. जेणेकरून पुढील दिवसांचीही बेगमी होईल. डान्टेने शिकार झाल्याची सूचना देण्यासाठी एक बार हवेत उडवला. हा संकेत आधीच ठरला होता.

जॅकोपो गेल्यानंतर डान्टे भराभरा पुढे गेला. त्या गुहा जिथे असणं अपेक्षित होतं, त्या दिशेने त्याची पावलं वेगाने जात होती. अचानक त्याला खडकाळ रस्ता दिसला. तो पायवाट असल्यासारखा वाटत होता. कोणीतरी बरेचदा या वाटेवरून ये-जा केल्याने तिथले खडक ठिसूळ आणि मऊ झाल्याचं त्याला जाणवलं. तो त्या वाटेवरून पुढे जाऊ लागला. पण थोड्या वेळाने आपण हरवलो आहोत असं त्याला वाटलं. तो

मागे फिरला आणि तो कुठून आला, ते शोधू लागला.

इकडे बोकड शिजू लागला होता, सगळे डान्टेची वाट पाहत होते. काहीतरी वाईटसाईट घडलं नाहीये ना, हे पाहण्यासाठी काही जण त्याला शोधायला निघाले. तेव्हा त्यांना तो एका दगडावरून दुसऱ्या दगडावर भटकत असल्याचं दिसलं. त्यांनी संकेत म्हणून एक बार हवेत उडवला. डान्टेला जरा सुधरल्यासारखं झालं आणि त्याने त्या दिशेला पाहिलं. तो त्यांच्याकडे पाहून धावू लागला. धावता धावता अचानक त्याचा पाय एका खडकाला अडखळला आणि तो दाणकन तोंडावरती आपटला. त्याच्या पायाला जोरात मुकामार लागला. चेहऱ्यावर खरचटलंही होतं. त्याच्या नाकातून रक्त येत होतं. तो आघात एवढा जोरदार होता, की डान्टेची काही वेळ शुद्ध हरपली.

डान्टे चार-पाच फूट घरसत गेल्याचं पाहून सगळे जण धावत त्याच्याकडे गेले आणि त्याला उचलून तळावर घेऊन आले. त्याच्या घशात त्यांनी जळजळीत रम ओतली. मग त्याने डोळे उघडले, त्याचं डोकं आणि मान ठणकत होती. पाय ठुसठुसत होता. त्याने दोन जणांच्या मदतीने उभं राहायचा प्रयत्न केला खरा; पण पायातून असह्य कळ गेल्याने तो ओरडून खालीच पडला. कॅप्टन म्हणाला, ''तुला जरा आराम केला पाहिजे.''

डान्टे म्हणाला, ''असं करा तुम्ही निघा, माझ्याकडे एक कुऱ्हाड आणि एक पिस्तूल द्या. मी दोन दिवसांत बरा होईन.''

''पण आम्हाला आठवडा तरी लागेल परतायला.''

जॅकोपो चटकन उत्तरला, ''असं करू, मी थांबतो त्याच्यासोबत इथे.''

डान्टे म्हणाला, ''मित्रा, तुझा त्याग मी समजू शकतो, पण माझ्यासाठी आपल्या फायद्यावर पाणी सोडू नकोस. मी राहीन नीट. दोन दिवसांत मी चालू लागेन. तुम्ही जा आणि या आठवडाभरात. तुझी ही मैत्री मी याद राखेन आणि देवही तुला याचं बक्षीस नक्कीच देईल. जा...''

अशा प्रकारे सगळे तस्कर त्याच्या विनंतीवरून निघून गेले. डान्टे त्यांचं जहाज दिसेनासं होईपर्यंत पाहत राहिला. मग डान्टे हळूहळू, हलक्या पावलांनी पुन्हा त्या पाटवाटेकडे जाऊ लागला. त्याच्या हातात कुऱ्हाड, पिस्तूल आणि जॅकोपोने दिलेला दारूगोळा होता ''तर आता मी आहे फारियाने सांगितलेल्या अबेरियन गोष्टीतला अलिबाबा - तिळा तिळा दार उघड...'' तो स्वत:शी म्हणाला.

आता डान्टे त्या पायवाटेच्या विरुद्ध दिशेने गेला. तेव्हा त्याला एक खाडी लागली. तिचं तोंड बऱ्यापैकी मोठं होतं आणि एक होडी बुडेल एवढी तिची खोली होती.

त्याने आजूबाजूला पाहिलं आणि त्याच्या लक्षात आलं की, तिथे एक मोठ्ठा खडक होता. त्याला आठवलं की, याच खडकाचा उल्लेख स्पाडाने केला होता. याच्याखाली त्या गुहा असण्याची शक्यता होती. तो आनंदला, मात्र लगेचच त्याच्या आनंदावर विरजण पडलं. कारण तो खडक चांगलाच मोठा होता. एकट्या माणसाने तो हलवणं केवळ अशक्य होतं.

डान्टेने तिथे असलेल्या झाडाची एक मोठ्ठी, जाडजूड फांदी कुऱ्हाडीने तोडली आणि मग ती त्या दगडाखाली घालून, तिचा तरफेसारखा वापर करून तो उलथवता येतो आहे का, हे पाहिलं. मात्र, ते शक्य नसल्याचं त्याच्या लक्षात आलं. तोच त्याला एक कल्पना सुचली. त्याने त्या दगडाच्या बाजूला एक खड्डा खणून त्यात जॅकोपोने दिलेला दारूगोळा भरला आणि त्यावरून माती टाकली. मग त्यातून वात म्हणून आपल्या रूमालाचा एक तुकडा कापला आणि तो पेटवून दूर जाऊन लपला. काही क्षणात स्फोट झाला. त्यामुळे तो दगड हलला नसला तरी स्फोटामुळे त्याच्या अर्ध्या भागाचा भुगा झाला होता. डान्टे उत्तेजित होऊन तिथे गेला. त्याला एक लोखंडी कडी दिसली, ती एका दगडी फरशीला जोडली होती. त्याने जोर लावून ती फरशी ओढताच त्याला कळलं की, तो गुहेचा दरवाजा आहे. खाली उतरण्यासाठी त्याला पायऱ्या दिसू लागल्या. तो आता आनंदाने अक्षरश: वेडापिसा झाला होता, त्याचा आपल्या नशिबावर विश्वासच बसत नव्हता.

खाली अंधार होता. पण थोड्या वेळात डान्टेचे डोळे त्या अंधाराला सरावले. ती गुहा ग्रॅनाइटच्या खडकात कोरली होती. त्याला स्पाडाचे शब्द आठवले - 'दुसऱ्या गुहेत आतल्या कोपऱ्यात.' त्याला पहिली गुहा सापडली. आणखी थोडं पुढे जाताच त्याला दुसऱ्या गुहेचं तोंड दिसलं. तो आत गेला आणि एका भिंतीवर आदळला. ती प्लास्टर केल्यासारखी भिंत होती. त्याने त्यावर कुऱ्हाड आदळली, तर ती पोकळ असल्यासारखा त्यातून आवाज आला. त्याने कुऱ्हाडीने ती फोडून काढली. मग तो उत्साहित होत आत गेला. जर खजिना असेलच, तर तो गुहेच्या शेवटी पुरलेला असला पाहिजे, असा विचार करून तो आत गेला. आत जाताना तो जमिनीवर मुद्दामहून कुऱ्हाड आपटत होता. मग डान्टे पुन्हा बाहेर गेला आणि त्याने मघाशी तोडलेल्या फांदीवरती कापडं टाकून त्याची मशाल तयार केली. तो आत येऊन जमिनीवर शोधू लागला. त्याला आता नीट चाचपणी करायची होती. तो प्रकाशात डोळे फाडून जमिनीवर शोधत होता. मशालीच्या उजेडात त्याला एक छोटासा खड्डा दिसला, जो मघाशी दिसला नव्हता. त्याने कुऱ्हाड आपटली आणि तो जोराने, आनंदाने चीत्कारू लागला. खाली पेटी असल्याचा आवाज येत होता. त्याने कुऱ्हाडीने

आजूबाजूचा सगळा परिसर उकरून ती पेटी वर काढली. ती लाकडी पेटी होती. त्यावर चांदीचा पत्रा ठोकून बसवला होता. त्याने तिच्यावर असलेली माती झटकली आणि तिची मूठ धरून ती उघडू लागला. पण काही केल्या ती उघडत नव्हती. मग त्याने त्या मुठीत कुऱ्हाड घालून जोर लावून उचकटली. आणि पेटीचं कुलूप तुटलं. तिचं झाकण उघडलं आणि डान्टेचा आपल्या डोळ्यांवर विश्वास बसेना. तो स्तब्ध उभा राहिला आणि त्यातल्या संपत्तीकडे पाहत राहिला.

त्यात तीन भाग होते. पहिल्यात सोन्याची नाणी होती, दुसऱ्यात हिरे-मोती होते आणि तिसरा भाग मौल्यवान रत्नांनी भरला होता. डान्टेने हिरे-माणकं हातात घेऊन पाहिली आणि त्याची चमक त्याच्या डोळ्यांत प्रतिबिंबित झाली. त्याला काय बोलावं, काय करावं हे सुचत नव्हतं. त्याचा हात थरथरू लागला. तो या अमाप संपत्तीचा मालक आहे यावर त्याचा विश्वासच बसत नव्हता. तो त्या गुहेतून बाहेर आला. आपण खरंच जागे आहोत की स्वप्नात, असा त्याला प्रश्न पडला होता. तो एका दगडावर बसून विचार करू लागला. त्याला त्याने घेतलेली शपथ, फारिया आणि ते चमकणारे हिरे-मोती एकामागून एक दिसत होते.

दुसऱ्या दिवशी डान्टे परत गुहेत गेला आणि त्याने आपल्या खिशात काही मौल्यवान रत्नं आणि हिरे घेतले. मग काळजीपूर्वकरीत्या ती पेटी पुन्हा पुरून ठेवली आणि गुहेचा दरवाजाही अशा प्रकारे बंद केला, की तिथे काही आहे हे कोणालाही कळू नये. मग तो किनाऱ्यावर येऊन आपल्या साथीदारांची आतुरतेने वाट पाहू लागला.

सहाव्या दिवशी त्याचे सहकारी परतले. अजूनही डान्टेचा पाय दुखत असला तरी तो आता बराच बरा होता. झालेल्या फायद्यात डान्टेला काही मिळालं नाही, याचं जॅकोपोला वाईट वाटलं. तसं त्याने बोलूनही दाखवलं. पण डान्टे त्याच्याकडे पाहून फक्त हसला. त्यांचं जहाज लेघॉर्नला निघालं.

लेघॉर्नला गेल्यावर डान्टेने चार छोटे हिरे विकले. त्याचे त्याला पाच हजार फ्रँक्स मिळाले. त्यातून त्याने आपल्या मित्रासाठी, जॅकोपोसाठी एक छोटं जहाज विकत घेतलं. त्याला त्याची माणसं कामावर ठेवण्यासाठी थोडेफार जास्तीचे पैसेही दिले. फक्त त्याने जॅकोपोला एकच अट घातली, की त्याने लवकरात लवकर मार्सायला जाऊन वृद्ध लुईस डान्टे आणि मर्सिडिज यांचं काय झालं, हे शोधून काढायचं. जॅकोपो एका पायावर तयार झाला, तरी त्याला डान्टेकडे एवढे पैसे कसे आले याबाबत प्रश्न पडला होता. तेव्हा डान्टेने त्याला त्याच्या काकांच्या अमाप संपत्तीबद्दल सांगितलं. पण त्याला खलाशी व्हायची ओढ आणि जिद्द असल्याने तो जहाजावर

काम करत असल्याचं तो म्हणाला. त्याने ही कथा अशी काही सांगितली, की जॅकोपोचा त्यावर विश्वास बसला. लगेचच तो मार्सायला निघाला. तो डान्टेला मॉन्टे क्रिस्टो बेटावर भेटणार होता.

त्याच दिवशी डान्टेने सगळ्या सहकाऱ्यांना एक छोटी भेट देऊन त्यांचा निरोप घेतला. तो जीनोआला गेला. तिथे त्याने एका इंग्लिश माणसाकडून यॉट म्हणजे मोठी बोट खरेदी केली. त्यात त्याने जास्तीचे पैसे मोजून एक गुप्त खोली आणि कुलूपबंद कपाट करून घेतलं. मग तो सरळ मॉन्टे क्रिस्टोकडे निघाला. तिथे गेल्यावर त्याने ती खजिन्याची पेटी आपल्या गुप्त खोलीत कुलूपबंद करून टाकली.

आठ दिवसांनी मार्सायहून जॅकोपो परतला. तेव्हा त्याने डान्टेच्या दोन्ही प्रश्नांची उत्तरं शोधून काढली होती – लुईस डान्टे मरण पावले होते, तर मर्सिडिज बेपत्ता होती. त्याने तो इंग्लिश माणूस असल्याचा खोटा पासपोर्ट तयार करून घेतला होता. मग दुसऱ्याच दिवशी ते दोघं मार्सायकडे रवाना झाले.

पंधरा

फ्रान्सच्या दक्षिणेकडे बेलगार्द व बोकेर या दोन ठिकाणांच्या साधारण मध्यभागी एक छोटंसं पथिकाश्रम गेल्या सात-आठ वर्षांपासून मोठ्या कष्टाने चालवत एक माणूस कसेबसे दिवस कंठत होता. सतत त्याला टोचून बोलणारी, कजाग बायको आणि मुलगा हेच त्याचे मदतनीस होते. त्या माणसाचं नाव होतं गॅस्पार्द कॅडेरूस. तोच तो डान्टेचा जुना मित्र कॅडेरूस.

एके दिवशी सकाळी पथिकाश्रमाच्या दारात उभं राहून तो समोरच्या वाटेकडे उदासपणे एकटक पाहत असताना त्याला बेलगार्दच्या दिशेने एक माणूस घोड्यावरून येताना दिसला. तो कुणी पाद्री होता. असह्य उकाड्यातही त्याने काळा पोशाख घातला होता. पथिकाश्रमासमोर थांबून तो घोड्यावरून उतरला. आपल्या लाल रुमालाने त्याने आपला घाम टिपून घेतला. कॅडेरूसने मोठ्या अगत्याने त्याचं स्वागत केलं.

पाद्र्याने रोखून पाहत विचारलं, ''तुम्हीच का, मिस्टर कॅडेरूस?''

''होय, होय सर. बोला, आपली काय सेवा करू?''

''कधी काळी तुम्ही शिंपी होतात का?''

''होतो खरा. पण ते फारच तोट्यात गेलं. तुम्ही, कृपया आत या...''

''चालेल. उत्तम वाइन आणा, मग आपण सविस्तर बोलू या.''

एका टेबलापाशी बसत पाद्री म्हणाला, ''या पथिकाश्रमाचा कारभार तुम्ही एकट्यानेच पाहता?''

''खरंतर हो. कारण माझी बायको कायम आजारी असते. तुम्हाला दिसतच असेल की, मी काही श्रीमंत नाहीये. पण आता काय करणार? श्रीमंत होण्यासाठी या जगात प्रामाणिक असणं आवश्यक नसतं.'' मग तो पाद्र्याकडे पाहत म्हणाला, ''आणि प्रामाणिकपणा एवढी एकच गोष्ट माझ्याकडे आहे, जिचा मला कायमच

अभिमान वाटतो.''

''बरोबर. आज ना उद्या दुष्टांना शासन होतंच असतं.''

''पण प्रत्येकाचा तुमच्या या म्हणण्यावर विश्वास असेलच असं नाही.''

''खरंय, मी तुम्हाला जे सांगेन त्याने तुम्हाला त्याचाच प्रत्यय आता येईल. पण त्याआधी मी तुम्हाला सांगायला हवं की, मी तुमचाच शोध घेत होतो. १८१४ किंवा १८१५ सालात तुमचा कोणी डान्टे नावाचा खलाशी मित्र होता?''

''डान्टे! एडमंड त्याचं नाव. बिचारा. तो माझा सर्वांत चांगला मित्र होता. तुम्ही त्याला ओळखता? तो जिवंत आहे? त्याची सुटका झाली?''

''त्याचा तुरुंगातच भयानकरीत्या मृत्यू झाला.''

ते एकून कॅडेरूसला प्रचंड दुःख झालं. तो बाजूला गेला आणि त्याने आपल्या डोळ्यांत आलेले अश्रू पुसले. मग तो म्हणाला, ''बिचारा! बघा मी जे म्हणालो होतो त्याचा हा पुरावाच आहे. देवाला दुष्टपणा आवडतो.''

''तुम्हाला डान्टे फारच आवडायचा असं दिसतंय...''

''हो, पण मला हेही कबूल करायला हवं की, मला त्याचा मत्सरही वाटला होता. पण नंतर मला त्याच्या दुर्दैवाबद्दल तितकीच दयादेखील वाटली होती. पण तुम्ही त्याला कसे ओळखता?''

तो मृत्यूच्या दारात असताना मला प्रार्थनेसाठी बोलावण्यात आलं होतं. त्या वेळी त्याने मला त्याची हकिगत सांगितली. त्याला तुरुंगात का टाकलं आहे, याचं कारणही त्याला माहीत नव्हतं.

''अगदी खरंय, त्याला ते माहीत नव्हतं. गरीब बिचारा!''

''म्हणूनच त्याने मला कळकळीची विनंती केली की, असंही त्याला त्याच्या दुर्दैवाचं कारण कधीच कळणार नव्हतं. तर तुम्ही म्हणजे मी ते शोधावं. त्या तुरुंगात एक श्रीमंत कैदी होता. त्याची नंतर सुटका झाली, पण डान्टेने त्याची भावासारखी काळजी घेतली होती. म्हणून त्याने डान्टेला एक किमती हिरा दिला होता. त्याने तो या कामासाठी माझ्याकडे दिला.''

''तो हिरा मौल्यवान आहे का?''

''तसं तर प्रत्येक गोष्ट व्यक्तिसापेक्ष असते. डान्टेसाठी तो फारच मौल्यवान होता. मी त्याची किंमत काढली, तर ती पन्नास हजार फ्रँक्स इतकी आहे.'' ते एकून कॅडेरूस आश्चर्यचकित झाला.

''आता तो माझ्याकडे असून, डान्टेने मला त्याची इच्छा पूर्ण करायला सांगितले आहे. त्याचं म्हणणं असं होतं की, 'त्याचे तीन चांगले मित्र होते आणि एक प्रेयसी

होती. त्यातला एक मित्र होता कॅडेरूस, दुसरा डँग्लार, तिसरा होता फर्नांड. खरंतर फर्नांडचंही त्याच्या प्रेयसीवर प्रेम होतं. त्या प्रेयसीचं नाव होतं मर्सिडिज. त्यांचा साखरपुडाही झाला होता. त्याने मला सांगितलं की, हा हिरा विकून मिळालेल्या पैशांचं पाच भागांत विभाजन करावं आणि त्याचं वाटप करावं.'''

''पाच भाग?''

''पाचवा हिस्सा आहे त्याच्या वडिलांसाठी...''

कॅडेरूस तत्काळ उत्तरला, ''पण ते तर आता या जगात नाहीत. मी त्यांच्या शेजारीच राहायचो. एडमंडला कैद झाल्यावर वर्षभरातच ते गेले.''

''कशाने?''

''डॉक्टरांच्या मते पोटाच्या आजाराने. पण मला वाटतं...''

''काय वाटतं?''

''ते भुकेने मेले असावेत!''

''काय? भुकेने?'' पाद्र्याने चकित होऊन विचारलं. ''कसं शक्यय? रस्त्यावरच्या भटक्या कुत्र्यांसमोरही कोणीतरी शिळ्या पावाचा तुकडा फेकतो! आणि तुम्ही सांगताय की, एक माणूस भुकेने मेला!''

कॅडेरूस शांतपणे म्हणाला, ''मी खरं काय तेच तुम्हाला सांगतोय.''

तेवढ्यात तिथे कॅडेरूसची बायको आली आणि त्याला ''तुम्ही काही सांगू नका, यात पडू नका,'' असं सांगू लागली. कॅडेरूस तिच्याकडे रागाने पाहत होता. तो काही बोलणार तोच पाद्री म्हणाला, ''मादाम, तुम्ही काळजी करू नका. उलट ते जेवढं जास्त सांगतील, तेवढं ते त्यांच्यासाठी फायद्याचंच ठरेल. त्यांनी सांगितल्याने त्यांना कोणताही त्रास होणार नाही, याबाबत तुम्ही अगदी निश्चिंत राहा.''

''हं,'' असा तुच्छतापूर्ण उद्गार काढून ती तिथून निघून गेली. आणि तिला सगळं संभाषण ऐकू येईल अशा जागी जाऊन बसली.

''ज्या अर्थी त्या वृद्धाला अशा प्रकारे मृत्यू ओढवला, त्या अर्थी त्याच्याकडे सगळ्यांनी दुर्लक्ष केलेलं असणार?'' पाद्र्याने विचारलं.

त्यावर कॅडेरूस उत्तरला, ''नाही, मुळीच नाही. मिस्टर मॉरेल आणि मर्सिडिजने कधीही त्यांच्याकडे दुर्लक्ष केलं नाही; पण वृद्धाला फर्नांड आवडत नसे. तोच फर्नांड जो डान्टेला मित्र वाटतो आहे, तोच!''

''खरंच तो त्याचा मित्र होता का?''

तोच दुरून कॅडेरूसची बायको मोठ्याने म्हणाली, ''गॅस्पार्द, जे काही बोलशील ते नीट बोल. नाहीतर तुझीही ते पुरती वाट लावून टाकतील बरं.''

कॅडेरूसने तिच्याकडे 'गप्प बस' अशा नजरेने पाहिलं. मग म्हणाला, "मला सांगा, आपली प्रेयसी ज्याला आवडते तो कधी आपला मित्र होऊ शकतो का? पण डान्टे फारच विशालहृदयी होता, प्रेमळ होता; पण त्या फर्नांडच्या हृदयात मात्र द्वेष भरला होता, जळजळ होती. त्याने..."

"फर्नांडने डान्टेशी दगाफटका केला का?"

"होय. केला!"

"मग कृपया मला सगळं सांगा. तपशिलांत."

पुन्हा कॅडेरूसच्या बायकोने आपल्या नवऱ्याला सावध केलं. तो म्हणाला, "या वेळी मला तिचं म्हणणं पटतंय. मी तुम्हाला का सांगू? असंही डान्टे आता जिवंत राहिलेला नाही. त्याला फर्नांड त्याचा मित्रच वाटत होता. तो असता तर मी त्याला सगळं सांगितलं असतं; पण आता तो नाही. सगळं काही संपलंय."

"ठीके, पण तुम्हाला असं खरंच वाटतं का की, डान्टेला जे त्याचे मित्र वाटत होते त्यांना त्यांचा हिस्सा देऊन टाकावा?"

"मुळीच नाही. कारण या पैशांचं त्यांना काहीच मोल नसेल. त्यांच्यासाठी ते समुद्रात चार थेंब पडल्यासारखंच असेल."

कॅडेरूसची बायको म्हणाली, "तोंड उघडू नकोस, नाहीतर ती माणसं तुझं तोंड कायमचं बंद करायलाही मागेपुढे पाहणार नाहीत."

पाद्र्याने विचारलं, "म्हणजे आता ते सगळे खूप ताकदवान आणि श्रीमंत झाले आहेत का?"

"होय, खूप श्रीमंत. सांगेन कधीतरी. फार मोठी कहाणी आहे."

"नाही. आत्ताच सांगा. मला ती कळायला हवी."

"मी तुम्हाला का बरं सांगू आणि त्यांनी मला काही केलं तर?"

पाद्री हातात हिरा घेत बोलू लागला, "ठीके, तुम्हाला काही सांगायचं नसेल, तर सांगू नका; पण मग मी हा हिरा विकून टाकेन आणि त्याचे हिस्से वाटून टाकेन. चला तर..." तो हिरा पाहताच कॅडेरूसचे डोळे चमकले. त्याची बायकोही तिथे आली, हिऱ्याकडे टकामका पाहू लागली. पाद्री तिथून निघाला.

बायकोने विचारलं, "हिऱ्याची काय भानगड आहे?"

"मरताना डान्टेने या पाद्र्याकडे जबाबदारी दिली होती की, या हिऱ्याच्या विक्रीतून मिळणाऱ्या रकमेचे पाच हिस्से करून त्याच्या तीन मित्रांना - मला, फर्नांड आणि डँग्लार यांना द्यावेत. तेच तर तो सांगत होता. म्हणजे मी सोडून उरलेले त्याचे मित्र नव्हते असं सिद्ध झालं, तर तो हिरा आपल्याला मिळेल. पाद्री कधी खोटं बोलत

नाहीत, माहितेय ना तुला?''

''असं का, मग त्याला बोलव परत.''

कॅडेरूस धावत धावत त्या पाद्र्याकडे गेला आणि परत त्याला आत घेऊन आला. म्हणाला, ''मी जे काही घडलं ते सगळं खरंखरं सांगतो. पण एकाच अटीवर. मी हे तुम्हाला सांगितल्याचं कोणालाही कळता कामा नये. यात काही झालं तरी माझं नाव गोवलं जाता कामा नये.'' कॅडेरूसची बायको परत तिला ऐकू येईल अशा जागी जाऊन बसली.

पाद्री म्हणाला, ''तुमचं नाव गोवलं जाण्याबाबत तुम्ही मुळीच काळजी करू नका. अहो, आमचं कामच असतं लोकांचे कबुलीजबाब ऐकून घेणं. पण आम्ही ते कोणाला सांगत नाही कधी. काय घडलं ते सारं निश्चिंतपणे मला सांगा. मी कोणालाही काहीही सांगणार नाही. सांगा, मी ऐकतोय - ''

''तसं असेल तर मी तुम्हाला सगळं काही सत्यकथनच करेन. कारण एडमंड हा प्रामाणिक आणि सत्शील होता. खरा मित्र होता. तुम्हाला पहिल्यांदा काय घडलं हे थोडंफार माहिती असेलच, हो ना?''

''हो. डान्टेने मला साखरपुड्याच्या दिवशी त्याला अटक कशी झाली वगैरे सांगितलंय.''

''ठीके, तर डान्टेला अटक झाल्यानंतर त्याच्याबद्दल काही माहिती मिळवता येते आहे का, त्याला सोडवता येते आहे का, यासाठी मिस्टर मॉरेल यांनी खूप प्रयत्न केले. पण अखेर त्यांच्या हाती निराशाच आली. त्यामुळे डान्टेच्या वडिलांना प्रचंड दुःख झालं. ते एकटेच घरी परतले आणि ती अख्खी रात्र ते नीट झोपले नाहीत. मला हे सारं माहीत आहे, कारण मी त्यांच्या खालच्याच मजल्यावर राहायचो. अस्वस्थपणे येरझाऱ्या घालताना त्यांच्या पावलांचा आवाज मला ऐकू येत होता. तो वृद्ध माणूस मुलाला अटक झाल्याच्या दुःखाने विदीर्ण झाला होता, कोलमडून गेला होता.

''अटक झाल्यानंतर दुसऱ्या दिवशी मर्सिडिजने मिस्टर विलफोर्टची मदत मागितली; पण त्यानेही काही फायदा झाला नाही. मग ती डान्टेच्या वडिलांना भेटायला आली. त्यांना पाहताच तिच्या लक्षात आलं की, त्यांनी धड काही खाल्लेलं नाही आणि ते झोपलेलेही नाहीत. म्हणून तिने त्यांना तिच्यासोबत चालण्याची विनंती केली. ती त्यांची सगळी नीट काळजी घेईल, असंही सांगितलं. ते म्हणाले, 'मी हे घर सोडणार नाही. कारण ज्या क्षणी माझ्या मुलाला तुरुंगातून सोडलं जाईल, त्या क्षणी तो पहिल्यांदा इथेच येईल याची मला खात्री आहे.'

''मग ते एकटे राहू लागले. अधूनमधून मर्सिडिज आणि मिस्टर मॉरेल त्यांना

भेटायला यायचे. मात्र, त्यांचा दरवाजा कायम बंदच असायचा. मला माहीत होतं की, ते आत एकटेच आहेत; पण ते उत्तर द्यायचे नाहीत. मला आठवतंय ते एकदा मर्सिडिजला म्हणाले होते की, 'मुली, मला तर वाटतंय की, तो मेला आहे आणि आता तोच आपली वर वाट पाहत असेल. आपणच त्याच्याकडे जायला हवं.'

''त्यानंतर तर ते फारच एकटे एकटे राहू लागले. एक-दोनदा मला त्यांच्याकडे काही अनोळखी माणसं आल्याचं दिसलं. ते घरातल्या वस्तू घेऊन जात होते. पैशांसाठी त्यांनी घरातल्या वस्तू विकल्याचं मला लगेचच समजलं. शेवटी त्यांच्या घरातलं सगळं सामान विकलं गेलं. त्यांचं तीन महिन्यांचं घरभाडं थकलं होतं. घरमालकाचा पैशांसाठी तगादा चालू होता.

''मी आधी सांगितल्याप्रमाणे मला त्यांच्या येरझाऱ्यांचा, पावलांचा, चाहुलींचा आवाज यायचा. मात्र, एकेदिवशी दिवसभर मला तसा काहीच आवाज आला नाही म्हणून मी दाराला असलेल्या किल्लीच्या भोकातून आत पाहिलं, तर ते जमिनीवर पांढरेफटक होऊन बेशुद्धावस्थेत पडले होते. मी त्वरित मॉरेल आणि मर्सिडिजला बोलावलं. मॉरेलनी डॉक्टरांना बोलावलं. त्याने आतड्याला सूज आल्याचं सांगून त्यांना उपास करायचा सल्ला दिला. ते ऐकून त्या वृद्ध माणसाच्या चेहऱ्यावर उमटलेलं विचित्र हास्य मी कधीही विसरू शकणार नाही.

''खरंतर मर्सिडिजला त्यांची अवस्था पाहवत नव्हती. ती त्यांना आपल्या घरी घेऊन जायला तयार होती, मॉरेल यांनीही तिच्या म्हणण्याला दुजोरा दिला. इतकंच नाही, तर मॉरेल यांनी पैशांनी भरलेली थैलीच त्यांना दिली, जी नंतर मी घेतली. पण त्या वृद्ध माणसाने नकार दिला. आणि शेवटी आठ दिवसांनी उपासाने त्यांचा दुःखद मृत्यू झाला. मरताना ते मर्सिडिजला म्हणाले, 'तुला जर का माझा मुलगा भेटला, तर त्याला माझे आशीर्वाद सांग.'''

तो पाद्री उठला. विचार करत काही मिनिटं येरझाऱ्या घालू लागला. मग तो राग आणि दुःखमिश्रित आवाजात म्हणाला, ''दुर्दैव!'' मग टेबलापाशी बसत कॅडेरूसला म्हणाला, ''आता मला त्या तीन माणसांबद्दल सांग, ज्यांच्यामुळे तो तरुण तुरुंगात खितपत पडला आणि मरण पावला.''

''त्यातल्या दोन जणांना त्याच्याविषयी द्वेष आणि मत्सर वाटत होता. एकाला प्रेमामुळे, तर दुसऱ्याला महत्त्वाकांक्षेमुळे - फर्नांद आणि डँग्लार. त्यांनी डान्टेचा काटा काढण्यासाठी त्याच्यावर 'बोनापार्टिस्टचा माणूस' असल्याचा देशद्रोहाचा खोटाच आरोप ठेवला. त्यांनी तसं पत्र लिहून ते दंडाधिकाऱ्याला पाठवलं. मला आठवतंय की, तो डान्टेच्या साखरपुड्याच्या आधीचा दिवस होता. त्या पथिकाश्रमातच त्यांनी

ते पत्र लिहिलं होतं.''

''तुम्ही तिथे होतात ना, तरी...'' पाद्री उत्तेजित होऊन म्हणाला.

''तुम्हाला कसं काय माहीत मी तिथे होतो ते?'' कॅडेरूसला आश्चर्य वाटलं.

पाद्र्याला आपली चूक लक्षात आली. तो सारवासारवी करत म्हणाला, ''म्हणजे मला असं म्हणायचंय, ज्या अर्थी तुम्हाला हे सगळं माहितेय, त्या अर्थी तुम्ही तिथे उपस्थित असणारच. मग तुम्ही त्यांना का अडवलं नाही?''

''कारण त्यांनी मला इतकी दारू पाजली होती की, माझं मलाच काही सुधरत नव्हतं. डान्टेची अशी गंमत करत असल्याचं त्यांनी मला सांगितलं.''

''आणि मग दुसऱ्या दिवशी तुम्हाला कळलं की, ती गंमत नव्हती...''

''हो. जेव्हा डान्टेला अटक झाली तेव्हा मी खरं काय ते सांगणार होतो. पण डँग्लारने मला धमकी दिली की, जर का काही बोललास तर तुझी काही खैर नाही म्हणून. त्यामुळे मी घाबरलो आणि गप्प बसलो. पण मला माहितेय की, डान्टेने कोणताही गुन्हा केलेला नव्हता.''

''असं होय...''

''आणि मी त्या वेळी बोललो नाही याचा आजही मला पश्चात्ताप होतो. मला वाटतं, त्यामुळेच देवाने मला शिक्षा दिली आणि माझा धंदा बसला. मी रोज देवाकडे माफीची भीक मागतो. कारण आता एवढी एकच गोष्ट करणं माझ्या हातात आहे,'' असं म्हणून त्याने त्या पाद्र्यासमोर डोकं झुकवलं.

''तू खरंखरं सांगितलंस आणि जो खरं बोलतो तो माफीस पात्र ठरतो.''

''पण दुर्दैवाने, डान्टे मेलाय. तो मला कधीही माफ करू शकणार नाही.''

मग थोडा वेळ कोणीच काही बोललं नाही. पाद्री जायला निघाला. मग मागे वळून म्हणाला, ''तू सारखं मिस्टर मॉरेल यांचं नाव घेत होतास. ते कोण आहेत? त्यांचा या सगळ्याशी संबंध काय?''

''ते फॅरो या जहाजाचे मालक होते. त्यांनी डान्टेच्या सुटकेसाठी बरेच प्रयत्न केले. इतकंच नाही, तर सत्ताबदल झाल्यानंतरही त्यांनी आपल्या ओळखीने डान्टेला वाचवण्याचा प्रयत्न केला. डान्टेला अटक झाल्यावर कायम त्याच्या वडिलांना भेटायला यायचे. मॉरेल त्यांना आपल्या घरी घेऊन जायलाही तयार होते. आणि हो, त्यांनी पैसे असलेली थैली त्यांना दिल्याचं मी म्हणालोच मगाशी. त्या वृद्ध माणसाच्या अंत्यसंस्काराचा खर्चही त्यांनीच केला आणि त्यांची सगळी कर्जंही फेडली.''

''ते अजूनही जिवंत आहेत का?''

''हो. पण फारच बिकट परिस्थितीत आयुष्य कंठत आहेत.''

“का? काय झालं?”

“पंचवीस वर्षं काबाडकष्ट करून त्यांनी मार्सायच्या व्यावसायिक जगतात चांगलं नाव कमावलं होतं; पण नंतर मात्र त्यांची पार वाट लागली. दोन वर्षांत त्यांची पाच जहाजं बुडाली आणि त्यांच्या तीनही कंपन्या दिवाळखोरीत गेल्या. आता फक्त त्यांचं फॅरो जहाज तेवढं त्यांना तगवतंय, ज्यावरती डान्टे खलाशी म्हणून काम करत होता. हे जहाज सध्या भारतात गेलंय. या बिकट परिस्थितीमुळे त्यांच्या मुलीचंही लग्न होत नाहीये. दुर्दैवाचा एकदा का फेरा पडला ना की, माणसाची पार दयनीय अवस्था होते पाहा.”

“भयंकरच! पण त्या दुष्ट डँग्लारचं काय चाललंय?”

“त्याने मार्साय सोडलं. एका स्पॅनिश बँकरसोबत काम करायला तो निघून गेला. स्पेनशी युद्ध झालं तेव्हा त्याने फ्रेंच सैन्याला पैसे आणि तत्सम काही गोष्टी पुरवणारा पुरवठादार म्हणून काम केलं. आणि त्यात त्याचं नशीब इतकं फळफळलं की विचारू नका. त्याच्या पहिल्या बायकोचं निधन झाल्यावर त्याने त्या स्पॅनिश बँकरच्या मुलीसोबत लग्न केलं. आता तो लक्षाधीश झाला आहे आणि ‘सरदार’ हा किताबही त्याला मिळाला आहे. आता सरदार डँग्लारचा पॅरिसमधल्या उच्चभ्रू भागात मोठा प्रासाद आहे.”

“आणि फर्नांड? तो तर नक्कीच गरिबीत असेल.”

“छे, छे. चांगला गब्बर झाला आहे तोही. तो कसा एवढा श्रीमंत झाला हे कोणालाही नीट माहिती नाही. त्यात काहीतरी रहस्य दडलंय नक्कीच.”

“पण तरी काहीतरी समजलं-दिसलं असेलच की?”

“म्हणजे असं बघा, नेपोलियन परत आल्याच्या दोन दिवस आधी फर्नांड सैन्यात भरती झाला. त्याने लिग्नीच्या युद्धात भागही घेतला होता. एके रात्री त्याने शत्रुसैन्याच्या अधिकाऱ्यांशी गुप्तपणे भेट घेतली आणि कट रचला. त्याचा तर नेपोलियनने कोर्ट मार्शलच केला असता; पण तोच नेपोलियनची सत्ता गेली आणि फर्नांडला फ्रान्समध्ये परत बोलावण्यात आलं. इतकंच नाही, तर लेफ्टनंट करण्यात आलं. स्पेनच्या युद्धात तर त्याला कॅप्टनपद देण्यात आलं, आणि तिथे त्याला डँग्लार पुन्हा एकदा भेटला. फर्नांडला डँग्लारने खूप मदत केली. बऱ्याच गोष्टी आणि तिथल्या राजकारणातल्या खाचाखोचा सांगितल्या. त्याचा त्याने फायदा करून घेतला आणि उत्तम कामगिरी बजावली. मग त्याला कर्नल करण्यात आलं. इतकंच नाही, तर विशेष सन्मान देऊन उमराव हे पदही दिलं गेलं.”

“देवा, परमेश्वरा!” पाद्री पुटपुटला.

''इतकंच नाही, तर नंतर ग्रीसने जेव्हा तुर्कांविरुद्ध उठाव केला तेव्हाही उमराव मॉर्सेफ – म्हणजेच फर्नांड याने तुर्की राजा अली पाशाला मदत केली. त्याबदल्यात त्याला पाशाने बरीच संपत्ती दिली. पाशा मेला, पण याचं नशीब फळफळलं. आता उमराव मॉर्सेफ पॅरिसमध्ये उच्चभ्रू भागात राहतात!''

मग पाद्र्याने थोडं थांबत, संकोचत विचारलं, ''आणि मर्सिडिजचं काय झालं? मी असं ऐकलं की ती गायब झाली होती म्हणून.''

''हो. मधला काळ ती गायब होती. पण म्हणतात ना, सूर्य रात्रीच्या काळ्याशार पोटात बुडी घेतो ते तेजाने लखाखून परतण्यासाठीच, तसंच तिचंही झालं. आता ती पॅरिसमधल्या प्रसिद्ध स्त्रियांपैकी एक आहे...''

''ते कसं काय?''

''एडमंडला अटक झाल्यानंतर ती दुःखात पार बुडून गेली होती. आधीही मी तुम्हाला म्हणालो की, तिने विलफोर्टला खूप विनंत्या केल्या; पण त्याचा काहीच फायदा झाला नाही. त्यात फर्नांडही तिला सोडून गेला. ती त्याच्याकडे भावाच्या नजरेतून पाहत असली, तरी आता ती एकटी पडली होती. त्यात तिच्यासमोर तिचे होणारे सासरेही दुःखाने खंगत खंगत मृत्यूकडे वाटचाल करत होते.

''एके दिवशी रात्री फर्नांड लेफ्टनंटचा गणवेश घालूनच तिला भेटायला आला. जोवर डान्टेचे वडील जगात होते, तोवर मर्सिडिज काही झालं तरी लग्न करणार नाही, हे फर्नांड जाणून होता; पण आता ते गेल्याचं त्याला समजलं होतं. म्हणून त्याने तिला पुन्हा एकदा मागणी घातली. तिने त्याच्याकडून सहा महिन्यांचा कालावधी मागून घेतला. एडमंडची वाट पाहायला आणि सुतकासाठी. पण अखेरीस ते विवाहबद्ध झाले. तिथेच, जिथे एडमंड आणि तिचा साखरपुडा झाला होता. हां, फक्त वर वेगळा होता!'' ते ऐकताच त्या पाद्र्याचा चेहरा फार व्याकूळ झाल्यागत झाला. मात्र, त्याने स्वतःला सावरलं.

''पण तरी मला सारखं राहून राहून वाटतंय की, मर्सिडिज या लग्नाने फार काही खूश नाहीये.''

''का? ती तुला असं काही म्हणाली का?''

''नाही, तसं म्हणाली काही नाही. पण मी जेव्हा जेव्हा तिला पाहिलंय, तेव्हा ती हसत असली तरी त्यात मला एक दुःखाची किनार जाणवते. मला वाटतं, ती एडमंडला अजून विसरू शकलेली नाही. आणि हो, जेव्हा फर्नांड स्पेनला युद्धासाठी गेला होता, तेव्हा तिने आपल्या मुलाच्या – अल्बर्टच्या – शिक्षणाची सगळी जबाबदारी उचलली. ती स्वतः शिक्षिका झाली.''

पाद्री म्हणाला, ''कसं काय? कारण डान्टे तर मला म्हणाला की, ती फार शिकलेली नव्हती म्हणून. ती एका गरीब कोळ्यांच्या पोटी जन्मलेली सुंदर मुलगी होती असं.''

''बरोबर. पण जसजसं तिचं नशीब फळफळलं तसतसं ती शिकत गेली. तिने चित्रकला, लेखन-वाचन, संगीत आदी गोष्टी शिकून घेतल्या. आणि मला असं वाटतं – हे आपल्यातच ठेवा – की, हे सगळं तिने आपलं मनाला गुंतवण्यासाठी, दुःखातून बाहेर पडण्यासाठी केलं. म्हणजे ती श्रीमंत आहे, उमरावाची बायको आहे, पण...''

''पण काय?''

''मला वाटतं ती आनंदात नसावी. एकदा काय झालं की, मी मदत मागायला डँग्लारकडे गेलो होतो. तेव्हा तो मला भेटलाही नाही. फर्नांडने मला नोकराकरवी थोडेफार पैसे दिले; पण मादाम मॉर्सेफने मी जात असताना माझ्याजवळ एक लाल मखमली पर्स ठेवली. त्यात थोडेफार पैसे होते. मी तिच्याकडे पाहिलं, तोच ती झटकन निघून गेली.''

पाद्र्याने विचारलं, ''आणि विलफोर्ट काय करतो सध्या?''

''मला त्याच्याबद्दल फार माहिती नाही. पण त्याने सम्राटाशी हितसंबंध असणाऱ्या कोणत्यातरी उमरावाच्या मुलीशी लग्न केलं. अर्थातच तो डँग्लार आणि फर्नांडप्रमाणेच श्रीमंत आहे आणि मजेत आहे. सुदैव त्याला मुक्तहस्ते आशीर्वाद देतं आहे. मीच एकटा असा राहिलोय इथे, गरिबीत, दुर्दैवात!''

''देवाला न्याय द्यायला कधीकधी उशीर होत असला, तरी अधूनमधून तो त्याच्या अस्तित्वाची झलक दाखवत असतोच.'' असं म्हणून पाद्र्याने आपल्या खिशातला हिरा त्याला दिला आणि म्हणाला, ''आता हा तुमचाच!''

कॅडेरूसचा त्याच्या बोलण्यावर विश्वास बसला नाही. तो म्हणाला, ''खरंच माझ्या एकट्याचा? तुम्ही माझी गंमत तर करत नाहीत ना?''

''मुळीच नाही. डान्टेने त्याच्या मित्रांना या हिरा द्यायला सांगितला होता आणि तेच मी करतो आहे! याची किंमत पन्नास हजार फ्रँक्सच्या घरात आहे. फक्त त्याबदल्यात तू मला मॉरेल यांनी त्या वृद्ध माणसाला दिलेली ती लाल पर्स दे.''

कॅडेरूसने लगेचच ती पर्स त्याला दिली. मग पाद्री निघून गेला. आश्चर्यचकित होऊन, विश्वास बसत नसल्यासारखी त्याची बायको त्याच्याजवळ आली. दोघंही त्या हिऱ्याकडे पाहू लागले. मग भानावर येत कॅडेरूस म्हणाला, ''तू जरा इकडचं सांभाळ. मी सराफाकडे जाऊन येतो.''

''पन्नास हजार फ्रँक्स! खूप पैसे आहेत, पण नशीब फळफळेल इतके नाहीत!''

त्याची बायको म्हणाली.

दुसऱ्या दिवशी कॅडेरूसच्या पथिकाश्रमात एक तिशीतला माणूस आला. पोशाखावरून तो इंग्लिश वाटत होता. त्याने आपली ओळख मार्सायच्या नगराध्यक्षाशी करून दिली. तो म्हणाला, ''नमस्कार, मी रोममधल्या प्रसिद्ध फर्मचा, 'थॉम्प्सन अँड फ्रेंच'चा वरिष्ठ अधिकारी आहे. आम्ही गेल्या दहा वर्षांपासून 'मॉरेल अँड सन' फर्मशी व्यवहार करत असून, आमचे त्यात पन्नास हजार फ्रँक्स गुंतले आहेत. त्याबद्दल आम्हाला जरा काळजी वाटतेय. कारण आम्ही असं ऐकलंय की, मॉरेल यांची ती फर्म दिवाळखोरीला लागायची शक्यता आहे. मी रोमवरून खास याबाबत चौकशी करण्यासाठी तुमच्याकडे आलो आहे.''

नगराध्यक्ष म्हणाला, ''मिस्टर मॉरेल गेल्या चार–पाच वर्षांपासून दुर्दैवाच्या फेऱ्यात अडकलेले आहेत, हे खरं असलं, तरी माझे स्वतःचे दहा हजार फ्रँक्स त्यांच्याकडे अडकलेले असल्याने तुम्हाला मी त्यांच्याबद्दल फार काही सांगू शकत नाही. पण माझं वैयक्तिक मत असं की, मिस्टर मॉरेल हे अत्यंत प्रामाणिक आणि सचोटीचं व्यक्तिमत्त्व आहे. तुम्हाला त्याबाबत अधिक माहिती हवी असेल, तर तुम्ही कृपया तुरुंगाधिकारी, मिस्टर द बॉव्हिल यांना जाऊन भेटा. तेच तुम्हाला योग्य ती माहिती देतील.''

तो इंग्लिश माणूस तडक द बॉव्हिल यांच्या कार्यालयात त्यांची भेट घ्यायला गेला. बॉव्हिल यांना त्याने नगराध्यक्षांना विचारलेलाच प्रश्न विचारला. त्यावर ते म्हणाले, ''तुम्हाला वाटत असलेली भीती योग्यच आहे. तुमच्याप्रमाणेच मीही अस्वस्थ झालो आहे. कारण मी दोन हजार फ्रँक्स त्यांच्याकडे गुंतवलेले होते, जे माझ्या मुलीच्या हुंड्यासाठी राखून ठेवले होते. आता दोन आठवड्यांनी मला ते हवे आहेत, पण परवाच मॉरेल सांगून गेले की, त्यांच्या फॅरो जहाजाला यायला उशीर झाल्याने त्यांना पैसे देणं शक्य नाही म्हणून. त्यामुळे मी चिंतीत झालो आहे.''

''बापरे, म्हणजे तुम्ही फारच अडचणीत दिसता आहात?''

''मी तर आता त्या पैशांवर पाणीच सोडून दिलं आहे.''

''ठीके, आम्ही म्हणजे आमची फर्म तुमची गुंतवणूक विकत घेतो.''

''म्हणजे मला खूप सूट द्यावी लागेल तर.''

''मुळीच नाही. आमची फर्म असले सौदे करत नाही. उलट मीच तुम्हाला रोखीने पैसे देईन. तुमच्या गुंतवणुकीच्या दुप्पट रक्कम.'' असं म्हणून त्याने नोटा काढून दिल्या. मग तो म्हणाला, ''तुम्हाला या कागदावर सही करावी लागेल आणि त्या

बदल्यात मला तुम्हाला कमिशन द्यावं लागेल.''

नोटा पाहून आनंदित झालेला तुरुंगाधिकारी म्हणाला, ''एवढंच ना, देऊ की! सांगा कुठे करायची सही आणि बोला किती पाहिजे तुम्हाला कमिशन?''

तो माणूस हसत म्हणाला, ''नाही, मला पैशांचा सौदा करायला आवडत नाही. माझं कमिशन जरा वेगळं आहे. तुम्ही तुरुंगाधिकारी आहात, म्हणजे तुमच्याकडे प्रत्येक कैद्याची नोंद असली पाहिजे, बरोबर?''

''हो-हो. अगदी प्रत्येकाची तपशीलवार नोंद असते माझ्याकडे.''

''छान. मला रोममधल्या एका पाद्र्याची माहिती हवी आहे. त्याचं नाव ॲबे फारिया. त्याचं तुरुंगात निधन झालं.''

''हो. मला तो चांगलाच आठवतो. जरा वेडाच होता. सहा-सात महिन्यांपूर्वीच त्याचं निधन झालं. पण त्याचा मृत्यू जरा संशयास्पदच होता.''

''हो का, का बरं? मला समजू शकेल?''

''हो, जरूर. झालं असं की, फारियाच्या शेजारीच बोनापार्टिस्टच्या बाजूने असलेला, देशद्रोहाचा आरोपाखाली कैद झालेला एक कैदी होता. भयानक होता तो माणूस. डान्टे त्याचं नाव. त्याने म्हणे अणकुचीदार वस्तूचा वापर करून फारियाच्या कोठडीत जायचं भुयार खोदलं होतं. फारिया जेव्हा मेला, तेव्हा त्याचं प्रेत त्याने स्वतःच्या कोठडीत ठेवून तो स्वतः सुटकेसाठी प्रेताच्या पिशवीत जाऊन बसला. पण तो मेला असणार. त्या प्रेताच्या पायाला, म्हणजे त्या कैद्याला तोफेचा गोळा बांधून सरळ समुद्रात फेकण्यात आलं होतं. त्यामुळे तो वाचणं मुश्कील!'' असं म्हणून तो तुरुंगाधिकारी मोठ्याने हसू लागला.

तो माणूस म्हणाला, ''मी या नोंदी पाहू शकतो का?''

''हो, हे घ्या. आरामात पाहा. तोवर मी एक-दोन कामं करून येतो.''

त्या माणसाने भराभरा पानं चाळली. फारियाबद्दलच्या नोंदी व कागदपत्रं पाहिली. मग डान्टेची पाहिली. त्यात त्याला आरोपपत्र, चौकशीच्या नोंदी, मॉरेलचा दयेचा अर्ज आणि विलफोर्टचं पत्र आदी गोष्टी सापडल्या. त्याने चटकन आरोपपत्र घडी करून खिशात घातलं. मग चौकशीच्या नोंदी वाचल्या. त्यात नुआरतिएच्या नावाचा कुठेही उल्लेख नव्हता. नेपोलियन सत्तेत आल्यानंतर डान्टेची स्तुती करणारं आणि त्याच्या सुटकेची याचना करणारं मॉरेल यांचं पत्रही त्याने वाचलं. मग त्याला असं लक्षात आलं की, सत्तांतरानंतर हेच पत्र विलफोर्टचं अस्त्र झालं होतं. त्याने डान्टेबद्दलची नोंद वाचली - *एडमंड डान्टे, हाडाचा बोनापार्टिस्ट. बंडखोरांच्या एल्बाहून येण्याच्या कटात सहभाग. एकांतात कैद करून ठेवणे.*

सोळा

काही वर्षांपूर्वी मिस्टर मॉरेल आणि त्यांच्या फर्मची स्थिती पाहणाऱ्यांना त्यांची आजची स्थिती पाहून नक्कीच आश्चर्याचा धक्का बसला असता. पूर्वी त्यांच्या घरी-दारी, कार्यालयात नोकरचाकर, कामगार, खलाशी यांचा राबता असायचा. आलेल्या मालाचे हिशेब ठेवणारे कारकून असायचे. सगळं वातावरण कसं भारलेलं असायचं; पण आता तेच वातावरण थंड आणि उदासवाणं झालं होतं.

आता त्यांच्या कार्यालयात फक्त दोघं जण उरले होते. एक होता तेवीस वर्षांचा कारकून इमॅन्यूएल हर्बोट. त्याला मिस्टर मॉरेल यांची मुलगी आवडायची, तर दुसरा होता वृद्ध, एकनिष्ठ खजिनदार. एक डोळा असलेला कोकल्स. तो चोवीस वर्षं तिथेच काम करत होता. त्याने कधीही कामात किंवा हिशेबात हेळसांड केलेली नव्हती. कधीकधी तर त्याने थेट मिस्टर मॉरेललाही खडे बोल सुनावले होते.

महिनाअखेर जवळ आली असल्याने मॉरेल यांना पगार देण्याची चिंता लागून राहिली होती. त्यासाठी ते थोडीफार चांदीची भांडी आणि पत्नीचे दागिने विकण्यासाठी जरा दूरच्या गावी गुपचूप गेले होते. खरंतर हे सगळं करायला त्यांच्या जीवावर आलं होतं; पण मॉरेल अँड सनची मार्सायमधली पत सांभाळण्यासाठी असं काहीतरी करणं भाग होतं. पण त्यापुढचा प्रश्न होता - भांडी विकण्याने तात्पुरतं भागेल, पण नंतर काय? म्हणूनच त्यांचे डोळे फॅरो जहाजावर लागून राहिले होते. तेच त्याचं आशास्थान होतं.

अशा परिस्थितीत थॉम्सन अँड फ्रेंच कंपनीचा अधिकारी असलेला एक इंग्लिश माणूस मॉरेल यांची भेट घ्यायला आला होता. पहिल्यांदा त्याची भेट इमॅन्यूएलशी झाली. त्याने कोकल्सला मिस्टर मॉरेल यांच्याकडे त्या अधिकाऱ्याला घेऊन जायला सांगितलं.

मॉरेल यांच्या खोलीपाशी गेल्यावर कोकल्सने आपल्या चावीने दार उघडलं. ही

चावी कोकल्स आणि मॉरेल अशा दोघांकडेच असायची. त्यांना आत आलेलं पाहताच, मॉरेल उठून उभे राहिले.

गेल्या चौदा वर्षांत तो प्रामाणिक आणि निष्ठावान जहाजमालक फारच बदलला होता. केस पांढरे झाले होते, कपाळावर काळजीने सुरकुत्या पडल्या होत्या आणि डोळ्यांखाली काळी वर्तुळं आली होती. इंग्लिश माणसाने त्याच्याकडे नीट निरखून पाहिलं. ''तुम्हाला मी कोणाकडून आलो आहे, हे माहीत असेलच,'' तो म्हणाला.

''होय, मला खजिनदार म्हणाले, थॉम्सन अँड फ्रेंचमधून. बोला - ''

''बरोबर. मी कंपनीच्या वतीने वसुली करण्यासाठी फ्रान्समध्ये आलो आहे. तुमचा व्यवस्थितपणा व अचूक कार्यपद्धती लक्षात घेऊन, मला तुमच्या सह्यांची काही करारपत्रं देण्यात आली आहेत. त्यावर तुमचं देणं लिहिलेलं आहे.'' असं म्हणून त्या इंग्लिश माणसाने कागदांचं भेंडोळं त्यांना दिलं.

मॉरेल यांनी सुस्कारा टाकला आणि कपाळावर आठ्या घालून ते पाहू लागले. इंग्लिश माणूस म्हणाला, ''पहिलं करारपत्र आहे मिस्टर द बोव्हिल यांचं. तुम्हाला आठवतंय का?''

''हो. त्यांनी गुंतवणूक केली होती. पाचेक वर्षांपूर्वी. आणि आता मी त्याचं देणं लागतो आहे. या महिन्यात.''

''बरोबर, त्यात आणखीही काही करारपत्रं आहेत. आणि त्याची एकूण किंमत आहे - बत्तीस हजार पाचशे फ्रँक्स.''

''बरोबर.'' मॉरेल यांच्या चेहरा शरमेने पडला. त्यांनी सह्या केलेल्या करारपत्रांनुसार ते देणं फेडू शकणार नव्हते. ''एवढं?'' त्यांनी विचारलं.

''नाही. काही करारपत्रं या महिन्यातली आहेत. त्यांचे पंचावन्न हजार होतात. एकूण रक्कम होते, दोन लाख सत्तावीस हजार आणि पाचशे.''

हे ऐकून मॉरेलना प्रचंड दुःख झालं. ते यांत्रिकपणे म्हणाले, ''दोन लाख सत्तावीस हजार आणि पाचशे.''

तो इंग्लिश माणूस म्हणाला, ''बरोबर. मी तुमच्यापासून काहीही लपवणार नाही, मिस्टर मॉरेल. तुमच्या कीर्तीचा सन्मान ठेवून तुम्हाला विचारतो आहे - मी असं ऐकतोय की, तुमची फर्म प्रचंड संकटात आहे?''

त्या रोकठोक सवालाने मॉरेल पांढरे पडले. तो प्रश्न काळीज चिरत जाणाराच होता. ''माझ्या वडिलांनंतर मी ही फर्म सांभाळू लागलो. मी ती पस्तीस वर्षं यशस्वीपणे चालवली. आणि या काळात माझी सही असलेलं एकही करारपत्रं थकवलेलं नाही. त्याचा सन्मानच केला आहे.''

''हो. मला कल्पना आहे त्याची. पण थेट प्रश्न विचारायचाच, तर आता खरंच तुम्ही त्याच सन्मानाने हे पैसे परत देऊ शकणार आहात का?''

''एवढ्या स्पष्टवक्तेपणाला स्पष्टपणेच उत्तर द्यायला हवं. तर माझं उत्तर आहे - होय, मी पैसे देऊ शकेन, जर माझं जहाज सुरक्षितपणे इथे आलं तर. मग मी सगळ्या देणेकऱ्यांचे पैसे चुकते करू शकेन. पण तसं झालं नाही तर मात्र कठीण आहे....'' असं म्हणून मॉरेलनी मान खाली घातली.

तेवढ्यात बाहेरच्या लाकडी जिन्यावर पावलांचा आवाज ऐकू आला. दार उघडून मिस्टर मॉरेल यांची पत्नी रडतच आत आली. ते पाहून मिस्टर मॉरेल उठून उभे राहिले. काहीतरी आक्रित घडलं होतं. मग तिच्या मागून त्यांची मुलगीही तिथे आली. ती रडत रडत म्हणाली, ''बाबा, बाबा...''

''आपलं फॅरो वादळात सापडलं का?'' हे विचारतानाही मॉरेल यांचा गळा दाटून आला होता. मुलीने काहीच न बोलता, आपली मान होकारार्थी हलवली. मग रडत तिने वडिलांच्या छातीवर आपली मान ठेवली.

''आणि त्यातले खलाशी?''

''ते सुरक्षितरीत्या पोहचले; पण जहाज मात्र गेलं. आत्ताच आलेल्या जहाजातून ते परतले आहेत. त्या जहाजानेच त्यांना वाचवलं.''

मॉरेल दूरात कुठेतरी पाहत म्हणाले, ''देवा, तुझे लाख लाख धन्यवाद! तू एकट्या माझ्यावरच प्रहार केलास, पण इतरांना मात्र वाचवलंस!''

मादाम मॉरेल मुसुमुसु रडू लागल्या, तोच इमॅन्यूएलही तिथे आला. त्याच्यामागे सात-आठ खलाशीही आले. त्यांना पाहताच तो इंग्लिश माणूस त्यांच्यामागे गुपचूप त्या खोलीच्या एका कोपऱ्यात जाऊन उभा राहिला.

एक खलाशी पुढे आला आणि म्हणाला, ''नमस्कार, सर.''

जहाजमालक म्हणाले, ''नमस्कार मित्रा, आपले कॅप्टन कुठे आहेत?

''ते आजारी पडलेत. पण देवाच्या कृपेने ते धडधाकट होतील.''

''ते ठीक आहेत ना, मग बास्स. मला आता काय घडलं ते सांगा.''

त्या खलाश्याने पेनेलॉनने आपल्या तोंडातली तंबाखूची गोळी डाव्या गालातून उजव्या गालात तोंडातल्या तोंडातच घोळवत नेली. मग त्याने त्या खोलीच्या बेसिनमध्ये जाऊन एक काळी-तपकिरी पिचकारी मारली आणि तो त्या जहाजाची, त्यांची आणि पर्यायाने मिस्टर मॉरेल यांचीही दुर्दैवी कहाणी कथन करू लागला. त्याने त्यांना वाटेत एक मोठ्ठं वादळ कसं लागलं, त्यामुळे त्यांच्या परमप्रिय जहाजाला नुकसान होऊन त्यात पाणी कसं शिरू लागलं आणि मग सरतेशेवटी सगळे प्रयत्न वाया गेल्यानंतर ते

एका बोटीमधून बाहेर कसे पडले, हे तपशीलवार सांगितलं. मग त्यानंतर दुसऱ्या जहाजाने त्यांना कसा आश्रय दिला आणि ते मार्सायला कसे परतले हेही सांगितलं.

सगळं ऐकून मिस्टर मॉरेल म्हणाले, ''मित्रांनो, तुम्ही फारच उत्तम कामगिरी केली आहे. या घटनेसाठी मी तुम्हाला जबाबदार धरणार नाही. पण सध्या माझ्या दैवानेच पाठ फिरवली असल्याने मी काहीच करू शकत नाही. आता मला सांगा तुम्हाला मी किती देणं लागतो?''

''सर, त्याबद्दल आत्ता नको बोलायला.''

''नाही, नाही. उलट त्याबद्दल आत्ताच बोलणं योग्य. सांगा मला.''

''सर, आम्हाला तीन महिन्यांचा पगार हवाय.''

''कोकल्स, कृपया या धाडसी खलाश्यांना प्रत्येकी दोनशे फ्रँक्स द्या बरं. मी आगाऊ दोनशे फ्रँक्सही जास्तीचे दिले असते; पण काळ मोठा कठीण आला आहे. तेव्हा मला माफ करा. तुम्ही आता सेवेतून मुक्त आहात. तुम्ही इतरत्र कुठेही जाऊ शकता. माझ्यासारख्या दुर्दैवाच्या फेऱ्यात अडकलेल्या माणसाकडे तुम्हाला काय मिळणार? या तुम्ही.'' शेवटचं वाक्य ऐकून सगळेच खलाशी आश्चर्यचकित झाले. त्यांना हे अपेक्षित नसावं. पण त्यांची त्यांच्या मालकांप्रती घट्ट निष्ठा होती. ते म्हणाले, ''काय? सर, तुम्ही आम्हाला कामावरून काढून टाकताय का?''

''नाही मित्रांनो, मी काय कोणाला काढणार? पण फॅरो माझ्याकडचं शेवटचं जहाज होतं आणि आता नवं जहाज घ्यायला माझ्याकडे पैसे नाहीत. त्यामुळे तुमच्यासाठी काही काम नाही.''

''असं असेल तर आम्हाला हे पैसे नकोत. पण काहीही झालं तरी तुमच्यासोबतच राहू...'' हे ऐकून मॉरेल यांचा गळा दाटून आला. ते म्हणाले, ''बास, मित्रांनो, बास. मी कायमच तुमच्या ऋणात राहीन. पण आपण ते नंतर पाहू या, जेव्हा चांगले दिवस येतील तेव्हा. इमॅन्यूएल, जा बरं यांच्यासोबत आणि सगळ्या गोष्टींची पूर्तता कर.''

मॉरेल आपल्या मुलीला व पत्नीला म्हणाले, ''आता तुम्हीही जरा बाहेर जा. मला त्या थॉम्सन अँड फ्रेंचच्या गृहस्थांशी जरा बोलायचंय.''

मॉरेल खुर्चीत बसत म्हणाले, ''असं आहे सगळं, तुम्ही ऐकलं आहेच. याशिवाय आणखी काय वाईट होणारे माझ्या आयुष्यात कुणास ठाऊक!''

तो इंग्लिश माणूस म्हणाला, ''तुमची परिस्थिती पाहून मला तुम्हाला मदत करावीशी वाटतीय.''

''तुम्ही लगेच अदा करायचे पैसे थोडे लांबणीवर टाकू शकाल का?''

''किती दिवस हवेत तुम्हाला?''

मॉरेल अडखळत म्हणाले, ''दो-दोन महिने.''

''ठीके. मी तीन महिने देतो.''

''पण तुमची फर्म...''

''त्याची तुम्ही काळजी नका करू. ते मी पाहून घेईन. आज आहे पाच जून. सप्टेंबरच्या पाच तारखेला मी सकाळी अकरा वाजता इथे हजर असेन.''

त्या इंग्लिश माणसाने मॉरेल यांचा निरोप घेतला. खाली जाताना त्याला ज्यूली, मॉरेल यांची मुलगी भेटली. ती आपण खाली जातोय, असं खोटंच दाखवत असली, तरी ती त्याच्यासाठीच थांबली होती.

''ओह, मिस्टर तुम्ही...''

तो म्हणाला, ''हे बघा, तुम्हाला सिंदबाद खलाशी या नावाने एक पत्र येईल. त्यात जसं लिहिलं असेल, तसं करा. ते कितीही विचित्र वाटलं तरी. मला वचन द्या तसं.''

''चालेल. दिलं. मी तसंच करेन.''

''छान. मला खात्री आहे, त्याबदल्यात देव तुम्हाला इमॅन्यूएल हा पती म्हणून देईल.'' ते ऐकताच ज्यूली आश्चर्यचकित होऊन लाजून लालेलाल झाली.

तो इंग्लिश माणूस खाली आला, तेव्हा त्याला हाती पैसे घेतलेले खलाशी दिसले. त्याने त्यांना बोलावलं. त्यांच्याशी काहीतरी बोलायचं आहे, असं सांगितलं.

सतरा

थॉमसन अँड फ्रेंच फर्मच्या प्रतिनिधीने मुदत वाढवून दिल्याने मिस्टर मॉरेलना असं वाटलं, की पुन्हा आपलं सुदैव परतून आलं आहे. त्यांना वाटलं, की आपण दिवाळखोर झाल्याने त्या फर्मची एवढी मोठी रक्कम बुडणारच असेल, तर मग मुदत थोडी वाढवून रक्कम वसूल तरी करून घ्यावी, असा विचार त्या प्रतिनिधीने केला असावा. जे योग्यच होतं. असं असलं तरी मिस्टर मॉरेलच्या सगळ्याच कर्जदारांनी त्यांना सूट दिलेली नव्हती. काही तर अगदी बरोब्बर वेळेत पैसे घ्यायला आले होते. मात्र, या मुदतवाढीमुळे मॉरेलना त्यांच्याकडचे पैसे वापरण्यास थोडा तरी अवधी मिळाला होता.

मिस्टर मॉरेलनी इतर कर्जांच्या बाबतीतही आपल्याला मुदत वाढवून मिळावी यासाठी प्रयत्न केले; पण त्यांना फार यश मिळालं नाही. ऑगस्ट महिन्यातल्या एके दिवशी त्यांनी मार्साय सोडलं आणि लगेचच ते दिवाळखोरीत गेल्याच्या आणि त्या दुःखद प्रसंगाला सामोरं जावं लागू नये म्हणून मॉरेल पळून गेल्याच्या अफवा उठवल्या गेल्या. मात्र, दोनच दिवसांत मॉरेल परतले, तेव्हा कोकल्सने देणेकऱ्यांची सगळी यादी त्यांना दाखवली.

मॉरेल कुटुंब त्यांची वाट पाहतच होतं. ते पॅरिसला डँग्लारकडे मदत मागायला गेले होते. स्पॅनिश युद्धाच्या वेळी मॉरेल यांनीच त्याचं नाव सुचवलं होतं, ज्यामुळे त्याचं भाग्य फळफळलं होतं. खरं तर मॉरेल यांनी डँग्लारकडे जाण्याचा पर्याय सर्वांत शेवटचा ठेवला होता. दुर्दैवाने ते परत आले होते ते अपमानास्पद नकार घेऊन! खरंतर मॉरेल यांचे डँग्लारवर अनंत उपकार होते, त्याने त्यांना मदत करायला हवी होती; पण तसं काही झालं नाही.

आल्यावर मॉरेल यांनी आपल्या मुलीला आणि पत्नीला जवळ घेतलं. इमॅन्यूएलची विचारपूस करून मग कोकल्सला आपल्या खोलीत बोलावलं.

त्या दोघी इमॅन्यूएलला म्हणाल्या, ''आता मॅक्सिमिलियनला बोलावणं पाठवायला हवं.'' मॅक्सिमिलियन हा मॉरेलचा मोठा मुलगा होता. तो सैन्यात वरिष्ठ पदावर होता. त्याचा आपल्या वडिलांवर खूप जीव होता. तो हुशार होता. अवघ्या एकविसाव्या वर्षी त्याने बरंच काही साध्य केलं होतं.

थोड्या वेळात कोकल्स जेव्हा बाहेर आला तेव्हा ज्यूलीने त्याला काय झालं हे विचारलं. तो म्हणाला, ''काही विचारू नका! संकट, महासंकट आलं आहे!'' आणि मग तो दु:खी चेहरा करून निघून गेला. ते पाहून मादाम मॉरेल व ज्यूली दोघीही दु:खी झाल्या, त्यांच्या डोळ्यांत पाणी आलं. इमॅन्यूएल त्यांना समजावत होता, पण त्यालाही आपले प्रयत्न किती निष्फळ आहेत, याची आतून जाणीव झालेली होती.

दुसऱ्याच दिवशी नेहमीप्रमाणे मिस्टर मॉरेल शांतपणे आपल्या ऑफिसाात आले. मग रात्री जेवताना त्यांनी आपल्या मुलीला, ज्यूलीला जवळ घेतलं आणि तसेच बराच वेळ बसून राहिले.

ज्यूलीकडे त्यांच्या खोलीची एक किल्ली असायची. दोन दिवसांनी मिस्टर मॉरेल यांनी ती तिच्याकडे परत मागितली. ते ऐकून तिला मोठा धक्काच बसला. तिने विचारलं, ''पण का? ती तर नेहमी माझ्याकडे असते ना!'' मग ती खोटंखोटंच म्हणाली, ''आणि असंही आत्ता ती माझ्या खोलीत आहे.'' ते ऐकून मॉरेल यांचा गळा दाटून आला. ते हताशेने म्हणाले, ''हो गं बाळे, हो! पण आता मला ती हवी आहे. जा आण जा.''

ज्यूली खोलीकडे न जाता याबाबत चर्चा करण्यासाठी इमॅन्यूएलकडे गेली. तेव्हा त्याने त्यांना मुळीच किल्ली देऊ नकोस, असं सांगितलं. तो असंही म्हणाला, ''उद्या सकाळी काही झालं तरी बाबांना एकटं सोडू नकोस.''

दुसऱ्या दिवशी मिस्टर मॉरेल सगळ्यांशीच मोठ्या प्रेमाने वागत होते. इमॅन्यूएलच्या सांगण्यानुसार ज्यूली एकही क्षण आपल्या वडिलांना एकटं सोडत नव्हती. शेवटी त्यांनी तिचं कपाळावर चुंबन घेतलं आणि म्हणाले, ''जा, आईकडे जा आता.'' या वाक्यात एक जरब होती, एक आज्ञा होती जी ज्यूलीला अव्हेरता आली नाही. ती तशीच त्यांना पाहत उभी राहिली. आणि मग ते आपल्या खोलीत निघून गेले.

तेवढ्यात तिला ''मॅक्सिमिलियन'' अशी कोणीतरी हाक मारल्याचा आवाज आला. अर्थातच तो मादाम मॉरेलचा होता. त्यांनी रडतच त्याला मिठी मारली. तेव्हा तो म्हणाला, ''काय झालं तरी काय? तुझ्या पत्राने मी घाबरलो आणि लगेच इथे आलो.''

मादाम मॉरेलने ज्यूलीला मॅक्सिमिलियन आल्याचा निरोप सांगण्यास वडिलांकडे पाठवलं. पण ती वर जात असतानाच तिला एक माणूस भेटला. त्याच्या हातात पत्र होतं. तो इटालियन उच्चारात म्हणाला, ''तुम्हीच मिस ज्यूली का?'' तिने चकित होऊन होकार दिला आणि त्याने तिला एक पत्राची गुंडाळी दिली आणि निघून गेला.

तिने ती लगेच वाचली – *त्वरित १५, ॲलीज द मेईल्हान येथे जाणे. तिथल्या नोकराला सहाव्या मजल्यावरील खोलीची किल्ली मागणे. खोलीत शिरून तिथे असलेल्या कपाटावरची लाल रंगाची पर्स घेणे व वडिलांस देणे. त्यांना ती अकराच्या आता मिळायला हवी, हे लक्षात असू द्यावे. जसे सांगितले आहे तसेच काटेकोरपणे करणे. दिलेलं वचन लक्षात ठेवणे. – सिंदबाद खलाशी*

दरम्यानच्या काळात मादाम मॉरेलने सगळी कर्मकहाणी आपल्या मुलाला कथन केली. त्यांच्यानंतर तोच त्यांचा वारस होता आणि हे सगळं ऐकून तो काही क्षण सुन्नच झाला. मग लगेच आपल्या वडिलांना भेटायला गेला.

इकडे खोलीत त्याच्या वडिलांनी आपल्या कोटाच्या खिशात हात घालून पिस्तूल बाहेर काढलं होतं. तोच तिथे त्यांचा मुलगा मॅक्सिमिलियन आला. तो म्हणाला, ''बाबा, तुम्ही हे काय करताय पिस्तूल हातात घेऊन?''

त्यांनी आपल्या मुलाकडे थंडपणे पाहत म्हटलं, ''मॅक्सिमिलियन, तू आता मोठा झाला आहेस, सन्मान मिळाले आहेत तुला. तेव्हा तुला सांगायला काही हरकत नाही – '' मग ते दोघे बसून बोलू लागले. मॉरेल यांनी हातातलं पिस्तूल कपाटावर ठेवलं. मॉरेल यांनी काही कागदपत्रं त्याच्या हातात देऊन त्याला वाचायला सांगितलं. तो म्हणाला, ''म्हणजे आता तुमचे सगळे मार्ग बंद झाले आहेत तर?''

''हो, सगळेच. आणि आता थोड्याच वेळात थॉमसन अँड फ्रेंचचा प्रतिनिधी इथे पैसे घ्यायला येईल...''

''बाबा, पण मला एकदा आशीर्वाद द्या तुमचा, जाण्याआधी माझ्या डोक्यावर हात ठेवा.'' असं म्हणून त्या मुलाने वडिलांना मिठी मारली.

मॉरेलनी घशातला आवंढा कसाबसा गिळला आणि ते बोलू लागले, ''आपल्या तीन पिढ्यांच्या वतीने मी तुला भरपूर आशीर्वाद आणि शुभेच्छा देतो. मला खात्री आहे की, दुर्दैवाच्या फेऱ्यात अडकलेल्या आपल्या सन्मानाच्या जहाजाला तू कष्ट आणि जिद्दीच्या बळावर बाहेर काढशील. तुझ्यात ती धमक आहे. तेव्हा खूप कष्ट कर, काम कर. मला खात्री आहे, एक दिवस तू माझं सगळं कर्ज फेडशील. मी जे केलं ते माझे वडील करू शकले नाहीत. ते शांतपणे मेले. पण माझ्याबाबतीत

मात्र...'' मॉरेलना पुढे बोलता येईना. तरी ते कसंबसं स्वतःला सावरत म्हणाले, ''जर मी जिवंत राहिलो, तर 'आपला शब्द पाळू शकला नाही' असा माझ्यावर बट्टा लागेल. ते मला सहन होणार नाही. त्यापेक्षा 'आपला शब्द पाळता न आल्याने स्वतःला संपवणारा माणूस' अशी ओळख होणं हे मला जास्त प्रिय आहे, तेव्हा...''

मॅक्सिमिलियन तिथेच तसाच बसला. तो कुठे आहे, काय करतो आहे याचं भान त्याला राहिलं नाही. मग मॉरेलच म्हणाले, ''निरोपाची वेळ आली आहे. तू जा इथून. माझ्या पश्चात ज्यूलीची, आईची काळजी घे. जा.''

आपल्या वडिलांना मिठी मारून तो हळूहळू एकेक पाऊल टाकत बाहेर जाऊ लागला. मॉरेल आपल्या खुर्चीत बसले. ते सारखा आपल्या मुलीचा विचार करत होते. मग त्यांनी घड्याळाकडे पाहिलं, अकाराला फारच थोडी मिनिटं राहिली होती. त्यांनी निरोपाचे चार शब्द कागदावर खरडले. मग पिस्तूल हातात घेऊन चापावर बोट ठेवलं आणि घड्याळात पाहू लागले. मग मॉरेल यांनी पिस्तूल तोंडात घातलं. तोच त्यांना त्यांच्या मुलीचा ओरडण्याचा, आनंदाने चीत्कारण्याचा आवाज आला. ती ''आपण वाचलो, बाबा, आपण वाचलो. हे पाहा, हे पाहा,'' असं ओरडत, किंचाळत खोलीत शिरली. तिने एक पर्स त्यांना दिली. ती पर्स त्यांना कुठेतरी पाहिल्यासारखी वाटली. त्याच्या एका कप्प्यात त्यांच्यावर जेवढं कर्ज होतं, बरोब्बर तेवढेच पैसे ठेवलेले होते, तर दुसऱ्या कप्प्यात काही हिरे होते. सोबत एक कागद होता, ज्यावर 'ज्यूलीच्या लग्नासाठी' असं लिहिलं होतं. मॉरेल सुन्नच झाले. त्यांना वाटलं आपण स्वप्नातच आहोत. तोच अकरा वाजले.

ते ज्यूलीला म्हणाले, ''ही तुला कुठे मिळाली? कोणी दिली?'' ज्यूलीने त्यांना ते पत्र आणि सगळा तपशील सांगितला. ते वाचत असताना इमॅन्यूएल, ''मिस्टर मॉरेल, मिस्टर मॉरेल! आपलं फॅरो आलं, फॅरो परतलं,'' असं जवळपास ओरडतच आला.

मॉरेल म्हणाले, ''वेड लागलंय की काय तुला, इमॅन्यूएल! बुडालेलं जहाज परत कसं येईल?''

''नाही, सर, चला बंदरावर, लवकर चला. ते परतलंय.'' तोच तिथे मॅक्सिमिलियनही आला. म्हणाला, ''बाबा, तुम्ही तर फॅरो बुडाले असं म्हणाला होतात; पण आत्ताच ते बंदरावर आल्याची बातमी आलीय.''

''खरंच असं काही घडलं असेल, तर मग ती जादूच म्हणायला हवी. चला, आपण ती प्रत्यक्षात पाहू या.'' मग सगळे जण बंदराकडे निघाले.

बंदरावर ती जादू पाहायला गर्दी उसळली होती. मॉरेल यांचा आपल्या डोळ्यांवर

विश्वासच बसेना. त्यांच्या डोळ्यांतून घळाघळा अश्रू वाहू लागले. ''फॅरो, माझं फॅरो...'' असं ते पुटपुटत होते. तेव्हा गर्दीतून एक माणूस बाहेर पडला. जॅकोपोसोबत एका लहान बोटीत जाऊन बसला. मग दूरवर उभ्या असलेल्या त्याच्या जहाजात गेला. तिथून तो आभाळातल्या देवाचे आभार मानणाऱ्या मिस्टर मॉरेलच्या आनंदी चेहऱ्याकडे बराच वेळ पाहत राहिला.

अठरा

सरदार फ्रान्झ देपिने आणि उमराव अल्बर्ट द मॉर्सेर्फ या दोन सन्माननीय फ्रेंच तरुणांनी मौजमजा करण्यासाठी रोमला जायचं ठरवलं. त्यांनी तिथल्या एका उच्चभ्रूंच्या हॉटेलात, हॉटेल द लॉन्द्रमध्ये एका स्वीटचं आरक्षण केलं होतं. तिथे पोहचल्यावर त्यांनी पाहिलं, की स्वीटमध्ये झोपण्याच्या फक्त दोन लहान खोल्या आणि एक बाहेरची खोली होती. तिच्यातून रस्त्यावरचं दृश्य दिसत होतं. त्यामुळे हॉटेल व्यवस्थापक सिग्नॉर पेस्ट्रिनी जरा अस्वस्थ झाला होता खरा, पण त्याच्याकडे काही पर्यायच नव्हता. कारण हॉटेलातले सगळे स्वीट कोण्या बड्या वक्तीने आधीच आरक्षित केले होते.

तिथे गेल्यावर फ्रान्झने स्वीट आवडल्याचं व्यवस्थापकाला सांगताच त्याच्या जीवात जीव आला. मग त्याने सकाळी फिरायला जाण्यासाठी एका घोडागाडीची सोय करायला सांगितलं; पण व्यवस्थापकाने नम्र शब्दांत नकार दिला. कारण पुढच्या दिवसांसाठी रोममधली सगळी वाहनं आरक्षित करण्यात आली होती. त्यामुळे एकही वाहन उपलब्ध नव्हतं. मग त्यांनी नुसत्या घोड्यांची व्यवस्था करण्याची विनंती केली, पण तरीही व्यवस्थापकाने नकार दिला.

पैसा फेको तमाशा देखो, हा जगाचा नियम फ्रान्झला माहिती असल्याने मग त्याने त्याला पैशाचं आमीष दाखवलं आणि मग त्याने काहीतरी व्यवस्था करतो, असं सांगितलं.

सकाळी जेव्हा त्यांनी हॉटेल व्यवस्थापकाला बोलावलं तेव्हा तो काहीशा खजील चेहऱ्यानेच तिथे आला. तो म्हणाला, ''सर, काल मी आपल्याला वाहनाची व्यवस्था होईल असं म्हणालो खरं, पण मला काहीही करता आलेलं नाहीय.''

अल्बर्ट म्हणाला, ''मग आता आम्ही काय करावं, सगळं रोम पायी फिरावं की काय?''

तोच त्या व्यवस्थापकाचा चेहरा उजळला. ''मी आलोच,'' असं म्हणून तो गेला आणि काही मिनिटांनी हसतमुखाने त्यांच्या स्वीटमध्ये परतला. ''सर, एक चांगली संधी आहे. या हॉटेलचा वरचा सगळा मजला ज्या सद्गृहस्थांनी आरक्षित केला आहे त्या मॉन्टे क्रिस्टोच्या उमरावांना मी आपली अडचण सांगितली, तेव्हा त्यांनी तत्काळ त्यांच्या वाहनात तुम्हाला जागा देण्यास होकार दिला.''

फ्रान्झ म्हणाला, ''ते ठीक आहे. पण आम्ही असे कोणाही ऐऱ्यागैऱ्यासोबत जात नसतो. कोण आहेत तरी कोण हे गृहस्थ?''

''सर, ते बहुतेक इटालियन किंवा माल्टाचे रहिवासी असावेत. पण एखाद्या सोन्याच्या खाणीच्या मालकांएवढे श्रीमंत आहेत, आणि तरीही तितकेच सहृदयी आहेत.''

अल्बर्ट फ्रान्झला म्हणाला, ''असं अनोळखी व्यक्तीसोबत कसं जायचं?''

फ्रान्झनेही त्याची री ओढत म्हटलं, ''बरोबर. ते असतील श्रीमंत पण त्याची शाश्वती काय? त्यांनी एक लेखी पत्र लिहावं आम्हाला!''

तोच तिथे एक नोकर पत्र घेऊन हजर झाला आणि ते उमराव मॉन्टे क्रिस्टोचंच होतं! त्यात त्यांनी आपल्या वाहनातून येण्याची त्या दोघांना विनंती केली होती. त्यामुळे दोघंही जण प्रभावित झाले आणि ''आम्ही नक्कीच या सन्मानाचा लाभ घेऊ,'' असा उलट निरोपही त्यांनी पाठवला. ते पुढे म्हणाले, ''या निमित्ताने एका चांगल्या माणसाशी आपली ओळख होईल.''

सकाळचे नऊ वाजताच पॅस्ट्रिनीसाठी फ्रान्झने निरोप धाडला, तेव्हा तो त्वरित सेवेस हजर झाला. फ्रान्झ म्हणाला, ''तुम्हाला काय वाटतं, आत्ता या वेळी उमरावांना भेटायला गेलेलं चालेल का?''

''हो, का नाही चालणार? ते लवकर उठतात.''

''चल मग अल्बर्ट, आपण त्यांचे आभार मानायला जायला हवं.''

ते दोघं निघाले, त्यांच्यापुढे पॅस्ट्रिनी होता. त्याने एका स्वीटच्या बाहेर थांबून दारावरची घंटा वाजवताच, एका नोकराने दार उघडलं. त्याला पाहताच नोकराने लवून कुर्निसात केला आणि आत जाण्याची खूण गेली.

ते दोन खोल्या ओलांडून गेले. उच्च दर्जाची चित्रं, फर्निचर आणि सुंदर टेबलक्लॉथ्स आणि भिंतीवरती लटकवेल्या विविध वस्तू, हत्यारं आदी गोष्टींनी त्या खोल्या सजवल्या होत्या. त्याची छाप त्या दोघांवर पडली. तिसऱ्या खोलीत गेल्यावर, त्यांना नोकराने बसण्याची विनंती केली.

फ्रान्झ म्हणाला, ''काय वाटतंय तुला?''

''मला वाटतं, हे सद्गृहस्थ नक्कीच स्टॉकब्रोकर असतील किंवा अनामिकपणे फिरणारे राजकुमार असतील.'' तोच प्रत्यक्ष उमरावच बाहेर आले. म्हणाले, ''सभ्यगृहस्थहो, मला माफ करा. खरंतर मीच तुमच्याकडे यायला हवं होतं. पण मला वाटलं, माझ्यामुळे तुम्हाला त्रास होईल. पण तुम्ही इथे आलात त्याबद्दल आभार!''

अल्बर्ट म्हणाला, ''आभार तर आम्हीच तुमचे मानायला हवेत. तुमच्यामुळे आमची वाहनाची समस्या सुटली.''

उमराव म्हणाला, ''खरंतर तुम्हाला बरीच खटपट करावी लागली ही त्या पॅस्ट्रिनीमुळेच. त्याने आम्हाला आधीच तुमची समस्या सांगितली असती, तर तोडगा लगेचच निघाला असता. असो. झालं ते झालं.'' मग त्या दोघांनी लवून त्यांचे आभार मानले.

उमराव म्हणाला, ''आज त्या पियाझ्झा देल पोपोलोला एका देहदंडाच्या शिक्षेची अंमलबजावणी करण्यात येणार आहे. ती पाहण्यासाठी मी एक जागाही आरक्षित करायला सांगितली होती.''

त्याने घंटी वाजवली. तिथे एक माणूस हजर झाला. उमराव म्हणाला, ''काल पियाझ्झा देल इथे एक खिडकी असलेली जागा आरक्षित करायला सांगितली होती.''

तो म्हणाला, ''होय सरकार, तिथे जायला मला फार उशीर झाला. मी तिथे पोहचलो तेव्हा एकच जागा उरली होती आणि तीही कोण्या राजकुमाराने घेतली होती. मग मी चौपट रक्कम मोजून ती आरक्षित केली.'' ते ऐकताच फ्रान्झ आणि अल्बर्ट आश्चर्यचकित झाले.

उमराव म्हणाला, ''हे बरं केलंस. पैशांची चिंता आम्हाला नाही. आम्हाला त्या अंमलबजावणीत रस आहे. त्या पॅस्ट्रिनीला जरा विचार, की त्याला शिक्षेच्या कार्यक्रमाबाबत काही माहिती मिळाली आहे का म्हणून?''

तत्काळ फ्रान्झ उत्तरला, ''त्याची काही गरज नाही, उमराव. मी ती माझ्या वहीत नोंदवून घेतली आहे.''

''फारच छान.'' तो नोकराला म्हणाला, ''जेवणाची व्यवस्था कर. सद्गृहस्थांनो, तुम्हीही आमच्यासोबत जेवण घेतलंत तर फार बरं वाटेल आम्हाला!''

''नाही, नको कशाला...''

''तुमच्यासारख्यांसोबत वेळ घालवणं हे मी माझं भाग्यच समजेन. आणि तुम्हाला इतकंच ऋणाईत झाल्यासारखं वाटत असेल, तर पॅरिसला आल्यावर आम्हाला बोलवा

तुमच्याकडे मेजवानीला, काय?'' उमरावाने हसत सांगितलं आणि तीन जणांच्या जेवणाची तयारी करण्याची सूचना दिली. मग उमरावाने फ्रान्झच्या वहीतला कार्यक्रम मोठ्याने वाचला - ''२२ फेब्रुवारी. खालील गुन्हेगारांना आज फाशी देण्यात येईल. १. विख्यात आणि प्रतिष्ठित डॉन सीझर टेर्लिनी यांच्या खुनासाठी आंद्रे रॉन्देलो. शिरच्छेद. २. ल्यूगी व्हाम्पाच्या टोळीतला गुंड पेप्पीनो उर्फ रोक्का प्रायोरीला क्रूर दरोडेखोरीबद्दल शिरच्छेद. पण काल मी मुख्य दंडाधिकाऱ्यांच्या घरी असताना, मला असं कळलं की, यातल्या त्या पेप्पीनोची शिक्षा तहकूब करण्यात आलीय म्हणे.''

''अच्छा. हो का?''

उमराव म्हणाला, ''अरेरे, पण तुम्हाला सांगतो, शिरच्छेद हा शिक्षा देण्याचा कितीही चांगला प्रकार मानला गेला असला, तरी मला तसं वाटत नाही. कारण त्यात काही घडायची शक्यताच नसते. ते फारच सोपं वाटतं. खरंतर युरोपीय लोकांना शिक्षा देणं, छळ करणं याबाबत काही कळतच नाही. ते अजून फारच बाल्यावस्थेत आहेत याबाबतीत किंवा असं म्हणू यात की, क्रूरपणा करण्यात पार 'म्हातारे' झाले आहेत.''

फ्रान्झ म्हणाला, ''तुमच्या बोलण्यावरून तुमचा या विषयाचा बराच अभ्यास दिसतो आहे.''

उमराव म्हणाला, ''मी बरेचदा शिक्षांच्या अंमलबजावणीच्या वेळेस हजर राहतो.''

''तुम्हाला ती भयंकर दृश्य पाहून काहीच वाटत नाही?''

''पहिल्यांदा मला कसंतरी व्हायचं, मग अलिप्त वाटू लागलं आणि आता उत्सुकता वाटते.''

''उत्सुकता?''

''हो. खरंतर आपण जन्मतो ते मरण पदरात घेऊनच. त्यामुळे शरीरातून आत्मा निघून जात असताना केल्या जाणाऱ्या विविध पद्धती, रीतिरिवाज यांचा अभ्यास करण्यात गैर ते काय? मला तर वाटतं, जेवढं तुम्ही इतरांना मरताना पाहता, तेवढं तुम्ही मृत्यूला खंबीरपणे तोंड देऊ शकता.''

फ्रान्झ म्हणाला, ''कृपया थोडं समजावून सांगाल, मला समजलं नाही. तुम्ही जरा जास्तच उत्तेजित झाला आहात, असं वाटतंय मला.''

उमरावाच्या चेहऱ्यावरचे भाव बदलले. तो कठोर झाला. तो म्हणाला, ''असं पाहा, समजा एखाद्या माणसाने तुमच्या आई-वडिलांना, प्रेयसीला, तुमच्या जवळच्या सगळ्या प्रिय व्यक्तींना छळ करून मारून टाकलं आणि तुम्हाला एका निरर्थक रिकामपणात ढकलून दिलं, तर त्या माणसाला एका क्षणात संपवून तुम्ही आयुष्यभर भोगलेल्या आणि भोगणार असणाऱ्या दुःखाची परतफेड होणार असते का?''

फ्रान्झ म्हणाला, ''मला मान्य आहे की, मानवी जगात न्याय समसमान होऊ शकत नाही. नाहीतर रक्ताचे पाट वाहतील...''

त्याच्याकडे लक्ष न देता उमराव बोलत राहिला, ''मी तर तुम्हाला एक साधं उदाहरण दिलं; पण याहीपेक्षा भयानक दुःख आणि वेदना देणारे लोक आपल्या समाजात असतात. अशा वेळी काय करायचं, सूड कसा घ्यायचा?''

''हो, बरोबर. त्यांना शिक्षा करण्यासाठी द्वंद्वयुद्ध हे ठीक असू शकतं.''

''द्वंद्वयुद्ध – वा! सूड घ्यायची चांगली पद्धत! पण इतकी दुःखं देणाऱ्या, आणि देव ज्या लोकांना इथे पृथ्वीवर आनंद उपभोगण्यास पाठवतो त्यांना मारणाऱ्या त्या माणसाच्या उरात तलवार खुपसून काय होणार? दोन क्षणाचा आनंद किंवा कदाचित तो तुम्हाला मारून जगाच्या नजरेत पापमुक्त होईल. त्यामुळे मी असला मार्ग कधीच निवडणार नाही.''

अल्बर्ट म्हणाला, ''काय, तुम्हाला द्वंद्वयुद्धही पटत नाही?''

उमराव म्हणाला, ''अगदीच नाही असं नाही; पण माझं स्पष्टपणे असं म्हणणं आहे की, अपमान किंवा खोटं बोलणं यासाठी द्वंद्व ठीक आहे. पण इतकी दुःखं आणि वेदना देणाऱ्यालाही तशीच दुःखं आणि वेदना द्यायला हव्यात. जशास तसं. त्रास झाला पाहिजे त्याला. अनंत काळ!''

फ्रान्झ म्हणाला, ''पण यात तुम्हीच न्याय देणारे आणि तुम्हीच शिक्षेची अंमलबजावणी करणारेही आहात. त्यामुळे कायद्याचं राज्य येणारच नाही. असं पाहा, द्वेष आंधळा असतो, राग मूर्ख असतो आणि सूड हा माणसाला कडवट बनवतो.''

''तो गरीब असेल, तर दया वगैरे ठीक; पण हुशार आणि श्रीमंत असेल तर मात्र मुळीच नाही. असो. त्या पेप्पीनोच्या शिक्षेने आपण भलत्याच विषयाकडे वळलो. जाऊ दे. चला, आपण जेवायला जाऊ या.''

सुग्रास अन्नाचा आस्वाद घेत असताना फ्रान्झने अल्बर्टला खाणाखुणांनी उमरावांशी झालेल्या चर्चेवरून त्याचं त्यांच्याविषयी झालेलं मत सांगण्याचा प्रयत्न केला; पण अल्बर्ट मात्र जेवणातच गुंग होता. उमरावाने अन्नाला हातही लावला नाही, पण तो त्यांना आग्रह करून वाढत होता. थोड्याच वेळाच त्याच्यासाठी काहीतरी वेगळंच, विचित्र अन्न आणण्यात आलं.

जेवण झाल्यावरती उमरावाने घड्याळात पाहिलं आणि ''आपल्याला आता निघायला हवं,'' असं सांगितलं.

फ्रान्झ, अल्बर्ट आणि उमराव मॉन्टे क्रिस्टो जेव्हा पियाझा देल पोपोलाला पोहोचले

तेव्हा तिथे प्रचंड गर्दी जमली होती. लोक उड्या मारून एकमेकांच्या डोक्यावरून घडत असलेली दृश्यं पाहायचा प्रयत्न करत होते. तिथे मध्यभागी एक वधस्तंभ होता. तिथे एक जाडजूड लाकडी फळी होती, जिच्या मध्यभागी मान ठेवण्यासाठी एक खाच होती आणि वर काही अंतरावर धाकदार पातं होतं. ते एका जाडजूड लोखंडी कांबीला बांधण्यात आलं होतं. त्याची दोरी सोडली की, धाडकन ते खाली यायचं आणि मानेचा तुकडा पाडायचं.

अतिपैसे मोजून भाड्याने घेतलेल्या खिडकी असलेल्या जागेत ते तिघं बसले. ती एक लहान खोली होती. त्या मुख्य चौकात प्रत्येक जण माणसाच्या मरणाचं नाटक पाहायलाच जणू जमला होता.

अचानक लोकांनी चीत्कार केला. ते ओरडू लागले. कारण चर्चच्या दारातून दोन गुन्हेगार – पेप्पिनो आणि आंद्रे – यांना बाहेर आणण्यात आलं होतं. त्यांच्या मागे जळती मेणबत्ती हातात घेतलेले पाद्री आले आणि मग जल्लाद आला. लोक आरोळ्या ठोकू लागले, ओरडू लागले. ते सगळं वातावरण अनुभवून फ्रान्झ गर्भगळीत झाला, तर अल्बर्ट पांढराफट्ट पडला. उमराव मात्र शांतपणे सगळं पाहत होता.

पहिल्यांदा पेप्पिनोला पुढे आणलं गेलं. फ्रान्झ उमरावाला म्हणाला, ''तुम्ही तर म्हणाला होतात की, याला माफ करण्यात आलं आहे म्हणून.''

उमराव थंडपणे म्हणाला, ''हो, खरंच आहे ते.''

''पण इथे तर दोन कैदी आहेत.''

''त्यातला एक मरणार आहे, तर दुसऱ्याला बरंच आयुष्य भेट म्हणून मिळणार आहे.'' तोच तिथे एक अधिकारी एक पत्र घेऊन आला आणि त्याने ते जल्लादाला दिलं. ते वाचून तो आनंदाने किंचाळलाच, ''देव महान आहे, पोप महान आहेत. पेप्पिनोची शिक्षा माफ करण्यात आली आहे हो!''

आंद्रे म्हणाला, ''काय, त्याची शिक्षा माफ? अरे, असं कसं काय होऊ शकतं?'' त्याचा चेहरा लालबुंद झाला. त्याचा विश्वासच बसत नव्हता. तो संतापला होता. ''माफी त्यालाच का, मला का नाही? आम्ही एकत्र मरणार होतो ना. मग! त्याने मला तो आधी मरेल असं वचनही दिलं होतं. आता? मी एकट्याने मुळीच मरणार नाही. मुळीच नाही...'' असं म्हणून तो साखळदंडातून सुटायची केविलवाणी धडपड करू लागला. जल्लादाच्या दोन साहायकांनी त्याला धरलं आणि मग त्या वधस्तंभाच्या मान ठेवायच्या खाचेकडे नेलं.

फ्रान्झ म्हणाला, ''काय चाललंय काय हे?''

उमराव म्हणाला, ''एक माणूस मनात राग धरून मरणार आहे. कारण त्याच्या

बरोबरच्याला माफी मंजूर केली आहे म्हणून. जर का त्याला संधी मिळाली, तर तो त्याच्या सहकाऱ्याचे अक्षरश: नखांनी तुकडे करेल, खिळे ठोकेल त्याला. सगळी मानवी जमात म्हणजे मगरी आहेत नुसत्या मगरी!''

आंद्रे उगाच धडपडत होता. पण त्याचा काहीही परिणाम झाली नाही. उलट साहायक आणि तो यांच्यातला संघर्ष प्रेक्षणीय झाला. तोच तिथे जमलेली गर्दी ओरडली, ''मारा त्याला! मारा त्याला!''

फ्रान्झला ते सगळं पाहवलं नाही. म्हणून तो निघून जायला निघाला. तोच उमरावाने त्याचा हात धरून त्याला तिथेच बसवलं. तो म्हणाला, ''काय झालं? तुला दया वाटत असेल, तर ती इथे योग्य नव्हे. समजा रस्त्यात पिसाळलेला कुत्रा फिरत असेल, तर तू त्याला मारशीलच ना!''

साहायकांनी आंद्रेची मान खाचेत घालून कडी घालून त्याला बंद केलं. त्याचे हातपाय बांधून ठेवले. मग जल्लादाने काही क्षणात पात्याची दोरी सोडली. झर्रकन पातं खाली आलं आणि एक आवाज झाला. मुंडकं धडावेगळं झालं. मग धडावर जल्लाद व त्याच्या साहायकांनी उड्या मारल्या. प्रत्येक वेळी रक्त्याच्या चिळकांड्या उडत होत्या. ते पाहून फ्रान्झ बेशुद्ध पडला, अल्बर्ट डोळे बंद करून नुसताच उभा राहिला. मात्र, उमराव उत्तेजित झाला होता, जणूकाही तो बदला घेणारा देवदूतच असावा.

एकोणीस

फ्रान्झ शुद्धीवर आल्यावर त्याला अल्बर्टने पाणी आणून दिलं. फ्रान्झने पाहिलं, तर मगाशी ज्या चौकात शिक्षेची अंमलबजावणी झाली, तो चौक अगदी वेगळाच भासत होता. तिथे आता जत्रेची तयारी सुरू झाली होती.

उमराव म्हणाला, ‘‘चला, जत्रेला लवकरच सुरुवात होणार आहे.’’ फ्रान्झने पाहिलं, तर अल्बर्ट बधिरासारखा कपडे बदलत होता, चामडी बूट चढवत होता. एवढ्या क्रूर प्रसंगानंतर कपडे बदलून जत्रेत जावं, हे फ्रान्झच्या अंतर्मनाला खात होतं; पण पर्याय नव्हता. त्यांनी चेहऱ्यावर मुखवटे घातले.

खाली वाहन त्यांची वाट पाहतच होतं. त्यात बरीच फुलं आणि रिबीनी ठेवलेल्या होत्या. आता पियाझा देल पोपोलोचा चौक पूर्णतः बदलून गेला होता. तिथे जत्रा सुरू झाली होती. बाल्कन्यांमधून, दारांमधून, खिडक्यांमधून अनेक जण हे दृश्य पाहत होते, आनंदित होत होते. परदेशातून आलेले पाहुणे, इटालियन्स, रोमन लोक तिथे उपस्थित होते. मजा करत होते. सगळ्यांनी मुखवटे घातले होते आणि घरंदारं सजवली होती. उत्साहाचा, आनंदाचा जल्लोष सुरू होता.

चौकात एक-दोन चकरा मारून झाल्यावर, एका इमारतीसमोर उमरावाने घोडागाडी थांबवली. ‘‘गृहस्थहो, मी इथे उतरतो. वाहन तुमच्याकडेच असू दे.’’

फ्रान्झने मनापासून उमरावांचे आभार मानले आणि पुन्हा चकरा मारायला जाऊ लागले, तोच अल्बर्ट म्हणाला, ‘‘पाहिलीस का, रोमन शेतकऱ्यांचा वेष परिधान केलेल्या ललनांची गाडी! ती पाहा जातेय. आकर्षक ललना!’’

‘‘अरेरे, तू मुखवटा घातला आहेस म्हणून, नाहीतर तुला एखादी नक्कीच गटवता येईल.’’

‘‘हो. वाटतंय तसंच. ही जत्रा मला नक्कीच ‘फलदायी’ ठरेल.’’

अल्बर्टला बऱ्याच आशा असल्या, तरी त्या दिवसभरात फारसं काही घडलं

नाही. त्या दिवसात ती ललनांची गाडी एक-दोनदाच त्यांच्या जवळून गेली. एकदा अल्बर्टने मुद्दाम एक फूल त्या वाहनात फेकलं. त्यातल्या एका ललनेने कटाक्ष टाकला आणि उत्तर म्हणून तिनेही एक फूल फेकलं जे अल्बर्टने झटक्यात पडकलं. अल्बर्टने ते फूल त्याच्या शर्टाच्या बटणात खोचून ठेवलं. त्यानंतर त्या ललनांची गाडी पुन्हा त्यांच्या जवळून गेली. त्यातल्या फूल फेकणाऱ्या ललनेने जेव्हा अल्बर्टने खोचलेलं फूल पाहिलं, तेव्हा तिने आनंदाने टाळ्या वाजवल्या.

आपण आपली घोडागाडी त्या दोघांसाठी तिथेच ठेवून जात आहोत असं दुसऱ्या दिवशी सकाळी उमराव मॉन्टे क्रिस्टोने त्यांना सांगितलं. आता जत्रेच्या शेवटापर्यंत ते ती वापरू शकतात. जर त्यांना काही कामासाठी भेटायचं असेल, तर तो पलाझो रास्पोली यांच्याकडे असणार आहे.

हो म्हणण्याशिवाय दोघांकडे काही पर्याय नव्हता. कारण तसंही त्यांना वाहनाची आवश्यकता होतीच. दोघांनी उमरावाचे आभार मानले. मग उमराव आणि त्यांच्यात थोड्या गप्पा झाल्या. त्यावरून तो कलांचा भोक्ता होता हे त्यांच्या लक्षात आलं. तसंच त्याला विज्ञानातही रस होता. त्याने काही गोष्टी इतक्या नीट मांडल्या, की दोघंही थक्क झाले.

मग ते दोघं जायला निघाले, तेव्हा अल्बर्टने काळं पडलेलं, कोमेजलेलं ते फूल पुन्हा शर्टाच्या बटणात खोवलं. त्या चौकात गेल्यावर त्यांच्याकडे पुन्हा ताजं फूल फेकण्यात आलं. अल्बर्टने ते नवं फूल बटणात खोवलं, पण परत जेव्हा त्या ललनांची गाडी त्यांच्या जवळून गेली, तेव्हा त्याने सुकलेल्या फुलावर ओठ टेकवले. आणि मग हे प्रणयाराधन दिवसभर सुरूच राहिलं.

संध्याकाळी हॉटेलमध्ये आल्यावर फ्रान्झला पोपच्या भेटीसंदर्भात पत्र आलं होतं. तो तिथे गेला. रात्री तो परत आला तेव्हा अल्बर्ट आनंदात दिसत होता. कारण त्या सुंदर ललनेने अल्बर्टला मुखदर्शन दिलं होतं. फ्रान्झने अल्बर्टचं मनापासून अभिनंदन केलं. दुसऱ्या दिवशी त्याने अल्बर्टला एकट्यानेच जाऊ दिलं. तेव्हा अल्बर्टला फार मोठं यश मिळालं. त्याने त्या ललनेला लिहिलेल्या पत्राला उत्तर आलं होतं. ते त्याने फ्रान्झला दाखवलं. ते असं होतं - *उद्या, मंगळवारी, सात वाजता व्हाय देइ पॉन्टेफिसीच्या जवळ वाहन सोडा. शेतकऱ्यांचे कपडे घातलेली मुलगी तुमच्या हातून मोक्कोलिटी नेईल. तिच्या मागे जा. सॅन गियाकोनो चर्चला आल्यावर, तुमच्या खांद्याला एक गुलाबी रिबीन बांधा, जेणेकरून तुम्हाला ओळखता येईल.*

पत्र वाचून फ्रान्झ म्हणाला, ''तुझं तर नशीबच फळफळलं की! पण याने एकच गोष्ट होणार आहे की, मला प्रसिद्ध बँकर ब्रासियानोने आयोजित केलेल्या नृत्यसंध्येला

एकट्यानेच जावं लागेल. ठीके, हरकत नाही!''

मंगळवार हा जत्रेचा शेवटचा दिवस होता. त्या दिवशी सकाळी लवकर जल्लोषाला सुरुवात होणार होती आणि रात्री उशिरापर्यंत मौजमजा सुरू राहणार होती. दुपारी मोक्कोलिटी विक्रेत्यांनी स्टॉल लावले. मोक्कोलिटी या एक प्रकारच्या मेणबत्त्या असतात. रोमच्या जत्रेत एकमेकांच्या या मेणबत्त्या विझवण्याची आणि दुसऱ्याने ती पेटती ठेवण्याची स्पर्धा असते.

फ्रान्झ आणि अल्बर्ट यांनी घाईने एकेक मोक्कोलिटी मेणबत्त्या घेतल्या. संध्याकाळ झाल्यावर मग ते पत्रात लिहिल्याप्रमाणे घडण्याची वाट पाहत राहिले. आणि बरोब्बर सात वाजता तसंच घडलं. फ्रान्झने दूरवरून चर्चच्या शेवटच्या पायरीशी गेलेल्या अल्बर्टला पाहिलं. मग त्या ललनेने मुखवटा काढला आणि दोघं हातात हात घालून चालू लागले. तसा तो मागे फिरून हॉटेलवर गेला.

रात्री दहाच्या सुमारास अल्बर्टविनाच फान्झ ब्रासियानोच्या नृत्यसंध्येला गेला. अर्थातच त्याचा मित्र का आला नाही, असं यजमानांनी त्याला विचारलं. तेव्हा तो म्हणाला, ''नक्की कुठे गेला हे माहीत नाही, पण एका 'अनोख्या' सफरीला गेला आहे हे नक्की.''

यजमान म्हणाला, ''पण रोममध्ये असं रात्री, एका नवख्या माणसाने बाहेर असणं हे काही चांगलं नव्हे.''

''तो शूर व धाडसी आहे.'' तोच एक नोकर तिथे आला आणि म्हणाला, ''सर, मिस्टर पॅस्ट्रिनी यांचा निरोप आहे की, एक माणूस तुमच्यासाठी हॉटेलवर वाट पाहत आहे. त्याने तुमच्यासाठी मिस्टर द मॉर्सेफ यांचं पत्र आणलेलं आहे.''

ते ऐकतात फ्रान्झ भराभर रस्ता ओलांडून हॉटेलकडे गेला. तो हॉटेलजवळ पोहोचताच त्याला हॉटेलच्या दारात एक माणूस उभा असलेला दिसला. तो त्याच्याकडे जाऊन म्हणाला, ''काय हवंय, आणि पत्र कुठे आहे?''

''तुझं नाव काय?'' त्या माणसाने बेफिकीर आणि उद्दामपणे विचारलं.

''सरदार फ्रान्झ देपिने.''

''म्हणजे हे पत्र तुझ्यासाठीच आहे.'' त्याने ते पत्र त्याच्या हाती दिलं.

''ठीके, चला माझ्याबरोबर वर. मी वाचून काय ते सांगतो.''

''नाही. मी इथेच थांबेन, तू जा. मी असं का म्हणतोय ते वाचल्यावर तुला कळेलच!'' त्याच्या आवाजात एक जरब होती.

फ्रान्झ खोलीत गेला आणि वाचू लागला –

प्रिय फ्रान्झ,

हे पत्र वाचल्या वाचल्या तू माझ्या कपाटात ठेवलेलं करारपत्र घे आणि तुझंही घे. आणि त्वरित सावकाराकडे जा. त्या पत्रावर हजार पिअॅस्टर काढून या माणसाला दे. जेवढ्या त्वरेने हे करता येईल तेवढ्या त्वरेने कर. पैसे तत्काळ देणं भाग आहे. फार काही सांगत नाही, पण आता माझं जीवनमरण तुझ्या हातात आहे असं समज.

तुझा मित्र,

अल्बर्ट द मॉर्सेफ

ता.क. – इटालियन गुंडांच्या टोळ्या खरोखरीच असतात.

त्याखाली वेगळ्या हस्ताक्षरात इटालियन भाषेत लिहिलं होतं. त्याचा अर्थ असा *– पैसे दिले नाहीस, तर तुझ्या मित्राची काही खैर नाही. – ल्यूगी व्हाम्पा.*

फ्रान्झला समजून चुकलं की, कुप्रसिद्ध ल्यूगी व्हाम्पाच्या टोळीने अल्बर्टचं अपहरण केलं होतं. त्याने त्वरित हॉटेल व्यवस्थापकाला बोलावलं.

''बोला, सर.''

''जरा उमरावांना जाऊन विचाराल की, त्यांना वेळ आहे का ते. मला जरा त्यांना भेटायचं होतं. अत्यावश्यक गोष्ट आहे.'' पॅस्ट्रिनी दोन मिनिटांत जाऊन आला. ''तुम्हा जाऊ शकता, उमराव तुमची वाट पाहत आहेत.''

उमराव एका लहान खोली बसला होता. फ्रान्झला पाहताच तो म्हणाला, ''असं काय झालंय, की या वेळी आमची आठवण व्हावी तुला?''

''मी एका गंभीर विषयाबाबत चर्चा करायला आलो आहे. आपण इथे एकटेच आहोत का?''

उमरावाने उठून खोलीचं दार बंद केलं आणि म्हणाला, ''बोल.''

फ्रान्झनं आलेलं पत्र वाचायला सांगितलं. ''याचं काय करायचं?''

उमरावाने ते पत्र वाचून विचारलं, ''हे पत्र घेऊन येणारा कुठे गेला?''

''तो रस्त्यावर उभा आहे. तो वर यायला तयार नाही.''

उमराव खिडकीपाशी गेला आणि त्याने खाली पाहून विशिष्ट प्रकारे शिट्टी वाजवली. त्या माणसाने वर पाहताच त्याने नोकराला आज्ञा द्यावी तसं त्याला वर बोलावलं. तो माणूस लगेचच वर आला. त्याला पाहताच उमराव म्हणाला, ''ओह, पेप्पिनो!''

त्यावर काही उत्तर देण्याऐवजी पेप्पिनो गुडघ्यावरती बसून उमरावांचे हात पकडून त्यावर डोकं लावू लागला. उमराव म्हणाला, ''अरे, तू तुझे प्राण वाचवणाऱ्याला विसरलेला नाहीस तर. एक आठवडा उलटून गेला तरीही.''

''असं कसं विसरेन सरकार, तुम्ही तर माझे प्राणदाते आहात.''

''बरं, आता जरा माझ्या प्रश्नांची उत्तरं दे. आणि हो, तू यांच्यासमोर बोलू

शकतोस. ते माझे मित्रच आहेत.'' पेप्पिनोने होकार भरला.

''ल्यूगीच्या हातात अल्बर्ट कसा गेला?''

''सरकार, झालं असं की, तेरेसा ज्या वाहनात होती त्या वाहनाशेजारून बरेचदा त्या फ्रेंच माणसाचं वाहन गेलं.''

''तेरेसा - ल्यूगीची मैत्रीण!''

''हो तीच. तो फ्रेंच माणूस तिच्यासाठी पागल झाला. फूल देण्या-घेण्याचे कार्यक्रम झाले. त्या वेळी आमचे बॉस ल्यूगी गाडीतच होते. वेषांतर करून ते चालक झाले होते. बॉसच्या परवानगीने तिने सापळा रचला. भेटीचं ठरवलं. आणि मग त्या चर्चच्या इथे तेरेसाऐवजी बेप्पो गेला. खरंतर बेप्पो हा पंधरा वर्षाचा मुलगा आहे. पण तुमचा मित्र एवढा पागल झाला होता की, जाळ्यात बरोबर अडकला.''

उमराव म्हणाला, ''मग त्याला शहराबाहेर नेण्यात आलं, बरोबर?''

''अगदी बरोबर. बेप्पोने त्याला शहराबाहेरच्या एका मोठ्ठ्या घरात जाऊ या, असं सांगितलं. ते ऐकताच त्या फ्रेंचाला आकाश ठेंगणं वाटू लागलं. आणि एका घराजवळ जाताच बेप्पोने त्याच्या डोक्याला घोडा लावला आणि त्याच वेळी टोळीतले लपून बसलेलेही बाहेर आले. ते सगळे सशस्त्र असल्याने त्याला काही करणं शक्यच नव्हतं. नंतर त्याला सेंट सबॅस्टियनच्या गुहांमध्ये नेण्यात आलं, जिथे ल्यूगी आणि तेरेसा होते.''

उमराव फ्रान्झला म्हणाला, ''गोष्ट तशी मजेशीर आहे, नाही?''

फ्रान्झ म्हणाला, ''बिचारा... कशाची अपेक्षा होती, अन् काय झालं.''

''ते तर होणारच होतं. पण तो जिथे आहे ते ठिकाण फारच सुंदर आहे. तू गेला आहेस तिथे?''

''नाही.''

''अरे व्वा, मग तर ही नामी संधी चालून आली आहे.'' असं म्हणून उमरावाने नोकराला निघण्याची सगळी व्यवस्था करायला सांगितलं.

काही तासांनी ते निघाले. उमराव म्हणाला, ''आता मध्यरात्र उलटली आहे. खरंतर आपण पहाटे निघायला हवं; पण उशीर करण्यात अर्थ नाही. लवकरात लवकर तुझ्या मित्राला सोडवलं पाहिजे.'' त्यांच्या सोबत पेप्पिनोही होता.

सगळ्या प्रवासात उमराव शांत होता, फ्रान्झ मात्र काळजीने अस्वस्थ झाला होता; तर पेप्पिनो त्याच्याकडे बेरकीपणे पाहत होता.

त्यांचं निश्चित ठिकाण जवळ येताच पेप्पिनोने हळू आवाजात सांगितलं की, आता आपण दोनच मिनिटांत पोहचू. मग एके ठिकाणी गाडी थांबवून ते मशाल

हातात घेऊन चालत जाऊ लागले. थोडं अंतर गेल्यावर त्यांना माणसांच्या बोलण्याचे आवाज ऐकू आले.

फ्रान्झ म्हणाला, ''आपण पुढे जायचं की नाही?''

''पेप्पिनो तू पुढे जा. तुलाच सगळं नीट ठाऊक आहे.''

''सरकार, आपण गुहांपासून खूपच जवळ आलो आहोत. अजून काही पावलं गेलं की पोहचूच. हा आवाज पहारेकऱ्यांचा असेल. मी पुढे होतो.''

झाडझाडोऱ्याचा एक पुंजका मागे टाकल्यावर त्यांना थोड्या अंतरावर मशाली पेटलेल्या दिसल्या. तिथे एका टेकडीत एक गुहा होती. ते जवळ गेले, तसं समोरच्या गुहेत हालचाली होऊ लागल्या. मग समोरून आवाज आला, ''कोण आहे, तिथेच थांबा नाहीतर जीवावर बेतेल!''

पेप्पिनो म्हणाला, ''मित्रांनो, मी आहे - पेप्पिनो.'' मग पुढे होत त्याने पहारेकऱ्यांना काहीतरी सांगितलं आणि ते तिघंही आत गेले. मग थोडं पुढे गेल्यावर उमरावाने फ्रान्झला गुंडांच्या टोळीचं ते निवासस्थान दाखवलं. तिथे आत लहान लहान खोल्या होत्या आणि त्यात टेबल-खुर्च्या, पलंग असं सामान होतं. दारूचे बुधले होते. अंधारात फ्रान्झला सगळं दिसलं नाही, तरी अंदाज मात्र आला. मग ते एका खोलीत शिरले आणि त्यांच्यासमोर बसला होता टोळीप्रमुख ल्यूगी व्हाम्पा! त्याच्या हातात एक पिस्तूल होतं आणि आजूबाजूला पाच-सहा अंगरक्षक होते.

समोरून कोणीतरी येतं आहे याचा अंदाज घेऊन त्या टोळीप्रमुखाने ''कोण आहे तिकडे,'' अशी हाक दिली आणि आपली पिस्तूल समोर रोखून धरली. तो ती झाडणार तोच, उमराव अत्यंत शांत स्वरात म्हणाला, ''माझ्या प्रिय व्हाम्पा, तू तुझ्या मित्राचं अशा प्रकारे स्वागत करतो आहेस!''

व्हाम्पाने त्वरित आपल्या रक्षकांना आणि तट्टूंना शस्त्रं खाली घेण्याचा आदेश दिला. मग तो नम्रपणे म्हणाला, ''उमराव आपण? माफ करा. आपण अशा वेळेला इथे याल याची मला सुतराम कल्पना नव्हती. सरकार, मी असं काय केलं ज्याने खुद्द तुम्हाला इथे यावं लागलं आहे?''

''तू ज्या माणसाचं अपहरण केलं आहेस, ते माझे मित्र आहेत, खूप जवळचे मित्र.''

''असं होय! मला क्षमा करा, सरकार, मला माहीत असतं तर मी असं काही केलंच नसतं. मी स्वतः जाऊन आपल्या मित्राला घेऊन येतो. ते आत्तापासून, या क्षणापासून मुक्त आहेत.''

फ्रान्झ आश्चर्यचकित होऊन सगळं पाहत होता. त्याचा त्याच्या डोळ्यांवर आणि

कानांवर विश्वासच बसत नव्हता. मग काही क्षणांत अल्बर्टला तिथे आणण्यात आलं. तो डोळे चोळत तिथे आला. फ्रान्झला पाहताच तो म्हणाला, ''मी स्वप्न पाहतोय की काय? फ्रान्झ इथे आला आहे.''

व्हाम्पा म्हणाला, ''नाही सर, हे सत्य आहे. तुम्ही मुक्त आहात.''

''काय? खंडणी दिली का फ्रान्झ?''

व्हाम्पा म्हणाला, ''त्याची मुळीच आवश्यकता नाही. तुम्ही जाऊ शकता.'' असं म्हणून व्हाम्पा स्वतःहून त्या तिघांना गुहेच्या तोंडाशी सोडायला आला. त्यांचा निरोप घेताना उमरावाला म्हणाला, ''सरकार, तुमचे पाय माझ्या घराला लागले हे माझं भाग्य!'' अल्बर्ट व फ्रान्झ चकित झाले होते. अपहरण करणारा असा निरोप देतो काय, हे किती अविश्वसनीय होतं!

दुसऱ्या दिवशी दुपारी अल्बर्ट आणि फ्रान्झनी उमरावांना आपल्या खोलीत चहापानाला बोलावलं. दोघांनी त्यांचे मनापासून आभार मानले. अल्बर्ट तर म्हणाला, ''मला तर वाटलं की, मी आता देवाघरीच जाणार. उमराव, तुमचा आता मी कायमचा ऋणाईत झालो आहे. मला त्यातून मुक्त होणं शक्य नसलं, तरी ते फेडायचा मी प्रयत्न जरूर करेन. सांगा काय करू मी तुमच्यासाठी?''

''तुमच्यासारखे ऋणाईत असणं हे मी माझं भाग्यच समजतो. अशा गोष्टी काय होतच असतात आयुष्यात.''

''ते काही नाही, तुम्ही माझ्या घरी, पॅरिसला यायला हवं.''

''वा, हे छान आहे. मी पॅरिसला कधीही गेलो नाहीये.''

''तुम्ही कधी पॅरिस नाही पाहिलं? मग तर तुम्हाला यायलाच हवं. २७ रोड हेल्दर हा माझा पत्ता. सांगा कधी येताय? किंवा असं करूया, आम्ही आता निघणार आहोतच, तर तुम्ही सोबत चला.''

''नाही. मला लगेच नाही येता येणार. मला अजून बरीच कामं आहेत. मला दोन-तीन महिने तरी राहावं लागेल इथे. पण असं पाहा, मी मेच्या २१ तारखेला येईन.''

''चालेल. मी तुमची वाट पाहतो.''

उमराव तिथून निघून गेल्यावर फ्रान्झ म्हणाला, ''तू त्याला भेटायला बोलावलंस खरं, पण मला हा माणूस जरा विचित्रच वाटतोय.''

वीस

२१ मेचा दिवस उजाडला आणि पॅरिसमधल्या आपल्या घरात अल्बर्ट द मॉर्सेफ उमराव मॉन्टे क्रिस्टोची वाट पाहत बसला होता. अल्बर्टचं घर प्रशस्त प्रासादच होता. त्याच्यासमोर हिरवळ असलेली बाग होती आणि त्याची खोली बागेच्या दिशेला होती. त्यातून रमणीय दृश्यं दिसायची आणि फुला-फळांचा गंध यायचा. त्या खिडकीतून त्याच्या आईची खोलीही दिसायची आणि तिलाही तो दिसायचा. आपला मुलगा आपल्या नजरेसमोरून जाऊच नये, असं तिला वाटायचं.

अल्बर्ट प्रासादाच्या तळमजल्यावरच्या खोलीत बसला होता. तेवढ्यात त्याचा नोकर त्याच्यासाठी वर्तमानपत्रं घेऊन आला. त्याने खानपानासंबंधी विचारल्यावर अल्बर्ट म्हणाला, ''उमराव आपलं वचन पाळतील असं मला तरी वाटत नाहीये; पण तरी बरोब्बर साडेदहाला खानपानाची व्यवस्था कर.'' मग त्याने वर्तमानपत्रातल्या करमणुकीच्या कार्यक्रमांच्या जाहिराती पाहिल्या. बातम्या पाहिल्या, पण काही मिनिटांतच त्याला त्याचा कंटाळा आला.

काही मिनिटांत बाहेर एक वाहन थांबल्याचा आवाज आला. एक उंच, गोरा तरुण आत आला. तो कोण्या मंत्र्याचा स्वीय सचिव होता. अल्बर्ट अत्यानंदाने म्हणाला, ''गुड मॉर्निंग ल्यूसीन. तू वेळेचा इतका पक्का आहेस की, वेळेआधीच तू पोहोचतोस. कमाल आहे तुझी. ये बस.'' तेवढ्यात नोकराने वर्दी दिली. ''मिस्टर ब्यूशाँ आले आहेत, सर.''

अल्बर्टने हस्तांदोलन करत स्वागत केलं, ''या या पत्रकारसाहेब, काय म्हणतंय पॅरिस!''

ब्यूशाँ म्हणाला, ''काय म्हणणार? तुमच्याकडेच असतं सांगण्यासारखं बरंच काही.''

''कसलं काय अहो, असो. अजून दोन पाहुणे आले की आपण थेट खाण्यासाठी

टेबलावरच जाऊ या. काय?''

''आणखी कोण येणार आहे?''

''एक सद्‌गृहस्थ आणि एक राजकारणी. आपण त्यांची साडेदहापर्यंत वाट पाहू या. नाहीतर...'' तोच मिस्टर शातो रेनॉ आणि मिस्टर मॅक्सिमिलियन मॉरेल आल्याचा निरोप नोकर घेऊन आला.

आत आल्यावर मॅक्सिमिलियनची ओळख शातो रेनॉ याने करून दिली. ''हा आहे कॅप्टन मॅक्सिमिलियन, माझा प्राणहर्ता, रक्षणकर्ता. त्याच्यामुळेच आज मी इथे जिवंत उभा आहे.'' मॅक्सिमिलियन हा तरुण, हट्टाकट्टा माणूस होता. त्याच्या डोळ्यांत एक वेगळीच चमक होती. त्याला अनेक सन्मानांनी सन्मानित करण्यात आलं होतं.

''तुमचं स्वागत, कॅप्टन. तुम्ही शातोचे मित्र म्हणजे आमचेही मित्रच.''

''मला तुम्हाला माझ्यावर गुदरलेला तो भयानक प्रसंग आणि त्यातून मला कॅप्टनने कसं वाचवलं हे सांगायलाच हवं.''

मॅक्सिमिलियन म्हणाला, ''शातो, अहो त्यात फार काही नाही एवढं. कोणीही असतं, तर तेच केलं असतं. मी फार काही दिव्य केलं नाहीये.''

''हा तुमचा मोठेपणा झाला कॅप्टन,'' शातो म्हणाला, ''झालं असं मित्रांनो की, मी एकदा आफ्रिकेला गेलो होतो आणि तिथे शिकारीसाठी पिस्तूल घेऊन निघालो असता माझी वाट चुकली. मी रस्ता शोधू लागताच मला दिसलं की, सहा लोक माझा पाठलाग करत आहेत. ते माझ्या जवळ आले. मला त्यांनी पकडलं. ते सशस्त्र होते. आता मला ते पुरता लुटणार असं वाटत असतानाच, तिथे हे कॅप्टन हजर झाले आणि...''

मॅक्सिमिलयन म्हणाला, ''हो. तो दिवस मला नीट आठवतो. पाच सप्टेंबर. तो दिवस खास आहे माझ्यासाठी. कारण माझे वडील मोठ्या संकटातून त्याच दिवशी वाचले होते. त्याला एक वर्षं पूर्ण झालं होतं.''

शातो म्हणाला, ''ही सगळी कथा फारच भन्नाट आहे. मी ती सांगतोच, पण त्याआधी जरा पोट भरलं पाहिजे. पोटात कावळे ओरडू लागले आहेत.''

''थोडा धीर धरा. आणखी एक पाहुणे येण्याची मी वाट पाहतो आहे.''

''कोण बरं?''

''तेच ज्यांनी मला इटालियन गुंडांच्या टोळीच्या तावडीतून वाचवलं... मी रोमच्या जत्रेला गेलो होतो तेव्हा...''

''इटालियन गुंडांच्या टोळीच्या?'' दब्रे म्हणाला, ''तुझी कहाणी तर फारच भन्नाट दिसते आहे. सांग बरं काय झालं तेव्हा?''

"रोमच्या जत्रेत मी एका मुलीच्या प्रेमात पडलो; पण ती निघाली टोळीवाली. त्यांनी माझ्या सुटकेसाठी खंडणी मागितली. फ्रान्झ होता माझ्यासोबत तेव्हा. पण त्या उमराव मॉन्टे क्रिस्टोने मला वाचवलं."

"मॉन्टे क्रिस्टो बेटाबद्दल वडिलांनी मला बरंच काही सांगितलं आहे. त्यांच्या येण्याजाण्याच्या मार्गावरच ते होतं," मॅक्सिमिलियन म्हणाला.

"बरोबर. खरंतर ते टस्कनीच्या इथले उमराव असले, तरी ते बेट त्यांचं आहे. त्यामुळे ते तेच नाव लावतात." मग त्यानंतर अल्बर्ट आणि फ्रान्झ यांची उमरावांशी भेट कशी झाली, त्यांनी देडदंडाची शिक्षा कशी पाहिली, त्यावरची उमरावांची मतं आणि अपहरणाचा प्रसंग, मग त्यांनी भेटीचं दिलेलं वचन इत्यादी गोष्टी अल्बर्टने कथन केल्या.

दब्रे म्हणाला, "मला जरा हे सगळं जुळवून आणल्यासारखंच वाटतंय. एकतर माझ्यामते इटालियन गुंडांच्या टोळ्या असं काही नसतंच. त्यात जरी त्या असल्या, तरी उमरावाला पाहताच ते भयानक गुंड असं काही वागतील यावर माझा विश्वास बसत नाहीय."

ब्यूशाँ म्हणाला, "मलाही जरा घोळच वाटतो आहे यात. बरं तिकडे पाहा, साडेदहा झाले आहेत. मला आता ते उमराव..."

तोच नोकर येऊन मॉन्टे क्रिस्टोचे उमराव येत असल्याची वर्दी देऊन गेला. काही क्षणांत उमराव मंद स्मित करत आत आले. त्यांनी साधे, पण उंची कपडे घातले होते. पुढे येऊन त्यांनी अल्बर्टशी हस्तांदोलन केलं.

हसत हसत उमरावाचं स्वागत करत अल्बर्ट म्हणाला, "शंभर वर्षं आयुष्य आहे तुम्हाला! आत्ता मी माझ्या दोस्तांना तुमच्याबद्दल सांगत होतो आणि तुम्ही आलात. तुम्हाला पाहून फार आनंद झाला आणि बरंही वाटलं. तुम्ही माझ्या घरी खरंच आलात. थांबा, मी तुमची ओळख करून देतो – हे उमराव शातो रेनो. अंतर्गत भाग मंत्र्यांचे सचिव मिस्टर ल्यूसीन दब्रे. हे मिस्टर ब्यूशाँ. हे विख्यात पत्रकार आहेत. यांच्या लेखणीला भलेभले घाबरून असतात बरं. आणि हे कॅप्टन मॅक्सिमिलयन मॉरेल."

शेवटचं नाव उच्चारल्यानंतर उमरावाने सगळ्यांना आदराने झुकून अभिवादन केलं. मग तो हसत म्हणाला, "कॅप्टन, तुमच्या अंगावर हा नवा गणवेश फारच शोभून दिसतो आहे."

अल्बर्ट म्हणाला, "एवढंच नाही उमराव, त्या गणवेशाच्या आत एक धाडसी आणि शूर हृदयाचा माणूसदेखील आहे बरं. आम्हाला आत्ताच कळलं की, त्यांनी

लोकांचे प्राण वाचवले आहेत.''

मॅक्सिमिलियन अल्बर्टला म्हणाला, ''ओह, मिस्टर मॉर्सेफ तुम्ही उगाच माझी स्तुती करता आहात.

उमराव म्हणाला, ''त्यांच्याकडे पाहूनच ते सभ्य आणि शूर असणार हे समजतं आहे. आपल्याला भेटून आनंद झाला कॅप्टन.'' हे वाक्य अल्बर्टने सांगितल्याचा परिणाम नव्हता, तर ते मनापासून आलेलं होतं. त्यामुळे सगळेच जण आश्चर्यचकित होऊन उमरावाकडे पाहू लागले. मग अल्बर्टच्या नोकराने आत येऊन सगळ्यांना जेवणाच्या टेबलाकडे येण्याची विनंती केली.

उमराव फारच थोडं खात असल्याचं अल्बर्टच्या लक्षात येताच तो म्हणाला, ''उमराव, मला वाटतं तुम्हाला आमचे फ्रेंच पदार्थ फार आवडले नसावेत. तुम्हाला वेगळं काही हवं असल्यास मला सांगा. मी लगेच ते तयार करायला सांगतो.''

उमराव हसत म्हणाला, ''मी सतत प्रवास करत असतो, त्यामुळे मी जिथे जिथे जातो तिथले पदार्थ आवडीने, पण थोडेसेच खातो. खरंतर आज मला छान भूक लागली आहे. कारण कालपासून मी अन्नाचा कणही घेतलेला नाही आहे.''

अल्बर्ट म्हणाला, ''काय? पण का?''

''कारण माझ्या अपेक्षेनुसार मला थोडा उशीर झाला होता. त्यामुळे मी मध्ये कुठेच थांबलो नाही आणि झोपून राहिलो.''

अल्बर्ट म्हणाला, ''पण तुम्हाला हवं तेव्हा झोपता येतं?''

''होय, बऱ्यापैकी जमतं. त्यासाठी मी एक गोळी घेतो. उत्तम दर्जाची अफू आणि गांजा यांचं समान मिश्रण करून ही गोळी तयार केली जाते. ती घेतली की, काही मिनिटांत तुम्हाला झोप येते.'' असं म्हणून त्याने खिशातून एक छोटी डबी बाहेर काढली आणि उघडली. ती डबी रत्नं कोरून बनवलेली होती! त्यात हिरव्या रंगाच्या गोळ्या होत्या. त्याला एक विचित्र, घाणेरडा असा वास येत होता.

शातो-रेनो म्हणाला, ''मस्तच. कल्पना छान आहे ही.''

उमराव म्हणाला, ''माझ्याकडे अशा तीन डब्या होत्या. त्या मी कोणाकोणाला दिल्या. त्यातली एक हिज होलीनेस पोप यांनाही दिली.''

प्रत्येक जण उमरावांकडे आश्चर्य आणि कुतूहलाने पाहू लागला. दब्रेने विचारलं, ''मग परतभेट म्हणून पोप यांनी काय दिलं?''

''एका माणसाचं आयुष्य वाचवण्याची संधी.''

अल्बर्ट लगेच काही लक्षात आल्यासारखं म्हणाला, ''त्यामुळेच पेप्पिनो वाचला, बरोबर ना? दोस्तांनो, आता इथे विषय निघालाच आहे, तर मी पुन्हा सांगतो. रोमला

गेलो असताना उमरावांनी मला ल्यूगी व्हाम्पाच्या टोळीच्या तावडीतून वाचवलं होतं. माझी वाटच लागली आहे अशी माझी खात्री झाली होती. मात्र उमराव मदतीला धावून आले, अगदी देवदूताप्रमाणे. पण मला सांगा उमराव, तुम्ही त्या ल्यूगीला कसं काय ओळखत होतात?''

मग उमरावाने एकदा ल्यूगीला कसं पकडलं आणि त्याचा जीव वाचवला आदी गोष्टी कथन केल्या. मग म्हणाला, ''बरं ते जाऊ दे. अल्बर्ट, तुमच्या लग्नाचं काय झालं?''

''साखरपुडा तर झालाय. तिचं नाव - मिस यूजेनी डँग्लार.''

उमराव लगेच म्हणाला, ''म्हणजे सरदार डँग्लारच्या मुलीशी का?''

''हो. पण तुमची कशी ओळख त्यांच्याशी?''

उमराव तुटकपणे म्हणाला, ''मी त्यांना ओळखत नाही; पण त्यांच्या फर्म्समध्ये माझी काही खाती आहेत. लंडनची फर्म, रोममधली थॉम्सन अँड फ्रेंच फर्म अशा एक-दोन आहेत.'' थॉम्सन अँड फ्रेंचचं नाव घेताना उमरावाने तिरक्या नजरेने मॉरेलकडे कटाक्ष टाकला.

त्या फर्मचं नाव ऐकताच कॅप्टनला विजेसारखा धक्का बसला. तो त्वरित उद्गारला, ''थॉम्सन अँड फ्रेंच. तुम्हाला ती माहिती आहे?''

उमराव शांतपणे म्हणाला, ''हो, रोममधली बँक आहे ती माझी. ते माझ्या संपत्तीची देखभाल करणं आदी गोष्टी पाहतात.''

मॅक्सिमिलियन म्हणाला, ''फारच छान. मला त्यांच्याबाबत थोडं जाणून घ्यायचं होतं. त्यांनी एकदा आम्हाला सर्वोत्तम सेवा दिली होती त्याबद्दल.''

''कॅप्टन, मला तुम्हाला मदत करायला आवडेलच.''

अल्बर्ट म्हणाला, ''एकच मिनिट, सद्गृहस्थांनो, मी विषय वेगळीकडे नेतो आहे, पण तो तितकाच महत्त्वाचा आहे. उमरावांना राहायला छानसं घर आपण शोधायला हवं. तुमच्या ओळखीत काही असेल तर सुचवा.''

कॅप्टन त्वरित म्हणाला, ''उमरावांना चालणार असेल, तर ते माझ्या लहान बहिणीच्या घरात असलेल्या एका स्वीटमध्ये राहू शकतील. तो तिला भाड्याने द्यायचा आहे.''

''मला आवडेलच. तुम्हाला एक बहीणही आहे? तिचं लग्न झालंय?''

''हो. नऊ वर्षं झाली. नक्कीच, ती तुमची उत्तम काळजी घेईल.''

''खूपच आभार, कॅप्टन. पण मी तुमच्या बहिणीकडे राहू शकणार नाही. कारण इथे येण्याआधीच माझ्या नोकराने एक घर घेतलं आहे.''

ब्यूशाँ म्हणाला, ''पण त्याला पॅरिसची माहिती आहे का?''

''नाही, तो पहिल्यांदाच इथे आला आहे आणि तो मुका आहे.''

अल्बर्ट म्हणाला, ''अली त्याचं नाव, बरोबर?''

''बरोबर. तू त्याला रोममध्ये भेटला असशील. त्याला माझी आवडनिवड नीट माहीत आहे. तो इथे आठवडाभर आधीच आला होता आणि त्याने माझ्या लहरी स्वभावाला आणि गरजांना अनुसरून योग्य घर मिळवलं आहे. ते मी विकतच घेतलं असून, ही त्याची ही कागदपत्रं. आता माझा नवा पत्ता हा आहे - ३० शाँझ्-एलिझे.''

सगळ्यांनी त्याच्याकडे मोठ्या आश्चर्याने पाहिलं. कारण तो भाग पॅरिसमधला सर्वांत महागडा आणि उच्चभ्रू वस्ती असलेला होता.

मग ब्यूशाँ म्हणाला, ''अल्बर्ट, मला आता निघायला हवं. मला उशीर होतो आहे. येतो, उमराव. आपली परत भेट होईल अशी आशा करतो.'' कॅप्टन मॅक्सिमिलियनही निघू लागला; पण जाताना त्याने उमरावाला आपलं कार्ड देऊन घरी येण्याची विनंती केली. त्यावर उमराव म्हणाला, ''जरूर येऊ आम्ही तुमच्याकडे. शूर माणसं आम्हाला आवडतात.''

पाहुण्यांचा निरोप घेतल्यानंतर, अल्बर्ट म्हणाला, ''या, मी तुम्हाला घर दाखवतो. म्हणजे आता अविवाहित असल्याने ते तेवढं नीटनेटकं नसलं, तरी मी जमवलेल्या पुरातन वस्तूंचा संग्रह पाहायला तुम्हाला नक्की आवडेल.''

उमरावाने अदबीने आपली मान डोलावली आणि तो अल्बर्टच्या मागे गेला. अल्बर्टने त्याला त्याच्याकडे असलेला संग्रह दाखवला. चित्र पाहताना उमराव त्यावरची सही न्याहाळत होता. त्या सगळ्या चित्रकारांची चित्रं त्याने पाहिली होती आणि त्यांच्या चित्रशैलीबद्दल, विषय निवडीबद्दल त्याची अशी खास मतं होती. यावरूनच त्याचा कलाभ्यास दिसून येत होता.

मग ते एका सुंदर, नीटनेटक्या खोलीत गेले. ती अल्बर्टची झोपायची खोली होती. तिथे एका भिंतीवर लावलेल्या तैलचित्राने उमरावाचं लक्ष वेधलं गेलं. तो जवळ जाऊन ते चित्र पाहू लागला. ते एका सव्वीस वर्षाच्या स्त्रीचं चित्र होतं. तिने कॅटॅलन कोळ्यांसारखा पोशाख घातला होता आणि केसांत सोनेरी पिना खोवल्या होत्या. तिचे डोळे स्वप्नाळू पण आकर्षक होते आणि पापण्या काळ्या व मोठ्या होत्या. ती सुंदर होती आणि तिच्यामागे तितकंच सुंदर निळं आकाश चितारलं होतं. काही क्षण ते चित्र पाहून उमराव म्हणाला, ''तुझी प्रेयसी फार सुंदर आहे. हा पोशाखही तिच्यावर

खुलून दिसतो आहे.''

अल्बर्ट म्हणाला, ''क्षमा करा, पण उमराव, ती माझी प्रेयसी नसून आई आहे. हे चित्र बऱ्याच वर्षांपूर्वी चितारण्यात आलं आहे. तेव्हा ती सव्वीस वर्षांची असेल. आणि हो, हा पोशाखही तिने तयार केला आहे. बरं झालं, यावरून मला आठवलं ते. चला, मी तुमची माझ्या आई-वडिलांशी ओळख करून देतो. अर्थातच तुमची इच्छा असेल, तर. पण रोममध्ये घडलेला प्रसंग मी त्यांना पत्राने आधीच कळवला होता. त्यामुळे त्यांना तुम्हाला भेटायला नक्कीच आवडेल.''

''आमची काहीच हरकत नाही,'' असं उमरावाने म्हणताच अल्बर्टने नोकराला ते येत असल्याची वर्दी द्यायला पुढे पाठवलं.

थोड्याच वेळात मॉर्सेफ यांच्या घरी उमराव मॉर्सेर्फ आणि उमराव मॉन्टे क्रिस्टो यांची समोरासमोर भेट झाली. मॉर्सेर्फ हा चाळिशीतला गृहस्थ होता. पण पन्नाशीत असल्यासारखा वाटत होता. त्याचे केस पांढरे पडले होते.

अल्बर्ट म्हणाला, ''बाबा, हे उमराव मॉन्टे क्रिस्टो, यांच्यामुळेच मी आज इथे उभा आहे, जे मी याआधीच सांगितलं आहे.''

मॉर्सेर्फ यांनी हसत हसत उमरावाचं स्वागत केलं. ''मी सदैव आपल्या ऋणात राहीन. आपल्याला भेटायला माझ्या पत्नी येतीलच इतक्यात.''

मॉन्टे क्रिस्टो म्हणाला, ''ते मी माझं भाग्यच समजतो. त्या निमित्ताने तुमच्यासारख्या लोकांच्या ओळखी होणं यातच सगळं आलं. तुमच्यासारख्या सैन्यात उच्च पदावर असलेल्या जनरलशी पॅरिसमधल्या पहिल्याच दिवशी ओळख व्हावी, हा दैवयोगच म्हणावा.''

उमरावच्या या बोलण्याने मॉर्सेर्फ सुखावला. तो म्हणाला, ''आत्ता संसदेत आमची एक चांगली चर्चा होणार आहे. मी तिथेच निघालो आहे. जर तुम्हाला कंटाळा येणार नसेल, तर मी तुम्हालाही त्याचं निमंत्रण देऊ इच्छितो.''

मॉन्टे क्रिस्टो उत्तरला, ''क्षमा करा. पण मी उमरावबाईंची भेट घेऊ इच्छितो.''

तोच अल्बर्ट म्हणाला, ''आल्याच पहा.'' मॉन्टे क्रिस्टोला पाहताच तिचा चेहरा पांढराफटक पडला. ती काही सेकंद तशीच उभी राहिली. तिचे डोळे विस्फारले. मॉन्टे क्रिस्टोने तिला झुकून अभिवादन केलं.

मॉर्सेर्फ म्हणाला, ''तुला बरं वाटत नाही आहे का?''

अल्बर्टने तातडीने विचारलं, ''आई, काय झालं?''

मॉन्टे क्रिस्टोकडे हसून पाहत ती म्हणाली, ''नाही, काही नाही झालं. आपल्या मुलाचा जीव वाचवणाऱ्याला पाहून माझ्या भावना जरा उचंबळून आल्या.'' त्यावर

मॉन्टे क्रिस्टोने पुन्हा एकदा लवून अभिवादन केलं आणि मग मर्सिडीज अधिकच पांढरी पडली.

उमराव मॉर्सेर्फ म्हणाला, ''मी उमरावांची क्षमा मागतो. पण मला आता निघायला हवं.'' त्यावर मर्सिडीज म्हणाली, ''जा निघा तुम्ही. पाहुण्यांची काळजी घेईन मी.''

मग उमराव तिच्याकडे पाहत म्हणाला, ''मला क्षमा करा, पण आता मलाही निघायला हवं. कारण आज सकाळीच मी पॅरिसला आलो आहे. अजून मी माझं घरही पाहिलेलं नाही.''

मर्सिडिज म्हणाली, ''चालेल, पण आम्हाला तुम्हाला परत भेटायला आवडेल.'' मग झुकून अभिवादन करत मॉन्टे क्रिस्टोने तिचा निरोप घेतला.

तो गेल्यावर मर्सिडिज आपल्या मुलाला म्हणाली, ''तू आता लहान राहिलेला नाहीस, तरी मला वाटतं, तू एक अंगरक्षक नेमावास.''

अल्बर्ट म्हणाला, ''आई, माझी तू फारच काळजी करतेस. ते उमराव मला काय करणार? ते किती श्रीमंत आहेत, आणि मुख्य म्हणजे त्यांनीच एकदा माझा जीवही वाचवलेला आहे.''

मर्सिडीज आपल्याच विचारात बुडून गेली. तिच्या मनात आपल्या मुलाच्या सुरक्षिततेचे विचार थैमान घालत होते.

एकवीस

उमराव त्याच्या पॅरिसमधल्या नव्या घरी पोहचला. तिथे त्याचे दोन सेवक त्याची वाटच पाहत होते. एक होता त्याचा मुका नोकर अली, तर दुसरा होता उमरावाचा सचिव मिस्टर बर्तुशिओ. घरात शिरल्या शिरल्या बर्तुशिओला उमरावाने विचारलं, ''नोटरी आले आहेत का?''

''हो, सर ते तुमचीच वाट पाहत आहेत आत.''

आत जाऊन उमरावाने नोटरीला विचारलं, ''तुम्ही घरविक्रीचं करारपत्र आणलं आहे का?''

''हो सर, हे पाहा - ''

''आता मला सांगा, मी विकत घेत असलेलं घर आहे कुठे?''

नोटरीने आश्चर्याने विचारलं, ''तुम्ही अजून ते घर पाहिलेलं नाहीये?''

''नाही. मी आजच सकाळी पॅरिसमध्ये पोहोचलो आहे.''

''बरं, बरं. ठीके. ते घर ओतयला आहे.'' ते ऐकताच बर्तुशिओचा चेहरा पांढरा पडला.

''कुठे आहे हे ओतय?''

''इथून जवळच आहे सर, फारच मस्त जागा आहे ती. आवडेल तुम्हाला.''

''जवळच? म्हणजे ती जागा खेड्यात नाही. पण जाहिरातीत तर मी वाचलं की ते 'कंट्री हाउस' आहे असं.''

बर्तुशिओ चटकन म्हणाला, ''सर, पण अजूनही आपल्याकडे वेळ आहे. आपण दुसरीकडेही घर पाहू शकता.''

''त्याची काही गरज नाही.''

नोटरी म्हणाला, ''चांगलं घर आहे ते. तुम्हाला नक्की आवडेल. हा घ्या करार.'' उमरावाने भराभरा करारावर सह्या करून बर्तुशिओला रक्कम द्यायला सांगितली. व्यवहार

पूर्ण झाल्यावर नोटरी निघून गेला. उमराव म्हणाला, ‘‘मला आता माझं घर पाहायची फारच इच्छा आहे. बर्तुशिओ, तुला फ्रान्सची बऱ्यापैकी माहिती आहे, हो ना?’’

‘‘हो, काही भागांची आहे.’’

‘‘म्हणजे या ओतयचीही असेल. चल, निघू या तिथे जायला आपण. वाहनांची व्यवस्था कर.’’

‘‘मीपण येऊ तिथे, ओतयला?’’ बर्तुशिओचा चेहरा भीतीने आक्रसला.

‘‘हो, अर्थातच. आणि त्यात काय एवढं घाबरण्यासारखं?’’

‘‘काही नाही,’’ असं म्हणून त्याने निघायची लगेच व्यवस्था केली.

वीस मिनिटांमध्ये ते २८ ऱ्यू द ला फॉन्तेन या पत्त्यावर पोचले. बर्तुशिओचा चेहरा पडलेलाच होता. तो प्रार्थना पुटपुटत होता.

रात्र झाली होती. अंधार गडद होता. त्या घरापाशी गाडी थांबल्यावर ते खाली उतरले. उमरावने तो आल्याची वर्दी देण्याची सूचना दिली. बर्तुशिओने त्याप्रमाणे केलं. दार उघडणाऱ्या सेवकाला करारपत्र देऊन तो म्हणाला, ‘‘आतापासून हे तुमचे नवे मालक आहेत.’’

त्यावर तो सेवक म्हणाला, ‘‘काय, घर विकलं गेलं?’’

उमराव म्हणाला, ‘‘हो, आम्हीच ते विकत घेतलं आहे. तुला तुझ्या जुन्या मालकांना भेटता येणार नसल्याचं दुःख वाटेल हे मी समजू शकतो.’’

‘‘नाही, नाही. असंही जुने मालक - मार्किज ऑफ सेंट-मेराँ - हे गेली पाच-सहा वर्षं झाली इथे फिरकलेही नाहीत.’’

‘‘हे नाव मला ओळखीचं वाटतंय...’’ उमराव आठवू लागला.

सेवक म्हणाला, ‘‘ते वृद्ध सद्गृहस्थ आहेत आणि राजघराण्याशी एकनिष्ठ आहेत. त्यांच्या एका मुलीचं लग्न मिस्टर द विलफोर्ट यांच्याशी झालं आहे. ते नीम आणि मग व्हर्साय इथे दंडाधिकारी होते.’’

उमरावाने बर्तुशिओकडे पाहिलं, तर तो बेशुद्ध पडेल की काय असं वाटत होतं. नोकराचे आभार मानत उमरावाने त्याला एक सोन्याचं नाणं भेट दिलं. त्याकडे तो मोठ्या अप्रूपाने पाहत राहिला.

उमरावाने बर्तुशिओला कंदील पेटवून घर दाखवण्याची विनंती केली, ती त्याने काहीही न बोलता मान्य केली. त्यांनी झोपायच्या खोल्या, मुख्य खोल्या असं सगळं पाहिलं. तोच उमरावाला एक गोल, खाली उतरणारा जिना दिसला. त्याकडे बोट दर्शवत तो म्हणाला, ‘‘तिकडे कंदील कर जरा, तिथे एक गुप्त जिना दिसतो आहे.’’

बर्तुशिओ तत्काळ म्हणला, ‘‘तो जिना बागेत जातो.’’

‘‘तुला कसं माहिती?’’

‘‘नाही, म्हणजे मला म्हणायचं होतं जात असेल.’’ बर्तुशिओने सावरून घेतलं. खरंच तो जिना बागेतच गेला होता. बागेच्या दारातच बर्तुशिओ थांबून राहिला. त्याला दरदरून घाम फुटला होता. तो म्हणाला, ‘‘सर, आता यापुढे मी जाऊ शकत नाही.’’

‘‘म्हणजे?’’

‘‘मला हे विचित्र वाटतंय सर की, तुम्ही पॅरिसच्या उपनगरात, ओतयमध्येच, हेच घर घेतलं. जणू दुसरं कुठलं घरच नव्हतं...’’

‘‘तू नेहमीच असं काहीतरी गूढ बोलत असतोस. चल कंदील घेऊन पुढे. मला बाग पाहू दे.’’

ते एका झाडाखाली येताच बर्तुचिओ ओरडला, ‘‘हीच ती जागा!’’

उमराव म्हणाला, ‘‘मला वाटतं, तुला वेड लागणार आहे बर्तुशिओ. पण त्याआधी काय झालंय ते मला सांग. चटकन.’’

‘‘सर, मला माफ करा. पण मी ते एकदाच आयुष्यात सांगितलं, तेही अॅबे ब्यूसोनीला आणि आता परत मी ते सांगू शकेन असं वाटत नाही.’’

‘‘हे बघ, तुला मी माझ्या घरातल्यांपैकीच एक मानतो, आणि असे रात्री बागेत येण्यास घाबरणारे लोक मला माझ्या घरी नकोत. तू जाऊ शकतोस...’’

‘‘सर, माझ्या पोटाचा प्रश्न असल्याने आता मला तोंड उघडायलाच हवं. सांगतो मी, तुम्हाला सगळं काही सांगतो. मला कळत नाहीये की सुरुवात कुठून करावी... कारण ती गोष्ट...’’

‘‘कुठूनही कर, ब्यूसोनीला जिथून सांगितली तिथून कर...’’

‘‘मला सगळं काही जणू काल घडल्याप्रमाणेच आठवतं आहे. माझा भाऊ सैन्यात होता, बोनापार्टच्या दिमतीला होता. आमचं बालपण खडतर गेलं. कारण लहान असतानाच आमचे आई-वडील वारले. आम्ही अनाथ झालो आणि एकमेकांच्या आधाराने राहिलो. नेपोलियनच्या पुनरागमनानंतर माझा भाऊ सैन्यात लेफ्टनंट झाला. लढायला गेला.

‘‘एके दिवशी मला माझ्या भावाचं पत्र आलं. तो नीमजला होता आणि त्याला पैशांची खूप गरज होती. तिथे सम्राट आणि नेपोलियन यांच्यात लढाई सुरू होती. माझा माझ्या भावावरती खूप जीव असल्याने मी तिथे जाण्याचं ठरवलं. तेव्हा मी पोटासाठी भावाच्या हुद्द्याचा वापर करून थोडीफार तस्करी करायचो. माझ्याकडचे थोडेफार पैसे मी आधीच पुढे पाठवले आणि आणखी थोडे जमवून मी स्वतः नीमजला गेलो.

''तेव्हा दक्षिण फ्रान्समध्ये निर्घृण हत्याकांड चालू होतं. जे जे बोनापार्टिस्ट असल्याचा संशय होता त्या सगळ्यांना पद्धतशीरपणे मारून टाकलं जात होतं. मी जेव्हा नीमजला पोहचलो, तेव्हा तिथे रक्ताचे पाट वाहत होते. लोकांना भोसकलं जात होतं, जाळपोळ होत होती. मला माझ्याबद्दल भीती वाटत नव्हती, कारण मी साधा कोळी होतो. पण माझ्या भावाबद्दल मला काळजी वाटली. कारण तो अधिकारी होता.

''भावाने सांगितलेल्या हॉटेलात मी गेलो असता माझी भीती खरी ठरली. त्याची आदल्याच रात्री हत्या करण्यात आलेली होती. मी वेडापिसा झालो. मला माझ्या भावाच्या मारेकऱ्याचा शोध घ्यायचा होता. म्हणून मी तिकडच्या दंडाधिकाऱ्याला - विलफोर्टला जाऊन भेटलो. तो आधी मार्सायला होता. नुकतीच त्याची बढती झाली होती. असं म्हटलं जात होतं की, एल्बाहून नेपोलियन परत येत असल्याची बातमी त्यानेच पहिल्यांदा सम्राटाला दिली.

''मी त्याला सांगितलं की, माझ्या भावाची काल हत्या करण्यात आली आहे. त्यावर तो तत्काळ म्हणला, 'तो बंडखोरांच्या सैन्यात होता का?' मी होकार देताच तो म्हणाला, 'तसं असेल तर त्याचं दुर्दैवच म्हणायला हवं. पण असंही नंतर तो पकडला गेल्यावर त्याला फाशी दिली गेली असतीच. असं घडणं हे साहजिकच असतं. सत्तांतर झालं की हे असंच घडतं.'

मी त्याला म्हणालो, 'तुम्ही दंडाधिकारी आहात. तुम्ही असं कसं बोलू शकता?' तर तो म्हणाला, 'तुम्ही कोळी लोक वेडे आहात. तुम्हाला वाटतं, तुमचा राजा पुन्हा सत्तेवर येईल. पण हे वाटणं किती फोल आहे हे तुला अजूनही समजलेलं दिसत नाहीये. तेव्हा आता इथून जा, नाहीतर मी तुला बाहेर फेकून देईन.'

''मी त्याला म्हणालो, 'ठीक आहे. आत्ता मी जातो आहे; पण आम्हाला कोळ्यांनाही सूड घेता येतो, हे ध्यानात ठेव. तू राजघराण्याशी एकनिष्ठ आहेस आणि कोळी, बोनापार्टशी. त्यामुळे तुला वाटतंय की माझ्या भावाच्या बाबतीत जे झालं, ते योग्यच झालं. आता तू लक्षात ठेव, एके दिवशी मी त्याचा बदला नक्की घेईन. मी तुला मारून टाकेन. त्या शब्दांनी तो चकित झाला आणि मी तिथून निसटलो.''

उमराव म्हणाला, ''फारच वाईट झालं.''

''सर, पण याहीपेक्षा वाईट झालं ते त्यानंतर. मी माझ्या विधवा वहिनीला सांभाळत राहू लागलो. माझ्या टोक्यात सूडाचा अग्नी भटकला होता. म्हणून मी बिलफोर्टवर नजर ठेवून होतो. तेव्हा मला कळलं की ओतयमधल्या या घरात तो सारखा येत असतो. त्याच्यासोबत एक मादामही असते. मी योग्य संधीची वाट पाहत होतो. आणि एका रात्री ती मला मिळाली. त्या दिवशी मी विलफोर्टला घाईतच इथे येताना

पाहिलं. मी या घराच्या बागेत भिंतीवरून उडी मारून दबकत येऊन एका झाडामागे लपलो. अमावस्या असल्याने अंधार किर्र होता. तोच तिथे विलफोर्ट आला, त्याच्या हातात एक पेटी होती. त्याने खड्डा खणून ती पेटी पुरून टाकली. तोच मी त्याच्या पोटात चाकू खुपसला. तो खाली पडून विव्हळू लागला. मी झटकन ती पेटी खणून काढली आणि खड्डा मातीने भरून टाकला, आणि पळून गेलो. मला वाटलं, त्या पेटीत सोनंनाणं असेल, पण त्यात एक नवजात अर्भक, काळंनिळं पडलेलं मूल होतं! मी ते वहिनीला दिलं. तिला ते देवाने दिलेला प्रसाद आहे असं वाटलं आणि तिने त्याचं नाव, बेनेडेट्टो असं ठेवलं. तिने त्याचा प्रेमाने सांभाळ केला. पण आम्हाला काय माहिती सर की, आम्ही एका सापाच्या पिल्लाला सांभाळत होतो ते. एके दिवशी मी कामानिमित्त प्रवासाला गेलो असताना बेनेडेट्टो सगळे पैसे चोरून, माझ्या वहिनीला बेदम मारहाण करून पळून गेला. मला तो सापडला ना, तर मी त्याची खांडोळी करेन!''

"बर्तुशिओ शांत हो, देव सगळं पाहत असतो.'' उमराव शांतपणे म्हणाला.

बावीस

दुसऱ्या दिवशी, दुपारी उमराव मॉन्टे क्रिस्टोच्या ओतयच्या घरासमोर उमदे इंग्लिश घोडे असलेली एक घोडागाडी येऊन थांबली. त्यात बसलेल्या माणसाने आपल्या सेवकाला पाठवून उमराव घरात असण्याबद्दल चौकशी करायला सांगितलं. त्याप्रमाणे तो सेवक आला; पण उमराव दुसऱ्या कामात व्यस्त होते. म्हणून मग तो माणूस – मिस्टर डँग्लार आपलं भेटपत्र देऊन निघून गेला.

त्याच वेळी एका बाहेरून न दिसणाऱ्या खिडकीतून ही घोडागाडी उमरावाने दुर्बिणीने पाहिली आणि त्वरित आपल्या सेवकाला बर्तुशिओला हाक मारली. तो लगबगीने तिथे येताच, उमराव म्हणाला, "तू आत्ता गेलेल्या गाडीचे घोडे पाहिले असशीलच. ते आपल्या पागेत का नाहीत?"

बर्तुशिओ चपापला. स्वतःला सावरत तो म्हणाला, "सर, मी हे घोडे घेण्याचा खूप प्रयत्न केला. मला माहिती होतं की, असली उमदी जनावरं तुम्हाला आवडतील म्हणून. पण त्याआधीच मिस्टर डँग्लारनी ते ११ हजार फ्रँक्सना विकत घेतले होते."

"ठीक आहे. मग आपण त्यांना २२ हजार फ्रँक्स देऊ. मला नाही वाटत, मिस्टर डँग्लारसारखे बँकर आपले पैसे दुप्पट करण्याची ही नामी संधी सोडतील. मला पाचला एके ठिकाणी जायचं आहे. त्या वेळी माझ्या गाडीला हे घोडे असले पाहिजेत!" या आज्ञेने बर्तुशिओला घाम फुटला.

पाच वाचता, उमरावने बर्तुशिओसाठी तीनदा घंटी वाजवली. तो आल्यावर उमरावाने घोड्यांची विचारणा केली आणि त्यानेही "गाडी तयार आहे सर," असं अदबीने उत्तर दिलं. निघण्याआधी उमराव म्हणाला, "मला नॉर्मंडीच्या किनाऱ्यावर एक जागा विकत घ्यायची आहे. तिथे एक बंदर असायला हवं, म्हणजे माझ्या लहान-मोठ्या बोटी-जहाजं तिथे उतरू शकतील. तेव्हा तू तिथे जाऊन जागांची पाहणी कर. जर एखादी आवडली, तर माझ्या वतीने तुझ्या नावे व्यवहार पूर्ण कर. आणि हो, माझी

जहाजं जिथे कुठे असतील, त्यांच्याशी नीट संपर्कात राहा. त्यांच्या कॅप्टनला जागा ठेव.''

मग उमराव सरदार डँग्लारकडे जायला निघून गेला.

डँग्लारच्या भव्य प्रासादाची तिथून जाणाऱ्या-येणाऱ्या प्रत्येकावर नेहमीच छाप पडायची. सुरुवातीलाच अशी छाप पाडून तो आपली बाजू भक्कम करून घ्यायचा.

आत जाताच सरदाराने मोठ्या अदबीने स्तुतिसुमनांचा वर्षात करत उमरावाचं स्वागत केलं, पण उमरावही कमी पडला नाही. त्याने त्याच्या दुप्पट विशेषणं लावून सरदाराची स्तुती केली. ते ऐकून डँग्लार मनोमन सुखावला. त्याच्या चेहऱ्यावर एक हास्य तरळलं. मग तो म्हणाला, ''मला थॉम्सन अँड फ्रेंच फर्मकडून पत्र आलं आहे. पण मला ते फारच संदिग्ध वाटल्याने मी त्याबाबत विचारणा करण्यासाठी सकाळी तुमच्याकडे आलो होतो.''

''हं, बोला. तुमची संदिग्धता दूर करू.''

त्याने पत्र काढून दाखवलं. ''यात माझ्या फर्मने तुम्हाला तुमची पत लक्षात घेऊन अमर्याद कर्जाऊ रक्कम द्यावी असं म्हटलं आहे.''

''मग यात काय संदिग्ध आहे, सरदारसाहेब? तुम्हाला माझी फर्म तेवढी विश्वास ठेवण्यालायक वाटत नाही का?'' उमरावाने निरागसपणे म्हटलं.

''नाही, नाही. माझं तसं काही म्हणणं नाही. पण आर्थिक बाबतीत आपण कायम स्पष्ट असावं, असं माझं मत आहे. 'अमर्याद' हा शब्द मला संदिग्ध वाटतो. आणि संदिग्धता आली की, संशय निर्माण होतो. त्यामुळे मला वाटतं की, तुम्हाला माझ्याकडून नेमकी किती रक्कम हवी आहे, हे कळल्यास बरं होईल.''

''मी अमर्याद रकमेसाठी खातं उघडलं, याचं कारण मला नेमके किती पैसे लागणार आहेत, याची मलाही कल्पना नाही म्हणून.''

यावर तो बँकर खुर्चीत मागे झुकून कुत्सित हसत म्हणाला, ''मला वाटतं, माझ्याकडची संपत्ती आणि रक्कम महागातल्या महाग सेवा-सुविधा घेण्यासाठी पुरेशी आहे. म्हणजे तुम्ही दहा लाख म्हणाल तर - ''

''दहा लाख! अगदीच किरकोळ रक्कम आहे ती आमच्यासाठी! इतकेच पैसे हवे असते, तर मी हे खातंबितं उघडायच्या भानगडी कशाला केल्या असत्या? मी दहा लाख तर कायमच सोबत ठेवतो माझ्या.'' असं म्हणून उमरावाने पाच-पाच लाखाची दोन करारपत्रं काढून दाखवली. ती पाहताच डँग्लार चपापला, आश्चर्यचकित झाला. तो उमरावाकडे संशयाने पाहू लागला.

उमराव म्हणाला, ''ठीके. हरकत नाही. थॉम्सन अँड फ्रेंचवर तुमचा भरोसा नाही

असं समजू. हरकत नाही. मी इतर काही शक्यता आजमावतो. माझ्याकडे लंडन आणि व्हिएन्नामधल्या फर्म्सचीही पत्रं आहेत. एक आहे सरदार रॉथ्सचाइल्ड यांच्यासाठी आणि दुसरं मिस्टर लाफिट यांच्यासाठी.''

डँग्लारने घाईने ती पत्र पाहिली. त्याचे हात कापू लागले. कारण त्यावर असलेल्या सह्या खऱ्याखुऱ्या होत्या. अविश्वासाला किंवा खोटेपणाला कोठेही जागा नव्हती. त्या सह्यांची ताकद कित्येक लाखांपेक्षा जास्त होती. त्याच्यासमोर बसलेल्या माणसाच्या शक्तीने तो दिपून गेला. तीन अमर्याद खाती! ''मला माफ करा. माझा विश्वास नाही असं नाही. खरं तर मी या सगळ्याने थक्क झालो आहे.''

उमराव म्हणाला, ''साहजिकच आहे. आता आपण एकमेकांना 'ओळखू' लागलो आहोत, असं वाटतं. तेव्हा या वर्षासाठी साठ लाख एवढी रक्कम आपण निश्चित करू या, चालेल?''

''हो, हो चालेल की,'' डँग्लार तत्काळ म्हणाला. ''युरोपातल्या सर्वोत्तम नशीबवान माणसाशी माझी ओळख झालेली आहे. आत्तापर्यंत एखादा मौल्यवान खजिना दडून असावा तसा कुठेतरी तो दडून बसला होता.''

''खरंतर, तसं काही नाहीये. पण आमच्या कुटुंबाचा एक गुप्त खजिना होता, ज्याला हात लावणं निषेधार्ह होतं. आता त्यावर व्याज मिळून मिळून तो खजिना तीनपट झालाय. त्यामुळे तुम्हाला फार माहिती नसणं साहजिक आहे,'' असं म्हणून उमराव जायला उठला.

''माफ करा, कदाचित मी उतावीळपणा करत असेन, पण जाण्याआधी एकदा आमच्या हिचीही भेट घ्यावीत. ग्राहकांना मी कुटुंबीयांपैकीच एक मानतो.''

उमरावाने संमती दर्शवली. सेवकाकडे डँग्लारने मादाम डँग्लारबद्दल विचारणा केली. त्याने त्या कोणातरी सोबतअसल्याचं सांगितलं. ''मिस्टर दब्रेबरोबर का?'' असं विचारताच सेवकाने होकारार्थी उत्तर दिलं. डँग्लारच्या चेहऱ्यावरून उमरावाला त्यांच्या कुटुंबातलं रहस्य समजलं.

मग डँग्लार उमरावाला म्हणाला, ''मिस्टर दब्रे आमचे जुने मित्र असून, ते मंत्रालयात सचिवपदी आहेत.'' असं म्हणून तो कसनुसा हसला.

''मी दब्रेंना भेटलो आहे एकदा - मिस्टर अल्बर्ट मॉर्सेर्फ यांच्या घरी.''

''तुम्ही मिस्टर अल्बर्टना कसं ओळखता?''

''रोमला आमची भेट झाली. तिथे आम्ही एकत्रच होतो.''

''अच्छा, अच्छा. आठवलं. त्यांचं कोण्या इटालियन टोळीने अपहरण केलं होतं. त्यांनी माझ्या पत्नीला आणि मुलीला सांगितलं आहे सगळं.''

तोच मादाम डँग्लार भेटायला तयार असण्याची वर्दी आली. मग डँग्लारच्या मागोमाग ते दोघं निघाले.

मादाम डँग्लार पस्तिशीची असली तरी देखणी होती. ती खोलीत पियानो वाजवत होती, तर दब्रे खिडकीशेजारी बसून पुस्तक चाळत होता. दब्रेने याआधीच उमरावाबद्दल मादाम डँग्लारला बरंचकाही सांगितलं होतं. अल्बर्टला त्याने कसं वाचवलं, याचाही किस्सा तिने ऐकला असल्याने तिलाही त्याला भेटायची उत्सुकता होतीच. तिने त्याचं हसून स्वागत केलं.

डँग्लारने ओळख करून दिली, ''मादाम, हे आहेत उमराव मॉन्टे क्रिस्टो. ते आता वर्षभरासाठी पॅरिसमध्ये राहणार आहेत आणि बराच खर्चही करण्याचा मानस आहे त्यांचा. तेव्हा आता नृत्यं, मेजवान्या बऱ्याच असतील पॅरिसमध्ये, काय उमराव?''

मादाम डँग्लार म्हणाली, ''खरंतर पॅरिसमध्ये आत्ता मेजवान्यांपेक्षा घोड्यांच्या चुरशीच्या शर्यती जास्त असतात.''

उमराव म्हणाला, ''मला दोन गोष्टी सर्वांत प्रिय आहेत – उच्चकुलीन घोडे आणि स्त्रियांचं सौंदर्य.'' तोच तिथे एक सेविका आली आणि तिने मादामच्या कानात काहीतरी सांगितलं. ते ऐकून तिचा चेहरा रागाने लालबुंद झाला. ''काय, अशक्य! मी जे ऐकते आहे ते खरं आहे का?'' मादामने डँग्लारला उद्देशून विचारलं, ''तिने मला आत्ता सांगितलं की, माझ्या गाडीला असलेले ते सर्वोत्तम घोडे आत्ता पागेत नाहीयेत, असं का?''

डँग्लार म्हणाला, ''मादाम, झालं असं की – ''

''मी तुमचं तर ऐकेनच, पण तत्पूर्वी इथे आलेल्या या गृहस्थांना आपल्या या प्रकरणात मी न्यायनिवाडा करण्याची विनंती करते. त्याआधी काही तपशील तुम्हाला सांगायला हवेत. आमच्याकडे दहा घोडे होते, त्यातले दोन माझे होते, जे पॅरिसमधले सर्वोत्तम होते. तुम्हाला ते माहिती असतील, दब्रे – करड्या रंगाचे. तर आत्ता मी मादाम विलफोर्ट यांना माझी घोडागाडी देणार होते, अन् ते घोडे पागेत नाहीयेत. त्यातून काही हजार फ्रँक्स कमावण्याची संधी मिस्टर डँग्लारनी सोडली नसावी, असं वाटतंय. हो ना?'' असं म्हणून मादामने नाक मुरडलं. तोच दब्रे आश्चर्याने म्हणाला, ''अरे देवा, मला तर ते घोडे उमरावांच्या गाडीला जोडल्याचं दिसतंय.''

मादाम डँग्लार खिडकीकडे गेली. म्हणाली, ''होय, तेच ते माझे प्रिय करडे घोडे!'' डँग्लार काहीच न बोलता मान खाली घालून गप्प बसून राहिला. त्याच्या वैवाहिक आयुष्यात एक वादळ घोंगावत येत असल्याचं त्याला कळून चुकलं होतं.

उमरावाने विचार केला, 'हे फारच छान झालं. माझा हेतू साध्य झाला. मी दोघांनाही क्षणात जिंकून घेऊ शकतो.' मग त्याने तिथून निरोप घेतला.

दोन तासांनी मादाम डँग्लारला मॉन्टे क्रिस्टोचं एक पत्र गेलं. त्यात असं लिहिलं होतं, की 'एका सुंदर स्त्रीला दुखवून आम्ही पॅरिसच्या उच्च वर्तुळात प्रवेश करू इच्छित नाही. तेव्हा आपल्या घोड्यांचा पुन्हा स्वीकार करावा. या पत्रासोबत ते घोडेही परत पाठवत आहोत.' असंच पत्र त्याने डँग्लारलाही लिहिलं.

त्या संध्याकाळी, उमराव ओतयच्या घरी गेला. त्याने अलीला बोलावून घेतलं. तो म्हणाला, "अली, मला माहितेय तू दोरीच्या फासाने जनावरं पकडण्यात माहीर आहेस." अलीने होकारार्थी मान हलवली. मग उमराव म्हणाला, "आता माझं तुझ्याकडे एक काम आहे. ते असं की, आता थोड्या वेळाने इथून दोन करडे घोडे असलेली गाडी जाईल. तुला काही झालं तरी ती थांबवायची आहे."

अली लगेचच धन्याच्या आज्ञेनुसार कामाला लागला. रस्त्यावर जाऊन घोडागाडीची वाट पाहू लागला. थोड्या वेळाने टापांचा आवाज येऊ लागला आणि गाडी दिसू लागली. तो तयारीत उभा राहिला. गाडीत एक तरुण स्त्री आणि तिचा आठ वर्षांचा मुलगा बसले होते. ते एकमेकांना घट्ट बिलगून बसले होते आणि इतके घाबरले होते की, त्यांच्या तोंडून शब्दही फुटत नव्हता. कारण गाडीच्या चाकाखाली एखादा जरी दगड आला असता, तरी मोठ्ठा अपघात झाला असता इतक्या वेगात ती येत होती.

अलीने दोरीचा फास एका घोड्यावर टाकून दोरीचे तीन-चार विळखे मारून ती दोरी क्षणात झाडाला बांधली. त्या झटक्याने घोडा खाली बसला, मग दुसराही थांबला. गाडी अचानक थांबली. मग अलीने दुसऱ्या घोड्यालाही पकडून शांत करून त्याला खाली बसवलं. चालक बाहेर आला.

हे सगळं डोळ्याचं पातं लवतं न लवतं तोच घडलं होतं. चालकाने मागे बसलेल्या आई-मुलाला बाहेर काढलं आणि उमरावाने त्यांना आपल्या घरी नेलं. "तुम्ही आता सुरक्षित आहात, मादाम, आराम करा," तो म्हणाला. पण तिचं चित्त थाऱ्यावर नव्हतं. तिचा लहान मुलगा भीतीने बेशुद्ध पडला होता. ती त्याला उठवायचा प्रयत्न करत होती. उमरावाने त्याच्याकडच्या एका बाटलीतल्या लाल द्रवाचे दोन थेंब त्या मुलाच्या तोंडात टाकताच तो झटकन उठला.

ते पाहून त्याची आई आनंदाने म्हणाली, "ओह, एडवर्ड तू शुद्धीवर आलास! देवा तू महान आहेस, या गृहस्थांच्या रूपाने तूच मला भेटलास. मी तुमचे आभार कसे मानू, तुम्ही मला आणि माझ्या मुलाला वाचवलंय."

"मादाम, मी काही फार मोठं दिव्य केलेलं नाहीये."

''मीच मूर्ख होते. उगाच मादाम डँग्लारचे ते उच्चकुलीन घोडे कसे आहेत ते मला पाहायचं होतं. तुम्ही त्यांना ओळखता का?''

''हो तर. खरंतर मीच हे घोडे विकत घेतले होते, पण नंतर परत केले.''

''म्हणजे तुम्हीच ते उमराव आहात तर, हो ना?''

''हो, मादाम.''

''मी तुमच्याबद्दल खूप ऐकलं मादाम डँग्लारकडून. मी मादाम हेलुआज द विलफोर्ट.''

ते नाव ऐकताच उमरावाने तिला झुकून अभिवादन केलं.

ती म्हणाली, ''मला खात्री आहे की, हे ऐकून मिस्टर द विलफोर्टही आनंदित होतील. तुम्ही त्यांच्या पत्नीचे आणि मुलाचे प्राण वाचवले आहेत. नाहीतर आम्ही नक्कीच मेलो असतो.''

मग ती शांतपणे तिच्यासमोर असलेल्या त्या माणसाचा विचार करून लागली. ती त्याच्यामुळे प्रभावित झाली होती. मग तिने तिच्या मुलाचे पापे घेतले. पण तिचा मुलगा तिच्या तावडीतून सुटण्याचा प्रयत्न करत होता. त्याच्या डोळ्यांत एक खडूसपणा आणि बालीश असा क्रूरपणा होता.

''तुम्ही इथेच राहता का उमराव?''

''नाही, हे माझं दुसरं घर आहे. मी पॅरिसमध्ये जास्त असतो. आता माझे घोडे तुमच्या गाडीला जुंपण्यात आले आहेत. अली तुम्हाला सोडायला येईल. तोवर तुमची गाडी दुरुस्त करून घेतली जाईल.''

त्याच दिवशी संध्याकाळी, मिस्टर द विलफोर्टची घोडागाडी उमरावाच्या घराबाहेर येऊन थांबली. ती आश्चर्याची गोष्ट होती. कारण विलफोर्ट आता दंडाधिकारी आणि महत्त्वाचा राजकीय नेता झाला होता. तो फारसा कुठे जायचा नाही आणि गेला तरी त्याचं राजे - राजकुमार, राजदूत - असं वर्तुळ ठरलेलं असायचं. पण आज त्याचे पाय उमरावाच्या घराला लागले होते.

त्याने सेवकातर्फे वर्दी पाठवली. उमराव तेव्हा एक नकाशा पाहत होता.

विलफोर्ट म्हणाला, ''उमराव, आज तुम्ही माझ्या पत्नीसाठी आणि मुलासाठी जे काही केलं आहे, त्याबद्दल आभार मानणं हे माझं कर्तव्यच आहे. मी तुमचा शतश: ऋणी आहे.'' तो त्याच्या नेहमीच्या दंडाधिकारी बाण्याने बोलत होता. त्याची मान ताठ होती. चेहरा उग्र होता.

उमराव उत्तरला, ''आईचा आनंद ही जगातली सर्वांत पवित्र गोष्ट मानली जाते. त्यामुळे मी जे केलंय ती पवित्र आणि मौल्यवान गोष्ट आहे, ज्याबद्दल आभार मानता

येऊच शकत नाही. कारण मी ती कोणावर उपकार करण्यासाठी केलेली कृती नसून माझ्याच समाधानासाठी केलेलं कृत्य आहे.''

हे ऐकून विलफोर्टला आश्चर्य वाटलं. तो चकित झाला. त्याने उमरावाकडे पाहत, विषय बदलण्यासाठी म्हटलं, ''तुम्हाला भूगोलात विशेष रुची दिसते आहे. तुम्ही बऱ्याच देशांना भेटी दिल्या आहेत, असं मी ऐकलंय.''

''मी प्रत्येक देशातील माणसाचा मानशास्त्रीयदृष्ट्या अभ्यास केला आहे.''

विलफोर्ट थोडं थांबून म्हणाला, ''म्हणजे तुम्ही तत्त्वज्ञानी आहात तर! पण हे काम फारच खिन्न, उदास करणारं आहे.''

''हे खरंय की, जवळून पाहिल्यास माणूस हा कुरूप प्राणी वाटतो. त्यामुळे ते काम उदास करणारं आहे, असं म्हणता येईल. पण मला सांगा, विलफोर्ट, तुम्ही जे काम करता, त्याला काम तरी म्हणता येईल का?''

विलफोर्ट चकित झाला. याआधी कोणी त्याच्याशी असं बोललं नव्हतं. उमराव बोलतच होता, ''कारण तुमची नजर आहे ती मानवी समाजावर. म्हणजे तुम्ही एका यंत्राचं काम पाहत आहात; पण ते चालवणाऱ्या कामगाराकडे दुर्लक्ष करत आहात. तुम्हाला राजाने दिलेली पदं दिसतात, पण राजांच्याही वर असलेली, परमेश्वराने नेमलेली माणसं मात्र दिसत नाहीत.''

''आणि तुम्ही त्या नेमलेल्यांपैकी आहात का?'' विलफोर्टने विचारलं.

''हो. राजांना मर्यादा असते ती परंपरा किंवा भाषा यांची. मला तसं काही नाही. मी या जगासारखा आहे, मुक्त. मी फ्रेंच, हिंदू, अमेरिकन किंवा स्पॅनिश नाही. मी विश्वाचा आहे. मी सगळ्या परंपरा-भाषा जाणतो. मी तुमच्यासारखं अचूक फ्रेंच बोलतो, त्यामुळे तुम्हाला फ्रेंच वाटतो. तसंच माझ्या अरबी सेवकाला अलीला वाटतं की मी अरबच आहे. तसंच ग्रीक हायडीला वाटतं की, मीही ग्रीक आहे. मी कोणत्याही देशाचा नाही. त्यामुळे मला कोणत्याही सरकारची पर्वा नाही की सुरक्षेची आवश्यकता नाही.''

''ते काही असेल, पण जोवर तुम्ही फ्रान्समध्ये आहात, तोवर तुम्ही इकडचे कायदे पाळाल अशी आशा आहे!''

''मला माहितेय ते, मिस्टर द विलफोर्ट, पण कसंय की, मी जेव्हा एखाद्या देशात जातो तेव्हा तिकडच्या माणसांना – मग ते माझ्यासाठी फायद्याचे असोत वा नसोत – माझ्या पद्धतींनी नीट ओळखू लागतो. कदाचित त्यांनाही माहिती नसेल, इतकं चांगलं पारखू लागतो. त्यामुळे माझी इथे कोण्या दंडाधिकाऱ्याशी भेट झाली, तर माझ्यापेक्षा तोच जास्त अडचणीत येण्याची शक्यता आहे.''

विलफोर्ट जरा अडखळत म्हणाला, ‘‘म्हणजे वेगळ्या शब्दांत सांगायचं तर मानवी स्वभावात दुर्बलता असते आणि तुमच्यामते प्रत्येक जण चुका करतोच, बरोबर? पण तुम्ही परिपूर्ण आहात?’’

‘‘नाही. मी परिपूर्ण नाही. मात्र, मी अभेद्य आहे. मी लोकांना गर्वाने सामोरा जाईन; पण देवासमोर लीन होईन. तिथे सगळं सोडून देईन. कारण त्यानेच मला तयार केलं आहे. मृत्यूच काय तो मला थांबवू शकतो. तीच अखेर.’’

‘‘तसं असेल, तर फारच छान. आपली आता नेहमीच भेट होत राहील. म्हणजे आपल्याला एकमेकांचे दृष्टिकोन नीट समजून घेता येतील. तेव्हा जाण्यापूर्वी इतकंच सांगतो की, माझे वडील मिस्टर नुआरतिए एकेकाळी लढवय्ये, शूर होते, लढाईत कोणतीही तोफ त्यांना रोखू शकायची नाही, ते बोलू लागले की सगळी संसद गप्प बसायची, पण आता ते लुळेपांगळे झाले आहे. मांसाचा गोळा झाले आहेत. त्यामुळे मृत्यू ही गोष्ट भयंकर असते. असो, पण आता तुम्ही आमच्या कुटुंबीयांचे कायमचे मित्र झाला आहात. तेव्हा लवकरच तुम्ही आमच्या घरी भेट द्या. मी तुम्हाला त्याबद्दल कळवतो.’’ असं म्हणून विलफोर्टने निरोप घेतला. मॉन्टे क्रिस्टो कुत्सित हसला. ‘‘अली, अर्ध्या तासात गाडी तयार ठेव,’’ असं म्हणून तो हायडीकडे गेला.

हायडीसाठी उमरावाने वेळ राखून ठेवली होती. ती ग्रीक होती आणि तिला उमरावाच्या शेजारी खास घर देण्यात आलं होतं. ते खास ग्रीक पद्धतीने सजवण्यात आलं होतं. ती दिवाणावर झोपली होती. तिचे डोळे मोठे होते, नाक सरळ होतं. तिचे ओठ पातळ होते. ती आत्ता विशीची असल्याने, तारुण्याच्या ऐन भरात होती.

उमरावाने तो येऊ शकतो का, याची विचारणा करण्यासाठी सेवक पाठवला. तेव्हा हायडी स्वत:च आली आणि म्हणाली, ‘‘तुम्ही अशी परवानगी काय मागताय? तुम्ही मालक आहात माझे.’’

उमराव म्हणाला, ‘‘हे पाहा, आता आपण फ्रान्समध्ये आहोत. तेव्हा तू मुक्त आहेस. तू इथे तुला हवं ते करू शकतेस. एखाद्या देखण्या तरुणासोबत फिरू शकतेस.’’

‘‘पण मी तुमच्यापेक्षा अधिक देखणा कोणी पाहिलाच नाहीये, उमराव.’’

‘‘तुला तुझे वडील आठवतात का?’’

‘‘हो, नेहमीच,’’ असं म्हणून तिने आपला हात हृदयावर ठेवला.

‘‘आणि मी?’’

‘‘तुम्ही तर सर्वत्र असता. सगळीकडे.’’ ते ऐकताच उमरावाने तिच्या हाताचं चुंबन घेतलं. पण तिने कपाळ पुढे केलं.

उमराव म्हणाला, ‘‘हायडी, आता तू माझी गुलाम नाहीस, स्वतंत्र आहेस. तू

बाहेर पड. इकडचे रीतिरिवाज शिकून घे. तुला हवं तेव्हा घोडागाडी तयार असेल. फक्त एकच कर. तू कोण आहेस, कुठून आली आहेस, ते कोणाला सांगू नकोस. तुझे वडील कोण होते हे कळू देऊ नकोस.''

''पण मी तुम्हाला सोडून कुठे जाणार नाही, जाऊ शकणार नाही. मी तुमच्याशिवाय जगू शकणार नाही.''

''अगं, मी तुझ्यापेक्षा दहा वर्षांनी मोठा आहे. तू खूप तरुण आहेस. आपलं प्रेम हे बाप-लेकीसारखं आहे.''

''नाही, तुम्ही चुकताय. आपल्यातलं प्रेम वेगळं आहे, खूप वेगळं.''

उमराव तिचा हात हातात घेऊन कसनुसं हसला. तिने आपले ओठ त्याच्या ओठांवर टेकवले. पण तोच तो पुटपुटत बाहेर पडला, ''तारुण्याच्या बहराला येणारी फळं म्हणजे प्रेम. जो माणूस ती पक्व होईस्तोवर थांबतो आणि मग तोडतो तोच खरा आनंदी.''

बाहेर घोडागाडी उभी होती. त्यात बसून तो निघून गेला.

तेवीस

उमराव मॉन्टे क्रिस्टो मेस्ले रस्त्यावरील एका घरात पोहोचला. तिथल्या सेवकाला त्याने तो आल्याची वर्दी मालकाला द्यायला सांगितलं. तिथे कोकल्सही बसला होता. त्याने उमरावाला ओळखलं नसलं, तरी उमरावाने त्याला ओळखलं आणि हसून अभिवादन केलं.

त्या घराचा मालक म्हणजे मॅक्सिमिलियन स्वतः उमरावाचं स्वागत करत म्हणाला, ''उमराव, तुमच्यासाठी परवानगी-वर्दीची काहीच आवश्यकता नाही. या आमच्या घराची दारं तुमच्यासाठी सदैव उघडी आहेत. तुम्ही माझ्या विनंतीला मान देऊन, लक्षात ठेवून भेट दिलीत, याचा मला खूप आनंद झाला आहे. या आत या.''

पावलांची चाहूल लागताच, सिल्कचा गाउन घातलेल्या एका तरुणीने त्यांच्या दिशेने पाहिलं. ती ज्यूली होती, जी आता इमॅन्यूएल हर्बोल्टची पत्नी झाली होती. ती लगबगीने आत जायला निघाली, तोच उमराव म्हणाला, ''मला माफ करा मिस ज्यूली, काही न सांगताच मी आत आलो.'' कधीकाळी तो आपल्या मालकाच्या मुलीला 'मिस ज्यूली' अशी हाक मारायचा आणि आत्ताही त्याने सवयीने तसंच केलं.

या संबोधनाने ज्यूली चकित झाली, पण तरी ती आत गेली. जाताना आपल्या नवऱ्याला इमॅन्यूएलला पाहुण्यांसोबत बसण्याची विनंती तिने केली.

काही क्षणांत इमॅन्यूएल तिथे आला आणि त्यांच्या गप्पाटप्पा सुरू झाल्या. मग ज्यूली कपडे बदलून तिथे येताच, उमरावाने तिला झुकून अभिवादन केलं. तो म्हणाला, ''मघाशी मी वापरलेल्या संबोधनाने तुम्ही चकित झाला असाल; पण त्याच वेळी मला तुमच्या चेहऱ्यावर एक असा आनंदही दिसला, जो माणासाला क्वचितच होतो. तुम्ही आणि तुमचा पती आनंदात आहात, असं मी गृहीत धरतो.''

ज्यूली म्हणाली, ''आम्ही सगळे खुशीत आहोत; पण त्यासाठी आम्ही बरीच

मोठी किंमत मोजली आहे. कठीण काळ सोसला आहे. आनंद हा फुकटात मिळत नाही, हे तुम्ही जाणताच.''

''पण कठीण काळात देव धावून येतो असं म्हणतात.''

''तो आला का नाही माहीत नाही; पण त्याने एक दूत पाठवला हे मात्र नक्की!'' आपल्या भावना दडवण्यासाठी उमरावाने खोकल्यासारखं केलं. मग तो विषय बदलत म्हणाला, ''त्या कपाटात, त्या रेशमी पर्समध्ये काय आहे बरं, जी व्हेल्वेटच्या उशीवर इतकी सांभाळून ठेवली आहे? नक्कीच काहीतरी खास असणार त्यात.''

मॅक्सिमिलियन म्हणाला, ''हो, तो आमचा कौटुंबिक खजिना आहे. आमच्यासाठी प्राणांहूनही मौल्यवान आहे तो.''

ज्यूली म्हणाली, ''आत्ता मी ज्या देवदूताचा उल्लेख केला, त्यानेच तो दिलेला आहे.''

मॅक्सिमिलियन म्हणाला, ''उमराव, एकदा माझे वडील मृत्यूच्या आणि मानहानीच्या उंबरठ्यावर उभे होते, तेव्हा एका माणसाने आम्हाला त्यातून वाचवलं. त्याने आम्हाला हे पत्र आणि त्यासोबत एक हिरा त्या पर्समध्ये घालून दिला. हे पाहा ते पत्र – ''

पत्र वाचून उमराव म्हणाला, ''हा सिंदबाद आहे तरी कोण?''

मॅक्सिमिलियन म्हणाला, ''आम्हालाही नेमकं ठाऊक नाही; पण तो इंग्लिश माणूस होता आणि थॉम्सन अँड फ्रेंचतर्फे इथे आला होता. म्हणूनच परवा आपण जेव्हा त्या फर्मबद्दल म्हणालात, तेव्हा मी तुम्हाला माहितीसाठी बोलावलं. त्याने केलेली मदत आम्ही आयुष्यात विसरू शकत नाही. खंत एकच, तो कोण आहे हे मात्र आम्हाला आजवर कळू शकलेलं नाही.''

''अच्छा. मला वाटतं की, ते लॉर्ड विल्मोर असतील. ते असं काहीतरी करतात आणि मुद्दाम अज्ञातात राहतात.''

ज्यूली म्हणाली, ''तसं असेल, तर मग एकदा त्यांना इथे घेऊन या.''

''मला नाही वाटत, ते भेटू शकतील. ते दूरच्या एका अज्ञात देशात कायमचे निघून गेले आहेत. आम्ही खूप चांगले मित्र होतो. मात्र, याबद्दल ते कधी काही बोलले नाहीत मला.''

मॅक्सिमिलियन म्हणाला, ''पण उमराव, माझे वडील कायम म्हणायचे की, तो माणूस इंग्लिश नव्हताच. मुळीच नव्हता. त्यांचे अखेरचे ते शब्द मला अजूनही आठवतात, ते म्हणाले होते, 'बेटा, तो उपकारकर्ता एडमंड डान्टे होता. नक्की तोच होता तो!'''

ते ऐकून उमरावाचा चेहरा लाल झाला. त्याच्या अंगातून काहीतरी सळसळत

गेलं. तो काहीच बोलला नाही. आणि मग त्याने ''मी परत कधीतरी निवांत येईन. आत्ता थोडं काम आहे,'' असं सांगून निरोप घेतला.

तो गेल्यावर ज्यूली म्हणाली, ''उमरावांचा आवाज, ती हाक मला ओळखीची, ऐकल्यासारखी वाटते. त्याने माझ्या काळजाचा ठाव घेतलाय.''

तिथून उमराव, मिस्टर द विलफोर्ट यांच्या घरी गेला. त्यांनी दिलेल्या भेटीची परतफेड करणं हा त्यामागचा हेतू होता. त्याने सेवकातर्फे वर्दी पाठवली तेव्हा मादाम विलफोर्ट बाहेरच्या खोलीत बसलेल्या होत्या. त्यांनी उमरावांचं मोठ्या अदबीने स्वागत केलं. उमरावाने जेव्हा मिस्टर विलफोर्टबद्दल विचारलं तेव्हा त्या म्हणाल्या, ''ते जरा एका महत्त्वाच्या बैठकीत आहेत. मला वाटतं, तुमची आणि त्यांनी भेट होणार नाही.'' मग ती आपल्या मुलाला एडवर्डला म्हणाली, ''तुझी ताई, व्हॅलेन्टाइन कुठे आहे? तिला बोलाव बरं जरा, तिची आणि उमरावांची मला ओळख करून द्यायची आहे.''

उमराव म्हणाला, ''तुम्हाला एक मुलगीही आहे, मादाम?''

''व्हॅलेन्टाइन माझी सावत्र मुलगी आहे. मिस्टरांच्या पहिल्या लग्नातून झालेली.'' काही क्षणांत तिथे एक सडपातळ बांध्याची, विशीच्या आसपास असलेली निळ्या डोळ्यांची मुलगी आली. तिने आपल्या आईसोबत असलेल्या त्या अनोळखी व्यक्तीला पाहताच अदबीने झुकून अभिवादन केलं.

तिला पाहून उमराव म्हणाला, ''मादाम, मला सांगा, मी आपल्या मुलीला याआधी कधी पाहिलं असेल, अशी काही शक्यता आहे का? आत्ता जेव्हा त्या आल्या तेव्हा डोक्यात वीज चमकल्यासारखं झालं माझ्या.''

''जरा कठीण आहे, उमराव. आम्ही फारच कमी बाहेर जातो.''

व्हॅलेन्टाइन मध्येच म्हणाली, ''क्षमा करा, पण मला वाटतं मी उमरावांना पॅरिसमध्ये नव्हे, तर इटलीत भेटले आहे.''

''हां, आठवलं, त्या पेरूजियाच्या उत्सवात. हॉटेलच्या त्या बागेमध्ये. काय छान दिवस होता तो. मस्त सूर्यप्रकाश पडला होता.''

मादाम म्हणाली, ''हो. तो उत्सव आठवतो आहे; पण आपण भेटल्याचं आठवत नाहीये.''

उमराव म्हणाला, ''मी सांगतो तुम्हाला. पाहा, त्या दिवशी एका बाकड्यावर बसून तुम्ही डॉक्टरशी बोलत होतात. तो मीच होतो, मादाम. मी माझ्या सेवकालाही तापातून बरं केलं होतं.''

“म्हणजे तुम्हाला वैद्यकशास्त्रातलं ज्ञान आहे तर?”

“नाही मादाम, पण मी रसायनशास्त्र आणि इतर शास्त्रांचा थोडाफार अभ्यास केला आहे.” तेवढ्यात घड्याळात सहाचे ठोके पडले. मादाम व्हॅलेन्टाइनला म्हणाली, “आजोबांना जेवण देण्याची वेळ झाली आहे.”

व्हॅलेन्टाइनने तिथून रजा घेतली. मग मादाम म्हणाली, “क्षमा करा उमराव. पण तुम्हाला मिस्टरांनी सासऱ्यांबद्दल नुआरतिएंबद्दल सांगितलं असेलच. पण ते असो. तुम्ही काय सांगत होतात, तुम्हाला शास्त्रांचं...”

“मी म्हणालो की, मी डॉक्टर नाहीये, पण रसायनशास्त्राचा केवळ अभ्यास केला आहे. मी रसायनशास्त्र शिकलो, कारण मी काही दिवस राजा मित्रिदेतसोबत होतो.”

“मित्रिदेत?” एडवर्ड म्हणाला, “तोच ना जो रोज सकाळी कॉफीसोबत विषाचाही प्याला प्यायचा.”

मादाम म्हणाली, “एडवर्ड तू जा इथून. मोठ्यांमध्ये तुझं काही काम नाही.” मग तो निघून गेला.

“तुमचा मुलगा भलताच हुशार दिसतो आहे.”

“हो, तो भराभर गोष्टी शिकतो. तुम्ही काय सांगत होतात, विषाबद्दल...” ती पुन्हा म्हणाली.

“मित्रिदेत, त्यांच्यावर विषयप्रयोग होऊ नये म्हणून खरंच थोडं थोडं विष घ्यायचे. अगदी मीसुद्धा असा प्रयोग केला आहे. तेव्हा मी नेपल्सला होतो. माझ्यावर विषप्रयोग होईल असं वाटल्याने मी तसं करत होतो.”

“पण खरंच असं करता येतं?”

“हो-हो, सोपं आहे ते. फक्त त्यासाठी तुमच्यावर कोणत्या विषाचा प्रयोग होऊ शकेल याची थोडी माहिती हवी. मग ते विष थोडं थोडं घेत राहायचं. म्हणजे पहिल्या दिवशी एक मिलिग्रॅम, दुसऱ्या दिवशी दोन असं करत दहा दिवस दहा मिलिग्रॅमपर्यंत घ्यायचं. मग रोज दोन मिलिग्रॅम असं आणखी दहा दिवस... हे सगळं रसायनशास्त्रज्ञांनी शोधलेलं आहे.”

“एकीकडे हे खरंच भीतिदायक आणि तितकंच कौतुकास्पद वाटतं. तुम्हीही एक उत्तम रसायनतज्ज्ञ आहात. औषधाच्या एक थेंबाने तुम्ही माझ्या मुलाला शुद्धीवर आणलं.”

“नाही नाही, असं काही नाही, मादाम. कमाल त्या औषधाची होती. हां, पण एक थेंब टाकणंच पुरेसं होतं. दहा थेंब पडले असते, तर रक्तप्रवाह एवढा वेगाने वाहत गेला असता की, काहीही घडू शकलं असतं.”

"बाप रे, म्हणजे भयंकर विषच होतं की ते!"

"एक लक्षात घ्या मादाम की, विष या शब्दाला तसा काही अर्थ नसतो. कारण एखाद्या विषाच्या दोन थेंबांनीही मरणाला थोपवता येऊ शकतं. सगळी रसायनांची कमाल असते. मला हे औषध माझ्या एका मित्राने कसं तयार करायचं हे सांगितलं होतं. ते उत्तम औषध आहे."

"मलाही अधूनमधून असे काही त्रास होतात; पण मला तुमच्यासारखे मित्र नसल्याने मी मिस्टर प्लान्श यांचं औषध वापरते."

"अच्छा, तुम्हाला माझं हे औषध द्यायला मला आवडेल. मात्र, एक गोष्ट लक्षात ठेवा मादाम, हे औषध थोडं थोडंच घ्यायचं असतं. जास्त घेतलं तर त्याने मरणही येऊ शकतं. पाच-सहा थेंब म्हणजे धोकादायक."

"उमराव, धन्यवाद!"

घड्याळात साडेसहा वाजल्याचं पाहून उमरावाने निरोप घेतला. त्याने विचार केला, 'नक्कीच मी मुद्दाम टाकलेलं बी उजाड माळरानावर पडलेलं नाहीये तर!' मग नंतर त्याने मादाम विलफोर्टकरिता खास औषध पाठवून दिलं.

काही दिवसांनी, अल्बर्ट द मॉर्सेर्फ उमरावाच्या घरी भेटायला गेला. तेव्हा अल्बर्टसोबत ल्यूसीन दब्रेदेखील होता. दब्रे तिथे दोन कारणांनी आला होता. एकतर त्याने एका पार्टीत उमरावाला एका ग्रीक गुलाम तरुणीसोबत पाहिलं होतं. तिने अत्यंत महागडा असा हिऱ्यांचा हार घातला होता. शिवाय त्याने इतके महागडे घोडे हसत हसत मादाम डँग्लारला परत केले होते. त्यामुळे त्याला उमरावाविषयी उत्सुकता होती.

अल्बर्टला उमरावाने विचारलं, "तू डँग्लारना भेटतोस का नेहमी?"

"अर्थातच. मी तुम्हाला आधी म्हणालोही की, माझं त्यांच्या मुलीशी लग्न ठरलं आहे ते."

"बरोबर. पण तुला तिच्याशी लग्न करण्यात फार रस दिसत नाहीये."

"हं, म्हणजे मला ती आवडते; पण लग्न करावं असं वाटत नाही. शिवाय मादाम डँग्लार खूपच श्रीमंत आहेत."

"हे मला मान्य आहे. त्या फारच श्रीमंत आहेत."

"आणि या लग्नाला माझ्या आईचाही विरोध आहे. माझ्या वडिलांना मात्र मी हे लग्न करायलाच हवं असं वाटतं."

"आईला दुःख होण्यापेक्षा नको करूस लग्न तिच्याशी..."

"हं... मी आईसाठी वडिलांनाही विरोध करेन, मग त्यांना कितीही वाईट वाटो. पण मी तिला दुखावणार नाही."

"कृपया याबाबतीत तुम्ही मला सल्ला द्याल का?"

मग थोडं थांबून उमरावाने दब्रेकडे पाहिलं. "तुम्ही काय करताय दब्रेसाहेब, चित्रबित्र काढताय की काय आमचं?" त्याच्या हातात कागद पेन्सिल होती.

"नाही, नाही. मी त्या हैतियन बॉन्डमधून डँग्लारला किती नफा झाला हे मोजत होतो. तो २५०००वरून ४५०० वर गेला, तेही तीन दिवसांत. त्या हुशार बँकरने त्यात बरेच पैसे गुंतवले. त्याला बराच नफा झाला आणि आज तो बॉन्ड पडला."

"इतका धोका पत्करून गुंतवणूक करणारे डँग्लार फारच श्रीमंत असले पाहिजेत," उमराव म्हणाला.

दब्रे म्हणाला, "नाही, मादाम डँग्लार असला धोका पत्करतात."

अल्बर्ट म्हणाला, "खरंतर तू त्यांना यापासून परावृत्त करायला हवंस. त्यासाठी धडा शिकवायला हवास. हे पाहा, तू मंत्रालयात सचिव आहेस. तुझी पतही आहे. त्याचा वापर करून तू एखाद्या ठिकाणी गुंतवणूक केलीस, तर फायदेशीर ठरेल, असं सांगायचं. त्यात त्यांनी पैसे गुंतवले की मग ब्यूशाँकरवी ते बॉन्ड पडणार असल्याची बातमी करायला सांगायची. मग त्या अफवेने तसं झालं की, थोडाफार फटका त्यांना बसेल आणि त्यांना योग्य तो धडा मिळेल." यावर दब्रे मोठ्याने हसू लागला. त्यावर उमरावाने त्याच्याकडे असं काही पाहिलं, की ज्यामुळे त्याच्या लक्षात आलं की आता आपण इथून निघायला हवं. मग त्याने निरोप घेतला. उमराव म्हणाला, "मला सांग अल्बर्ट, खरंच तुझ्या आईचा या लग्नाला विरोध आहे का?"

"हो. मादाम डँग्लार कधीच आमच्याकडे येत नाहीत. आईदेखील एक-दोनदाच त्यांच्याकडे गेली असेल."

उमराव म्हणाला, "अच्छा, असं आहे तर. आता तुझ्याशी मोकळेपणाने बोलायला हरकत नाही. मी आता माझ्या ओतयच्या घरात एका संध्याकाळी छोटेखानी मेजवानीचं आयोजन करतो आहे. त्या वेळी मी मिस्टर डँग्लार, मिस्टर विलफोर्ट आणि त्यांच्या कुटुंबीयांनाही आमंत्रित करणार आहे. आमची चांगली ओळख झाली असून, त्यांनी मला मदतही केली आहे. मात्र, जर का मी तिथे तुम्हालाही बोलावलं, ते जरा विचित्र आणि अवघडल्यासारखं होईल. तुझ्या आईलाही ते कठीण जाईल. म्हणून मी तुम्हाला बोलावण्याचं टाळतो आहे."

"मोकळेपणाने सांगितल्याबद्दल धन्यवाद! माझ्यासाठीही हे आमंत्रण न आलेलंच उत्तम ठरेल. मी तुमच्या या विचारीपणाबद्दल आईला जरूर सांगेन. अर्थातच माझे

वडील यामुळे चिडतील, पण तरी.''

''तुझ्या वडिलांबरोबर डँग्लारनाही आश्चर्य वाटेल. तेव्हा मला वाटतं तू त्यांना पत्रानेच कळवावंस. ते योग्य होईल. मेजवानी शनिवारी आहे.''

''चालेल. असंही त्या दिवशी आम्ही बाहेर जाणार आहोत. त्यामुळे मी डँग्लारना कळवेन. जरी दब्रेने आत्ता आपल्याला एकत्र पाहिलं असलं, तरी मी असंच इथे आलो होतो, तेव्हा मी तुम्हाला, आमचं आधीच जाण्याचं ठरलं असल्याचं सांगितलं, असं सांगेन.''

''चालेल. ठरलं तर मग. आता तुम्ही माझ्या आईची निवांत भेट घ्यायला यावंत, अशी मी विनंती करतो.''

ते ऐकताच उमरावाचा चेहऱ्यावरचे भाव बदलले. तो म्हणाला, ''नाही, नको. मला यायला आवडलं असतं. पण आत्ता मला एकाला भेटायला जायचं आहे.''

उमरावाला खरंच दोघांना भेटायचं होतं. त्यासाठी त्याने सगळी तयारीही केली होती. त्यातला पहिला माणूस होता इटालियन मेजर कॅव्हेलकान्टी. त्याचं वय बावन्न वर्षांच्या आसपास होतं. त्याला ॲबे ब्यूसोनीने पत्र देऊन मदतीसाठी उमरावाकडे पाठवलेलं होतं. भेट झाल्यावर त्यांच्या इकडच्या-तिकडच्या गप्पा झाल्या आणि मग ते पत्र त्याने उमरावाला दाखवलं. त्यात कॅव्हेलकान्टी आणि त्याच्या मुलाची, आन्द्रियाची काही वर्षांपूर्वी ताटातूट झाली असून, त्यांची पुन्हा भेट घडवून आणण्यासाठी मेजरना मदत करावी, असं लिहिलेलं होतं. तसंच पॅरिसमध्ये राहण्यासाठी पन्नास हजार फ्रँक्स द्यावेत, असंही लिहिलेलं होतं. अर्थातच या सगळ्याची माहिती आधीच ॲबे ब्यूसोनीने उमरावाला दिलेली होती, हे समजताच कॅव्हेलकान्टी आश्चर्यचकित झाला.

पैसे देऊन उमराव मेजरना म्हणाला, ''इथेच थांबा. पुढच्या वीस मिनिटांत तुमचा मुलगा तुम्हाला इथेच भेटायला येईल.''

नंतर उमराव दुसऱ्या एक खोलीत गेला. तिथे आधीच एक तरुण बसलेला होता. त्याचं नाव होतं आन्द्रिया. म्हणजेच त्या मेजरचा ताटातूट झालेला मुलगा. त्यालाही सिंदबाद नावाच्या माणसाने मदतीसाठी उमरावाकडे जायला सांगितलेलं होतं. तसंच पैशांची मदतही करायला सांगितलं होतं. त्यामुळे तो आपल्या वडिलांना भेटायला उत्सुक होता. उमरावाला हे सगळं आधीच माहिती असल्याने त्याने त्याला शेजारच्या खोलीत जाण्याची विनंती केली. आन्द्रिया गेल्यावर ते दोघं काय करताहेत, हे त्या दोन खोल्यांना जोडणाऱ्या एका रहस्यमय मार्गातून उमराव पाहू लागला.

प्रथम त्या दोघांनी एकमेकाला मिठी मारली. खरंतर त्यांचा एकमेकांशी काही संबंध नव्हता. पण पैशांच्या बदल्यात ते बाप-मुलगा होण्याचं नाटक करत होते! मग त्यांनी एकमेकांना खरंखरं सांगितलं, जे उमराव पाहत होता.

शेवटी ''बाबा, कुठे होतात तुम्ही?'' असं मोठ्याने म्हणून आन्द्रियाने त्या माणसाला मिठी मारली. मग तो माणूसही आनंदाने रडू लागला. हीच योग्य वेळ आहे, असं म्हणून उमरावाने त्या खोलीत प्रवेश केला.

''उमराव, इतक्या वर्षांनी तुम्ही आम्हा पिता-पुत्रांची गाठभेट घडवून आणली आहे, त्याबद्दल तुम्हाला खूप पुण्य लागेल,'' तो माणूस नाटकी हसत म्हणाला.

आन्द्रिया म्हणाला, ''खरंच. सांगा आम्ही तुमच्यासाठी काय करू?''

''या शनिवारी संध्याकाळी माझ्या ओतयच्या घरी, २८ ऱ्यू द ला फॉन्तेन इथे जेवायला या. मी एक मेजवानी आयोजित केली आहे.''

''आम्ही जरूर तिथे येऊ,'' असं म्हणून त्यांनी उमरावाचा निरोप घेतला.

चोवीस

मिस्टर विलफोर्टचं घर. घराच्या कुंपणापाशी असलेल्या लोखंडी गेटपाशी पायरव ऐकू आला. तो मॅक्सिमिलियन होता. व्हॅलेन्टाइनला भेटायला तो आला होता. पण अचानक त्याला दोन आकृत्या येताना दिसल्या. एक यूजेनीची होती. मादाम डँग्लार आणि यूजेनी यांनी अचानक भेट दिलेली असल्याने व्हॅलेन्टाइनला उशीर होणार असल्याचं त्याने ताडलं आणि पुन्हा अर्ध्या तासाने तो तिथेच गेला. आता व्हॅलेन्टाइन त्याची वाटच पाहत होती.

''व्हॅलेन्टाइन, कशी आहेस?''

''मी छान. तू?''

''छान. मी मघाशी मिस डँग्लारना ओळखलं. तुम्ही दोघी एवढ्या चांगल्या मैत्रिणी आहात हे मला माहीत नव्हतं. तुम्हाला बोलताना पाहून तुम्ही मनातलं गूज एकमेकीला सांगत होतात, असं वाटलं.''

''गूज? आम्ही वस्तुस्थिती एकमेकीला सांगत होतो. आणि हो, आम्ही चांगल्या मैत्रिणीवगैरे काही नाहीयोत. ती मला सांगत होती की, तिला अल्बर्ट द मॉर्सेर्फशी लग्न करण्याची इच्छा नाहीये. आणि मी तिला म्हणाले की, मलाही फ्रान्झ देपिनेशी लग्न करायचं नाहीये.''

''मिस डँग्लारचं कोणावर प्रेम आहे का?''

''नाही, तसं काही म्हणाली नाही ती. तिला स्वतंत्र आणि एकटीने आयुष्य जगायचं आहे, कलाकार व्हायचं आहे. असो. त्यात फार वेळ नको घालवायला, माझ्याकडे दहाच मिनिटं आहेत.''

''का, काय झालं?''

''मादाम विलफोर्टनी मला भेटायला बोलावलं आहे. त्या म्हणाल्या आहेत की, त्या मला अशी एक गोष्ट दाखवणार आहेत ज्याने माझं नशीब पालटेल. पण आधीच

मी खूप श्रीमंत आहे. मॅक्सिमिलियन, मला सांग मी गरीब झाले तरी तू माझ्यावर प्रेम करशील ना?''

''अर्थातच व्हॅलेन्टाइन. तू कशीही असलीस तरी मी सदैव तुझ्यावरच प्रेम करेन. पण तुझ्या सावत्र आईला आपलं नातं पटेल का? आपलं लग्न नाहीच झालं, तर मी कधीही लग्न करणार नाही.''

''काही झालं तरी माझं लग्न करून देण्याची तिची इच्छा नाही. कारण त्यामुळे सगळ्या गोष्टी बिघडतील म्हणून.''

''म्हणजे?''

''असं पाहा, आत्ता मला महिन्याला पन्नास हजार फ्रँक्स मिळतात. माझ्या आईच्या आई–बाबांनी त्यांची सगळी संपत्ती माझ्या नावे केली आहे आणि माझ्या वडिलांच्या वडिलांनीही असंच केलं आहे. त्यामुळे झालंय असं की, मादाम विलफोर्टच्या मुलाला एडवर्डला यातलं काहीच मिळणार नाहीये. त्यामुळे जर का मी लग्न न करता कुमारीच राहिले, तर आपोआपच हा वारसाहक्क माझ्या वडिलांकडे, म्हणजे नंतर एडवर्डकडे जाईल. हेच मादामना हवंय. म्हणून त्यांचा माझ्या लग्नाला विरोध आहे, कळलं?''

''बाप रे... बराच गुंता आहे यात.''

''हो. मी त्या आईचं काळीज समजू शकते... पण... चल मी जाते, मला कोणीतरी हाक मारतंय...''

''व्हॅलेन्टाइन जाण्याआधी तुझ्या एका बोटाचं तरी चुंबन घेऊन दे. तेवढं पुरेसं आहे मला.'' तिने त्या लोखंडी गेटमधून एक बोट बाहेर काढलं आणि त्यावर मॅक्सिमिलियनने आपले ओठ टेकवले. मग ती चटकन आत निघून गेली.

मॅक्सिमिलियन आणि व्हॅलेन्टाइन बोलत असताना, तिकडे मादाम विलफोर्ट आणि मिस्टर विलफोर्ट मिस्टर नुआरतिए यांच्या खोलीत गेले. तिथे त्यांचा खास सेवक बारुआ होता. त्याला त्यांनी खुणेनेच बाहेर जायला सांगितलं.

नुआरतिए यांचं लुळं शरीर चाकाच्या खुर्चीवरती निश्चल होतं. केवळ त्यांच्या चेहऱ्यावरच्या खाणाखुणांनीच ते आपल्या भावना किंवा इतर गोष्टी व्यक्त करायचे. ही भाषा केवळ व्हॅलेन्टाइन, सेवक बारुआ आणि विलफोर्ट यांनाच ठाऊक होती.

मग मिस्टर विलफोर्ट बोलू लागला, ''बाबा, मी सेवकाला जायला सांगितलं, कारण आम्हाला जे बोलायचं आहे ते व्हॅलेन्टाइन आणि बारुआच्या कानावर आत्ता पडू नये, असं वाटतं.''

नुआरतिएचा चेहरा निश्चलच होता. मग मादाम बोलू लागल्या, ''बाबा, पुढच्या

तीन महिन्यांमध्ये व्हॅलेन्टाइनचं लग्न करायचा विचार आहे आमचा.'' तिच्या मनात नक्कीच काहीतरी शिजत असणार हे उघड होतं.

विलफोर्ट म्हणाला, ''आम्हाला माहीतच आहे की, ती तुमच्या काळजाचा तुकडा आहे. म्हणून तुम्हाला ही बातमी सांगावी, असं वाटलं. तिच्यासाठी आम्ही अगदी योग्य आणि तारुण्याने सळसळलेला असा वर शोधला आहे. आम्हाला खात्री आहे की, ती त्याच्यासोबत सुखा-समाधानात राहील. आणि त्याचं कुटुंब तुम्हालाही माहितीचं आहे – फ्रान्झ देपिने.'' ते नाव ऐकून त्या निश्चल चेहऱ्यावर भीतिदायक भाव उमटले. त्यांचे ओठ थरथरले. त्यांच्या आत काहीतरी दुःखद खळबळ माजली असावी, असं वाटत होतं.

मादाम म्हणाली, ''मिस्टर देपिने यांच्या कुटुंबाचाही होकार आहे. मुलाची फक्त आत्या आणि काका एवढेच आहेत. त्याची आई त्याच्या जन्मानंतर लगेचच गेली आणि त्याच्या वडिलांची कोणीतरी हत्या केली म्हणे.''

नुआरतिएच्या चेहऱ्यावर आता विचित्र हावभाव उमटले. ते मिस्टर विलफोर्ट यांना कळताच, त्यांनी त्यांचा निरोप घेतला. मात्र, जाण्याआधी त्या वृद्धाने त्याचा डावा डोळा मिचकावला. त्याचा अर्थ होता, व्हॅलेन्टाइनला बोलावणं. उजवा मिचकावण्याचा अर्थ होता, बारुआला हाक मारणं. विलफोर्टने 'हो' असं म्हटलं आणि तो बाहेर पडला.

काही वेळात व्हॅलेन्टाइन तिथे आली आणि म्हणाली, ''आजोबा, काय झालं? तुम्ही रागावल्यासारखे का दिसताहात?'' त्याने डोळे मिटले. म्हणजे 'हो' असं उत्तर होतं.

''तुम्ही कोणावर रागावला आहात? बाबांवर? का आईवर का माझ्यावर?'' डोळे त्यांनी मिटले.

दुःखाने व्हॅलेन्टाइन ओरडली, ''तुम्ही माझ्यावर का रागावला आहात? मी दिवसभरात तुम्हाला भेटायला आले नाही म्हणून?'' डोळे पुन्हा बंद झाले.

''आत्ता मला कळलं की, आई-बाबा का आले होते ते. त्यांनी तुम्हाला माझ्या लग्नाबद्दल सांगितलं का? आणि देपिने तुमच्यासकट मला स्वीकारायला तयार आहे का?'' डोळे बंद झाले.

''मग आता नका ना रागावू, काय करू मी तुमचा राग शांत करण्यासाठी? हां, आता मला कळलं, तुमचं माझ्यावर अत्यंत प्रेम असल्याने मी देपिनेसोबत आनंदात राहीन का, अशी साशंकता तुम्हाला वाटतेय. बरोबर ना?'' डोळे बंद झाले.

''तुम्हाला देपिने आवडत नाही का?'' डोळ्यांची झपाझप उघड-मीट झाली.

याचा अर्थ होय होय होय, नाही आवडत, असा होता.

"खरं सांगू, मलाही तो आवडत नाही; पण आता परिस्थिती वेगळी आहे. तुम्ही विकलांग होण्याआधी माझी कायम काळजी घ्यायचात. पण आता..." तिचं हे वाक्य पुरं व्हायच्या आत त्या वृद्ध माणसाचे डोळे असे काही मिचकावले गेले, की जणू तो सांगत होता – 'नाही, मी अजूनही तुझ्यासाठी खूप काही करू शकतो.' मग त्याने शेजारच्या टेबलावर ठेवलेल्या शब्दकोशाकडे नजर टाकली. काय करायचं ते तिच्या लगेचच लक्षात आलं. त्यांची ती ठरलेली पद्धत होती. त्याला एखादा शब्द सांगायचा असेल, तर ती त्याला कोशातलं एकेक अक्षर आणि त्याची बाराखडी वाचून दाखवायची आणि तो डोळे मिचकावून हो-नाही सांगायचा. तिने एकेक अक्षर उच्चारलं. मग 'व' पाशी आल्यावर तो 'हो' म्हणाला. मग 'की' पाशी आल्यावर आणि मग 'ल' पाशी आल्यावर तो 'हो' म्हणाला.

व्हॅलेन्टाइन आनंदाने म्हणाली, "व-की-ल." मग तिने सेवकाला बोलावून वकिलांना बोलावण्यास सांगितलं. नुआरतिएला मृत्यूपत्र बनवायचं होतं!

वकील आल्यावर मिस्टर विलफोर्टने आपल्या वडिलांची परिस्थिती त्यांना सांगितली. ते लुळे असून बोलू-चालू शकत नाहीत, असं सांगितलं. पण तरी ते डोळ्यांच्या भाषांनी त्यांना काय हवंय हे सांगू शकतात. वकिलाला ही कल्पना फारच आवडली, असं कोणी काही करू शकतं यावर त्याचा विश्वास न बसल्याने तो तडक त्यांना भेटायला गेला.

त्याने विचारलं, "तुमच्याकडे किती संपत्ती आहे? पन्नास हजार?"

नुआरतिए नाही म्हणाला. मग वकील एकेक आकडा म्हणू लागताच, १००ला होकार आला. मग ती त्याला कोणाच्या नावे ठेवायची आहे असं विचारून एकेका व्यक्तीची नावं घेतली. व्हॅलेन्टाइनच्या नावालाही तो नाही म्हणाला. ते ऐकून व्हॅलेन्टाइन म्हणाली, "आजोबा, तुमच्या संपत्तीपेक्षा तुमचं प्रेम माझ्यासाठी जास्त मौल्यवान आहे."

वकील म्हणाला, "म्हणजे ही सगळी संपत्ती तुम्हाला दान करायची आहे?" जोरदार होकार आला आणि नुआरतिए व्हॅलेन्टाइनच्या अंगठीकडे पाहू लागला.

ती म्हणाली, "माझ्या लग्नाला तुमचा विरोध आहे का, आजोबा?" त्याने होकार देताच, मिस्टर विलफोर्ट म्हणाला, "मला माहितेय, माझे वडील कसे आहेत ते. एकदा का त्यांनी ठरवलं की ठरवलं. मग ते आपला निर्णय बदलत नाहीत. पण मीही त्यांचा मुलगा आहे. काही झालं तरी व्हॅलेन्टाइनचं लग्न फ्रान्झ देपिनेशीच होईल, हे ठरलं म्हणजे ठरलं!"

पंचवीस

मिस्टर आणि मादाम द विलफोर्ट आपल्या वडिलांच्या खोलीतून बाहेर आले, तेव्हा उमराव मॉन्टे क्रिस्टो त्यांच्या भेटीसाठी थांबला असल्याचं त्यांना समजलं. नमस्कार-चमत्कार झाल्यावर उमराव म्हणाला, ''मी तुम्हाला शनिवारच्या मेजवानीबद्दल आठवण करून द्यायला आलो आहे.''

मादाम विलफोर्ट म्हणाली, ''आम्ही कसं काय विसरू उमराव?''

''मेजवानी इथल्याच घरी असेल नाही...?'' मिस्टर विलफोर्टने विचारलं.

''नाही, इथे नाही. ओतयला.''

''ओतयला?'' विलफोर्टचा चेहरा पांढरा पडला. मग स्वतःला सावरत तो म्हणाला, ''आठवलं. मला हिने सांगितलं होतं. पण ओतयला कुठेशी?''

''फॉन्तेन रस्त्यावर, घर क्रमांक एकोणतीस.''

''काय?'' आता त्याची बोबडीच वळायची बाकी होती. ''ते घर तर माझ्या स्वर्गवासी बायकोच्या वडिलांचं, म्हणजे माझ्या सासऱ्यांचं होतं.''

''मला हे ठाऊकच नव्हतं. पण एकाअर्थी बरंच आहे की. तिथे तुम्हाला भेट द्यायला आवडेलच, मिस्टर विलफोर्ट. जरा जुन्या आठवणींना उजाळा...'' हे ऐकताच विलफोर्ट चपापला. तोच मादाम विलफोर्ट म्हणाली, ''मिस्टर विलफोर्टना तिथे जायला कधीच आवडत नाही.''

''त्याचं काये, उमराव, मला ओतय फारसं आवडत नाही.''

''या वेळी मात्र तुम्हाला तुमच्या नावडीला जरा मुरड घालावी लागेल. तुम्ही आला नाहीत, तर मला फार वाईट वाटेल. तसंच त्या घरात काहीतरी संशयास्पद गोष्ट असल्याचं वाटून मी मनाशी उगाच विचार करत राहीन.''

''हो हो, मी नक्की येईन, उमराव. काळजी नका करू.''

''ठीक आहे. शनिवारी भेटू या.''

दुसऱ्या दिवशी दब्रेने डँग्लारच्या घरी धावतपळत जाऊन मादाम डँग्लारला विचारलं, ''मिस्टर डँग्लारचे स्पेनमध्ये काही शेअर्स होते का?''

''हो. किमान सहा लाखांच्या किमतीचे तरी असतील.''

''मग त्यांनी ते ताबडतोब विकायला हवेत. कारण स्पेनचा राजा सुटला असून, त्यामुळे त्यांचा भाव कोसळणार आहे, अशी पक्की खबर आहे.''

मादामने लगेच ही बातमी डँग्लारला सांगितली. त्याने त्वरित ते सगळे शेअर्स पाच हजाराचा तोटा पत्करून विकून टाकले. त्या दिवशीच्या सायंदैनिकातही स्पेनच्या राजाच्या सुटकेची बातमी प्रकाशित झाली होती. ती वाचून थोडा तोटा झाली तरी आपण कसे सुदैवी ठरलो, असं डँग्लारला वाटलं. पण दुसऱ्या दिवशीच्या बातमीने मात्र तो तीनताड उडाला. स्पेनच्या राजाची बातमी ही केवळ अफवा होती, असं त्यात लिहिलं होतं. डँग्लारने विकलेले शेअर्स आता दुप्पट किमतीचे झाले होते. थोडक्यात, त्याला कित्येक लाखांचा तोटा झाला होता!

सव्वीस

उमराव मॉन्टे क्रिस्टोचं ओतयमधलं घर बाहेरून पाहिलं तर फार काही विशेष वाटत नसे. आत गेल्यावर मात्र आश्चर्यचकित व्हायला होई. उच्च दर्जाचं फर्निचर, पडदे, तैलचित्रं आणि इतर कलात्मक वस्तू यांनी ते सजवलेलं होतं. गेली कित्येक वर्षं नुसतंच धूळ खात पडून असलेल्या, जळमटं चढलेल्या त्या घराला कमीत कमी दिवसांमध्ये उमरावाने नवं वैभव प्राप्त करून दिलं होतं. अर्थात, यात बर्तुशिओचाही वाटा होता.

फक्त ज्या खोलीला जोडून असलेला जिना थेट बागेत जाई ती तेवढी होती तशीच ठेवण्यात आली होती. तिच्या समोरून जातानाही बर्तुशिओ भीतीने चळचळा कापायचा.

बरोब्बर सहा वाजता कॅप्टन मॅक्सिमिलियन पोहोचला. उमरावाने त्याचं स्वागत करत म्हटलं, ‘‘तुम्ही वेळेवर पोहोचाल याची मला खात्री होती. या, सगळे येण्याआधी मला तुमच्याशी एकट्यानेच थोडं बोलायचं आहे.’’

काही क्षणांत एक घोडागाडी घरासमोर येऊन थांबली. लूसीन दब्रेने उतरून गाडीत बसलेल्या मादाम डँग्लारला उतरण्यासाठी हात दिला. तिचा चेहरा कसनुसा झाल्याचं उमरावाच्या चाणाक्ष डोळ्यांनी हेरलं. तिने एक चिठ्ठी मिस्टर डँग्लारच्या हातात सरकवली. ते वाचताच तोही पांढरा पडला. तो गाडीतून नाही, तर जणू कबरीतूनच बाहेर पडल्यासारखा भासत होता.

आत गेल्यावर घराच्या सजावटीने सगळे जण थक्क झाले. तोच सेवकाने वर्दी दिली, ‘‘मेजर बार्टोलोमियो कॅव्हेलकान्टी आणि आन्द्रिया कॅव्हेलकान्टी आले आहेत.’’

त्या बाप-बेट्यांना पाहून त्यांनी पहिल्यांदाच चांगले कपडे घातले असावेत, असं वाटत होतं. त्यांना पाहून डँग्लारने उमरावाला विचारलं, ‘‘हे दोन सद्गृहस्थ कोण आहेत?’’

‘‘मेजर कॅव्हेलकान्टी आणि त्यांचा मुलगा.’’

"ही झाली त्यांची नावं. पण आणखी ओळख काय आहे त्यांची?"

"ओह, बहुतेक तुमची त्यांच्याशी ओळख झालेली दिसत नाहीये. ते इटालियन असून, कोणत्यातरी राजघराण्यातील आहेत."

"म्हणजे नक्कीच त्यांच्याकडे बरीच संपत्ती असेल?"

"प्रचंड! अहो, इतकी की, ती खर्च करण्यासाठीच ते पॅरिसला आले आहेत. त्यांनी म्हणे तुमच्याकडे खातं उघडलं आहे, म्हणजे मला तरी त्यांनी तसं सांगितलं. म्हणूनच आज खास मी त्यांना बोलावलं आहे. आणि हो, त्यांना आपल्या मुलासाठी एक चांगली वधूही हवी आहे."

"अच्छा. ही उत्तम कल्पना आहे." हे ऐकून मादाम डँग्लारने आपल्या मिस्टरांकडे रागीट कटाक्ष टाकला. मात्र, तरी ती शांत राहिली.

सेवकाने मिस्टर आणि मादाम द विलफोर्ट आल्याची वर्दी दिली.

स्वतःवर कितीही ताबा ठेवला, तरी मिस्टर द विलफोर्ट आतून घाबरला होता, अस्वस्थ होता. जेव्हा उमरावाने स्वागतासाठी हस्तांदोलन केलं तेव्हाही त्याचा हात कापत असल्याचं त्याच्या लक्षात आलं.

आगत-स्वागत करून उमराव बर्तुशिओकडे गेला. तो शेजारच्या खोलीतून पाहुण्यांकडे पाहत होता. मालकाला पाहताच बर्तुशिओ म्हणाला, "सर, तुम्ही किती जणांचं जेवण लावायचं हे सांगितलं नाहीत."

"असं कर, तूच मोजून घे माणसं. पण अजून काही पाहुणे यायचे बाकी आहेत." बर्तुशिओने दाराआडून पाहिलं अन् तो दचकलाच, "अरे देवा!"

"काय झालं?"

"सरकार, हीच ती बाई, जिने हिरेजडित पांढरा पोशाख परिधान केला आहे ती... तीच त्या दिवशी त्या बागेत होती, हीच गर्भार होती."

"मादाम डँग्लार?"

"मला नाव माहीत नाही; पण नक्की हीच होती. मी तिला कधीच विसरू शकत नाही." मग तो पुन्हा आश्चर्यचकित होत म्हणाला, "अरे, मिस्टर द विलफोर्ट! मी तर त्यांना मारलं, असं वाटलं मला."

"पण ते मेले नाहीत असं दिसतंय! तू तुझ्या डोळ्यांनीच पाहतो आहेस ना? म्हणजे तू केलेला वार चुकीचा होता, असंच म्हणायला हवं. बरं ते जाऊ दे. आता स्वतःवर संयम ठेव आणि माणसं मोज बरं -"

"आठ."

"तू चुकीचं मोजलंस. तू मेजरच्या मुलाला, आन्द्रियाला विसरलास की काय?"

त्याच्याकडे नीट पाहून बर्तुशिओ चकित होऊन पुटपुटला, "अरे हा तर, बेनेडेट्टो!"

तोच उमराव म्हणाला, "बर्तुशिओ, साडेसहा वाजले आहेत. जेवायची वेळ झाली आहे. तुला माहीतच आहे की, मला उशीर आवडत नाही."

उमरावाने दुसऱ्या खोलीत जाऊन जेवण तयार असल्याचं सांगितलं आणि सगळ्यांना जेवायला येण्यासाठी आग्रहाचं निमंत्रण दिलं. जेवण अत्यंत उत्तम होतं. सगळ्यांनी त्याचा आस्वाद घेतला. मिस्टर द विलफोर्टने मात्र फार काही खाल्लं नाही की उत्तमोत्तम मद्य समोर असूनही त्यांची चव चाखली नाही. हे उमरावाच्या लगेच लक्षात आलं.

शातो-रेनो म्हणाला, "उमराव, तुम्ही तर या घराचा नूरच पालटून टाकला आहे. याआधी या घराकडे पाहिलं की, वाटायचं नक्कीच यात काहीतरी गुन्हा किंवा पापकृत्य घडलेलं असलं पाहिजे."

जरा थांबत उमराव म्हणाला, "कदाचित हे जरा विचित्र वाटेल, पण मी पहिल्यांदा या घरात आलो तेव्हा मलाही असं वाटलं की, इथे काहीतरी भयंकर पापकृत्य घडलं असावं. खासकरून इथल्या एका खोलीत गेल्यावर तर मला खात्रीने तसंच वाटू लागलं. त्या खोलीतलं वातावरण इतकं नाट्यमय होतं की विचारू नका. या, मी तुम्हाला ती खोली दाखवतो." मग सगळे उठले आणि बाहेर पडले. मागे फक्त मिस्टर विलफोर्ट आणि मादाम डँग्लार उरले. विलफोर्ट नाइलाजाने म्हणाला, "चला, आपणही जाऊ या."

त्या खोलीत गेल्यावर उमराव म्हणाला, "पाहा, हा बेड अशा प्रकारे इथे ठेवला आहे, इथे अशी लाल रंगाची शिंकाळी लावलेली आहेत, खराब झालेली जुनाट चित्रं भिंतीवर लटकताहेत, त्यातल्या व्यक्ती पाहून असं वाटतं की, इथे जे काही कुकर्म घडलं असेल ते त्यांनी पाहिलं असावं. आणि तो खाली बागेत जाणारा जिना पाहा. कोणीतरी पापकृत्य करून या जिन्यानेच खाली बागेत गेलं असावं, असं वाटतं, नाही?"

ते ऐकताच मादाम डँग्लारला चक्करच आली. त्या खाली कोसळून बेशुद्ध पडल्या. मग त्यांना उचलून दुसऱ्या खोलीत नेण्यात आलं. उमरावाने त्यांच्याकडे असलेल्या लाल औषधाचे दोन थेंब त्यांच्या ओठांवर टाकताच त्यांना शुद्ध आली. इकडेतिकडे पाहत तिची नजर मिस्टर डँग्लारला शोधत होती; पण तो व्यवसायिक गोष्टींची बोलणी करण्यासाठी बागेत गेला होता.

"मादाम, मी जे सांगितलं ते खरं नव्हे, फक्त माझी कल्पना होती. मला क्षमा करा. पण तुम्हाला खरं सांगू, इथे या घरात एक पापकृत्य झाल्याचं मला नक्की माहीत आहे."

मादाम विलफोर्ट म्हणाली, "सांभाळून बोला उमराव, आपल्यासोबत मुख्य दंडाधिकारी आहेत इथे."

"मग तर चांगलंच झालं. मला जे समजलं आहे ते त्यांच्यासमोरच घोषित करायला मला आणखीनच आवडेल."

दब्रे म्हणाला, "इतकं सुग्रास जेवण झाल्यावर असं काहीतरी हवंच."

"इथे नक्कीच गुन्हा घडलेला आहे. या, माझ्यासोबत या, दाखवतो तुम्हाला," असं म्हणून त्याने मिस्टर विलफोर्ट आणि मादाम डँग्लारचा हात धरून त्यांना बागेच्या एक अंधाऱ्या कोपऱ्यात नेलं. त्यांच्या मागोमाग इतरही गेले.

मग थांबून उमराव म्हणाला, "हे पाहा, इकडे. हीच ती जागा." असं म्हणत त्याने जमिनीवर पाय दोन-तीनदा आपटला. "इथे झाडं लावण्यासाठी माझे कामगार आले तेव्हा खोदकाम करताना त्यांना इथे एक लाकडी पेटी सापडली. त्यात एका बाळाचा सांगाडा होता..." ते ऐकताच मादाम डँग्लारचं शरीर कडक झालं, तर मिस्टर विलफोर्ट थरथरू लागला. त्याला दरदरून घाम फुटला.

दब्रे म्हणाला, "काय? भयंकरच प्रकरण दिसतंय हे."

"अशा गुन्ह्याला या देशात काय शिक्षा असते?" कॅव्हेलकान्टीने भोळसटासारखं विचारलं.

उमराव म्हणाला, "शिरच्छेदाची. हो ना मिस्टर द विलफोर्ट?"

भीतीने बोबडी वळलेला विलफोर्ट कसंतरी हो म्हणाला.

मग उमराव म्हणाला, "असो. चला आता आपण कॉफी घेऊ या."

जाताना विलफोर्ट मादाम डँग्लारच्या कानात कुजबुजला, "आपण उद्या माझ्या ऑफिसमध्ये भेटू या."

सत्तावीस

रात्र झाल्यावर सगळे एकेक करत पांगू लागले. आन्द्रिया कॅव्हेलकान्टी आपल्या बग्गीत चढणार होता तोच त्याच्या खांद्यावर त्याला कोणाचीतरी थाप पडल्याचं जाणवलं. त्याला वाटलं उमराव किंवा डँग्लार आपली एखादी गोष्ट राहिली असल्याचं सांगायला आले असतील. पण तसं नव्हतं. तिथे एक रापलेला, दाढीवाला चेहरा होता. तो त्याला पाहून एखाद्या लांडग्यासारखा हसत होता. तो चेहरा आन्द्रियाने ओळखला आणि एक भीतीची लहर त्याच्या अंगातून दौडत गेली. त्याने विचारलं, ''कॅडेरूस तुम्ही?''

''हो, मी. मला चालून खूप थकायला झालंय. तेव्हा मला तुझ्या बग्गीतून घेऊन पॅरिसला ने. चल, बेनेडेट्टो!'' ते ऐकून आन्द्रियाचा चेहरा पांढराफटक पडला. तो मोतद्दाराला म्हणाला, ''मला या माणसाशी एकट्याने बोलायचं आहे. तुम्ही खासगी वाहनाने मागाहून या.'' मोतद्दार खाली उतरला.

मग ते दोघं बग्गीत चढले आणि आन्द्रिया ती चालवू लागला. ओतयच्या बाहेर जाईस्तोवर कोणीच काही बोललं नाही. मग आन्द्रिया म्हणाला, ''तुम्ही मला इथे त्रास द्यायला का आला आहात?''

''तू माझा विश्वासघात का केलास पोरा?''

''मी? तुमचा काहीतरी गैरसमज होतोय. मला पैसा करायचा होता म्हणून मी इथे आलो. आणि आता माझं नशीब फळफळलंय, यात माझी काय चूक?''

''ठीके ठीके. मित्रा, झालं गेलं सेन नदीला मिळालं. आणि तू तर फारच श्रीमंत झालेला दिसतोस. ही बग्गी, हे कपडे, उच्चभ्रूंच्या घरी मेजवान्या? चांगलंच चाललंय की तुझं. तुझ्याकडे दोन कोट्स तर असतीलच, तेव्हा या थंडीच्या दिवसात मी एक घेतो. असंही जेव्हा तुला भूक लागायची, तेव्हा मी तुला माझ्या वाटचं खायला दिलेलं आहे. त्याचीच परतफेड समजू या.'' कॅडेरूसने त्याचा कोट घातला आणि पुढे

म्हणाला, ‘‘मला सांग, आत्ता तू ज्याच्याकडे गेला होतास तो कोणी राजपुत्र होता का? फारच श्रीमंती थाट दिसत होता तिकडचा.’’

‘‘नाही. ते उमराव आहेत. खूप श्रीमंत आहेत. आणि तुम्ही उगाच त्यांच्या वाटेला जाऊ नका.’’

‘‘ठीके, नाही जात. पण त्याची किंमत तुला मोजावी लागेल.’’

‘‘ठीके, किती पैसे हवेत तुम्हाला?’’

‘‘मला वाटतं, महिना शंभर फ्रँक्स मिळाल्यास चालेल मला. पण तरी आणखी पन्नास मिळाले तर मी ऐशआरामात राहू शकेन.’’

‘‘ठीके, हे घ्या. दोनशे फ्रँक्स.’’

‘‘अरे वा! आता मला सांग, तुझं नशीब कसं काय फळफळलं एवढं?’’

‘‘मला माझे वडील भेटले. त्यांचं नाव मेजर कॅव्हेलकान्टी.’’

‘‘मेजर कॅव्हेलकान्टी. त्यांचा विश्वास बसला? तुमची भेट कोणी घडवली?’’

‘‘त्या उमरावांनी, ज्यांच्याकडे आत्ता आम्ही गेलो होतो त्यांनी.’’

‘‘अच्छा, मग तुम्ही मला तुमचे आजोबा का नाही करून घेत?’’

‘‘ठीके. पाहतो मी. पण आता तुम्ही काय करणार आहात?’’

‘‘मी आता एक छोटी खोली भाड्याने घेणार, मग बरे कपडे घालून, दाढी करून कॅफेत बसणार. मला निवृत्त माणसासारखं आयुष्य घालवायचंय.’’

‘‘छान. मग आता बग्गीतून खाली उतरा.’’

‘‘नाही, मित्रा. आत्ता माझे कपडे पाहता पॅरिसच्या हद्दीबाहेर मला नक्की पकडतील. त्यात माझ्याकडे कागदपत्रंही नाहीयेत. खिशात पैसे आहेत म्हटल्यावर तर तुरुंगातच टाकतील मला. मग पुन्हा पहिल्यासारखंच आयुष्य होईल माझं. मला मदत कर. ’’

मग त्या दोघांचे हात एकमेकांच्या खिशाकडे गेले. आन्द्रियाच्या खिशात पिस्तूल होती, तर कॅडेरूसच्या खिशात चाकू. पण मग दोघांनी एकमेकांकडे पाहून एक स्मित केलं अन् त्यावरून त्यांचं त्यांना काय समजायचं ते समजून गेलं! मग कॅडेरूसने ओव्हरकोट घातला आणि आन्द्रियाची हॅट डोक्यावर घातली. त्यामुळे कोणालाही संशय न येता, ते पॅरिसमध्ये सुखरूप शिरले. मग एके ठिकाणी बग्गी थांबली आणि कॅडेरूस उतरून निघून गेला. आन्द्रिया म्हणाला, ‘‘ओव्हरकोट आणि हॅट?’’ मग पुटपुटला, ‘‘आयुष्यात कोणीच व्यक्ती पूर्ण आनंदी असू शकत नाही, असं वाटू लागलंय मला.’’

अठ्ठावीस

मॉन्टे क्रिस्टोच्या ओतयमधल्या घरून मादाम डँग्लार परत आली आणि तिच्या मागोमागच दब्रेही आला. दोघंही आत जात असतानाच त्यांना विश्वासू सेविका भेटली. मादामने विचारलं, ''यूजेनी काय करतेय?''

''ती जेवून झोपलीय.''

''मग हा पियानोचा आवाज कसा काय येतोय?''

''झोपताना तिला पियानो ऐकायचा होता.''

''ठीके, तू जाऊ शकतेस.'' मग मादाम दब्रेला म्हणाली, ''या मुलीला संगीताचा भलताच छंद आहे,'' असं म्हणून ती कपडे बदलायला अंतःपुरात गेली. तिथल्याच एका सोफ्यावर बसून मादामच्या कुत्र्याशी दब्रे खेळू लागला. कुत्रा आणि दब्रे यांचं चांगलं सूत जुळलं होतं.

मग मादाम सैलसर झगा घालून आली आणि आपल्या कुत्र्याला कुरवाळत एके ठिकाणी शून्यात नजर लावून पाहत बसली. दब्रे म्हणाला, ''मला खरंखरं सांग हर्माइन, तुला काही त्रास होतोय का?''

''नाही, फार नाही.'' असं म्हणून ती उभी राहिली. दब्रे तिच्याशी काही बोलणार तोच तिथे मिस्टर डँग्लारचं आगमन झालं. त्याला आलेलं पाहताच मादामने आपल्या नवऱ्याकडे एक जळजळीत कटाक्ष टाकला. मादामला आपल्या नवऱ्याचं असं अचानक आलेलं आवडलं नसल्याने ती दब्रेला म्हणाली, ''मला काहीतरी वाचून दाखवा, मिस्टर दब्रे.''

दब्रेही डँग्लारच्या अंत:पुरात येण्याने अवघडला होता. तो कोणतंतरी पुस्तक आणायला जाणार तोच मिस्टर डँग्लार म्हणाला, ''मादाम, पण इतक्या रात्रीपर्यंत जागरणं करून तुम्हाला दमायला होईल आणि दब्रेही फार लांब राहतात. नाही का?'' या बोलण्यातल्या खोचक टिप्पणीने दब्रेला थोडा धक्का बसला. ते बोलणं शांत आणि

आदरयुक्त होतं, पण तरी त्यात उपहास होता.

मादामही हे ऐकून आश्चर्यचकित झाली. ती म्हणाली, ''मिस्टर दब्रे, मला मुळीच झोप येत नाहीये. मला तुम्हाला आज संध्याकाळच्या मेजवानीतल्या पुष्कळ गोष्टी सांगायच्या आहेत.''

दब्रे काही बोलायच्या आतच डँग्लार म्हणाला, ''प्रिय मिस्टर दब्रे, कृपया तुम्ही इथे थांबून माझ्या पत्नीच्या मूर्खपणाच्या गोष्टी ऐकत बसू नका. त्या तुम्ही उद्या ऐकल्या तरी काहीच फरक पडणार नाही. कारण मला त्याहीपेक्षा महत्त्वाच्या गोष्टी तिच्याशी बोलायच्या आहेत.''

हा शेवटचा घाव होता. मादाम आणि दब्रे चकित होऊन एकमेकांकडे पाहू लागले. त्या बोलण्यातून मालक कोण आहे, हे प्रतीत होत होतं. आता निघून जाण्याशिवाय दब्रेपाशी काहीच पर्याय नव्हता. दब्रे गेल्यावर कुत्र्याला डँग्लारने जवळ घेतलं. पण त्याची डँग्लारशी एवढी ओळख नसल्याने ते गुरगुरू लागलं. मादाम म्हणाली, ''आज तू क्रूरपणाचा कहरच केलास! चांगली प्रगती करतोयस तू.''

''हो, कारण माझी विनोदबुद्धी एरवीपेक्षा जरा जास्तच कमी झालीय.''

''मी कशाला तुझ्या विनोदबुद्धीची चिंता करू?'' वैतागल्यासारखी मादाम म्हणाली. तिला तिच्या नवऱ्याचं बोलणं मुळीच आवडलं नव्हतं. तिला संताप येत होता. ''ती तुझ्या ऑफिसातल्या कारकुनांसाठीच राखून ठेव. ते तुझ्यासाठी काम करतात. कळलं!''

''हा सल्ला फारच वाईटे. माझे कारकून कष्ट करतात माझ्यासाठी. मला पैसे मिळवून देतात. एकनिष्ठ असतात ते माझ्याशी. त्याबदल्यात मी त्यांना फारच कमी गोष्टी देतो. त्यामुळे मी माझा राग त्यांच्यावर कशाला काढू? उलट, मी ज्यांना मेजवान्यांना नेतो, कपडालत्ता पुरवतो आणि तरीही जे मला खड्ड्यात घालतात त्यांच्यावर मी तो राग काढेन.''

''अच्छा, कोण आहेत बरं ते लोक, ज्यांनी तुला खड्ड्यात घातलंय?''

''तुला नीट कळतंय मी कोणाबद्दल बोलतोय ते. तरी तुला सांगतोच, त्या स्पॅनिश शेअर्समध्ये मला सात लाख फ्रँक्सचा तोटा झालेला आहे.''

''याता माझा काय दोष?''

''तुझा दोष नसला, तरी हा तोटा फक्त माझा एकट्याचा नाहीये.''

''म्हणजे?''

''तुला आठवतंय का की, तू एकदा मला हैतियन शेअर्सबद्दल बोलली होतीस. तुला हैतीमधून बोटभरून पैसे मिळाल्याचं स्वप्न पडलं होतं. मग मी गुपचूप हैतीचे शेअर्स विकत घेतले आणि त्यात मला चार लाख फ्रँक्सचा फायदा झाला, ज्यातले

तुला एक लाख देण्यात आले होते.

"मग त्या रेलरोड कंपनीच्या बाबतीतही असंच झालं. तुला त्या कंपनीच्या शेअर्सबद्दल खात्री होती की, त्यातून फायदा होईल. म्हणून मी ते घेतले आणि त्यातून झालेल्या फायद्यातली रक्कम तुला दिली."

"बरं मग? मुद्द्याचं काय ते बोल," मादाम रागाने म्हणाली.

"तेच सांगतोय, चार महिन्यांपूर्वी तू कोण्या मंत्र्याच्या मेजवानीला गेली असताना, तुला या स्पॅनिश शेअर्सबद्दल समजलं. तो वधारणार असल्याचं समजल्याने मी ते लगेच घेतले.

"परवा मिस्टर दब्रेशी बोलत असताना त्यांनी काय सांगितलं आठवतंय ना, की म्हणे राजा स्पेनमध्ये येणार असून, त्यामुळे स्पॅनिश शेअर्स प्रचंड गडगडणार आहेत. तशी बातमीही आली होती म्हणून मी ते विकले आणि तोट्यात गेलो. कारण ती अफवा होती. प्रत्यक्षात ते शेअर्स नंतर गगनाला भिडले. मला सात लाख फ्रँक्सचा तोटा झाला."

"बरं मग?"

"मग काय? ज्या ज्या वेळी मी जिंकलो त्या त्या वेळी मी तुला पैसे दिले. तसंच आता या तोट्यातही तू सहभागी व्हायला हवंस. त्यामुळे सात लाखांचा चवथा हिस्सा, एक लाख पंचाहत्तर हजार तू मला द्यायला हवेस."

"काहीही बोलू नकोस मूर्खासारखं."

"जर तुझ्याकडे एवढे पैसे नसतील, तर ते तू तुझ्या मित्राकडून – दब्रेकडून उधार घेऊ शकतेस."

"काहीही बकू नकोस," मादाम ओरडली.

"आता तूच मला बोलायला भाग पाडते आहेस. गेल्या वर्षी तू तुझ्या मित्रावर – दब्रेवर किती पैसा उडवलास हे न कळण्याइतका मी दूधखुळा नाहीये. दब्रेला तुझ्यासारखा चांगला जुगारी सापडला आहे, जो एक छदामही न लावता पैसे कमावतो आणि एक छदामही न लावल्याने गमावत तर काहीच नाही. असो. गेल्या काही वर्षांपासून तुमचं हे जे काही चाललं आहे ते मी गप्पपणे पाहतोय. पण आता बास! मी मनात आणलं तर तो या घरात पायही ठेवू शकणार नाही, कळलं?"

"हे आता फारच झालं!" मादामला राग अनावर झाला. तिच्या तोंडून काही शब्दच फुटेना. "तू सभ्यपणाच्या सगळ्या सीमारेषा ओलांडल्या आहेस!"

नकारार्थी मान हलवत डँग्लार म्हणाला, "ए बाई, तू मला सभ्यपणा शिकवू नकोस. तुझे काय आणि कसे धंदे चाललेले असतात हे मला नीट माहीत आहेत.

आणि मी त्याकडे केलेल्या दुर्लक्षाचा परिणाम म्हणजे तुझ्या प्रियकरांची तयार झालेली ही मोठ्ठी यादी – मिस्टर द विलफोर्टपासून ती सुरू होते. सध्या तरी दब्रेपर्यंत येऊन थांबली आहे. मी हे सगळं सहन केलं; पण माझ्या संपत्तीच्या बाबतीत मात्र मी काहीही सहन करणार नाही.''

विलफोर्टचं नाव ऐकताच मादामला कसंतरी होऊ लागलं. ती पांढरीफट्ट पडली, तिला चक्कर आल्यासारखं वाटू लागलं. पण तरी तिने स्वतःला कसंबसं सावरलं. मग ती म्हणाली, ''मिस्टर द विलफोर्टचा काय संबंध यात?''

''बाप रे, आज बहुतेक तू मला माझं तोंड उघडायला लावणारच असं दिसतंय. तुझा पहिला नवरा बिचारा दुःखाने मेला, हो की नाही. तो बाहेर गेला होता नऊ महिने आणि तरी तो आला तेव्हा तू सहा महिन्यांची गर्भार राहिली होतीस हे विसरलीस की काय? ते जे काही असेल ते असो; पण मी मात्र हे खपवून घेणार नाही. दब्रेमुळे मला तोटा झाला आहे, मला तो मिळाला पाहिजे. दरवेळी त्याची माहिती बरोबरच असेल, असं मी नाही म्हणत. पण तरी जे झालं त्यात त्याचाही वाटा आहे, हेही तितकंच खरं.''

मादाम डँग्लार धपकन खुर्चीत बसली. तिला उमरावाच्या घरी घडलेला प्रसंग आठवला आणि त्याआधीची सगळी संकटमालिका आठवली. ती चक्कर येऊन बेशुद्ध पडली. पण डँग्लारने तिच्याकडे पाहिलंही नाही. तो काही न बोलता निघून गेला. मग थोडी शुद्धीत आल्यावर, हे सगळं एक वाईट दिवास्वप्न असावं असा ती स्वतःला धीर देत राहिली.

एकोणतीस

रोज ऑफिसला जाण्याआधी दब्रे थोडा वेळ मादाम डँग्लारची भेट घ्यायचा. मात्र, दुसऱ्या दिवशी तो आला नाही. त्यामुळे मादाम डँग्लार आपलं वाहन घेऊन बाहेर पडली. हे खिडकीतून मिस्टर डँग्लार पाहत होता. त्याने त्वरित, 'मादाम परतल्यावर मला सांगा' अशी आज्ञा सेवकांना दिली. दुपारचे दोन वाजले तरी ती परत आली नाही. मग त्याने वाहन काढायचा आदेश दिला आणि थेट उमरावाचं पॅरिसमधलं घर गाठलं.

त्याचं स्वागत करून उमराव म्हणाला, ''या सरदार डँग्लार, काय झालं? तुम्ही फारच चिंताग्रस्त, अस्वस्थ दिसताय मला.''

''काय सांगू तुम्हाला उमराव, गेल्या काही दिवसांपासून माझे दिवसच खराब चालले आहेत. सगळ्या वाईटच बातम्या येताहेत. जॅकोपोचं खातं दिवाळखोरीत गेल्यातच जमा आहे. आणि त्यात भर म्हणजे स्पॅनिश शेअर्सचं प्रकरण.''

''जॅकोपोचं काय नवीन?''

''मी त्या माणसाशी कित्येक वर्षांपासून व्यवहार करतो आहे. त्याने पैसे द्यायला कधीही उशीर केला नाही. मी त्याला एक मिलियन फ्रँक्स कर्जाऊ दिले होते; पण आता अचानक त्याने पैसे द्यायचेच बंद केले आहेत. त्यात स्पॅनिश शेअर्समध्ये मला तोटा झालाय.''

''किती तोटा झाला तुम्हाला?''

''सात लाख फ्रँक्सचा...'' मग त्याने विषय बदलला. ''तुम्हाला मिस्टर कॅव्हेलकान्टीच्या खात्याबाबत काय करावं असं वाटतं?''

''त्यांची पत चांगली असावी. जरूर पैसे द्या त्यांना.''

''ती तर फारच चांगली आहे. आज ते माझ्याकडे आले होते तेव्हा मी त्यांना चाळीस हजार फ्रँक्स दिले. त्यांनी आपल्या मुलाचंही खातं उघडलं आहे. आणि

अर्थातच त्यांना आणखी लागलेच तर मी...''

''नाही, त्यांना आणखी नका देऊ. त्याचे वडील ते मान्य करणार नाहीत. तुम्हाला माहीत नसावं, पण हे इटालियन लक्षाधीश फारच कंजूष असतात.''

''म्हणजे तुमचा कॅव्हेलकान्टीवर विश्वास नाहीये का?''

''अर्थातच विश्वास आहे. त्यांची पत आणि संपत्ती नि:संशय प्रचंड आहे.''

डँग्लारने हळूच विषय काढला, ''मी असं ऐकलंय, हे श्रीमंत इटालियन्स त्यांच्या त्यांच्यात लग्न करून आपली संपत्ती वाढवत जातात.''

''होय, तसं करतात खरं. पण मला कॅव्हेलकान्टी तसं काही करतील, असं वाटत नाही. ते इतरांपेक्षा जरा वेगळे आहेत. मला खात्रीने वाटतं की, ते मुलाला वधू शोधण्यासाठीच इथे आले असणार.''

''तुम्हाला त्यांच्याबद्दल काय माहिती आहे?''

''तशी फार नाही. पण ॲबे ब्यूसोनीने त्यांना माझ्याकडे पाठवलं. त्यांनी लिहिलेल्या पत्रात असं होतं की, कॅव्हेलकान्टी यांना त्यांची संपत्ती फ्रान्स आणि इंग्लंडमध्ये गुंतवायची आहे. लग्नानंतर ते आपल्या मुलाला वीस-तीस लाख देणार आहेत. म्हणजे समजा त्यांचं लग्न पतपुरवठा करणाऱ्या घरातल्या एखाद्या मुलीशी झाल्यास ते त्याच्याकडे तेवढे पैसे गुंतवणार आहेत.''

''म्हणजे ते नक्कीच कोण्या राजकुमारीशी लग्न लावणार त्याचं?''

''असं काही नाही. पण तुम्ही का एवढी चौकशी करताय? कोणी मुलगी तुमच्या ओळखीत आहे का? तुमच्या मुलीचाच तर विचार नाही ना करत आहात तुम्ही? पण तिचा साखरपुडा झालेला आहे ना?''

''हां, म्हणजे मिस्टर द मॉर्सेर्फ आणि मी लग्नाबद्दल बरेचदा बोललो आहोत, पण मादाम द मॉर्सेर्फ आणि अल्बर्ट...''

''म्हणजे ते एकमेकांना अनुरूप नाहीयेत का? अल्बर्ट तेवढा श्रीमंत नसला, तरी ते प्रतिष्ठित आणि उच्चभ्रू आहेत.''

''हां, पण माझी पत जास्त आहे. म्हणजे मी जन्मतः सरदार नसलो, तरी डँग्लार हे माझं नाव खरं आहे.''

''म्हणजे मॉर्सेर्फचं खरं नाव वेगळंच आहे? अशक्य!''

''हो, माझ्यावर विश्वास ठेवा. मी त्यांना गेली तीस वर्षं ओळखतो आहे. तेव्हा मी एक साधा कारकून होतो आणि मॉर्सेर्फ साधा कोळी होता. त्याचं नाव होतं, फर्नांड मॉन्डेगो.''

''काय सांगता काय, खरंच? हां, थांबा, आत्ता मला आठवतंय. मी हे नाव

ग्रीसमध्ये कुठेतरी ऐकलं होतं.''

''अली पाशा प्रकरणाशी संबंधित असेल...''

''हो, अगदी बरोबर.''

''ते एक गूढच आहे, जे कधीही मला समजलेलं नाही.''

''एकदा उकलायचं म्हटलं की सगळं गूढ उकलतं. तुमचा कोणी प्रतिनिधी आहे तिथे, यानिनामध्ये?''

''होय, माझे प्रतिनिधी सगळीकडे असतात.''

''ठीके. मग त्याला पत्र लिहा आणि अली पाशा प्रकरणात फर्नांडो मॉन्डेगोचा काय संबंध होता ते शोधून काढायला सांगा. आणि जर का तुम्हाला काही संशयास्पद सापडलं तर...''

''त्वरित तुम्हाला कळवतो. लगेचच पत्र लिहितो,'' असं म्हणून डँग्लारने उमरावाचा निरोप घेतला.

तीस

न्यायालय गर्दीने गजबजलेलं होतं. मादाम डँग्लार आत शिरताच तिकडच्या कारकुनाने तिला ओळखलं आणि तो तिच्या स्वागतासाठी हजर झाला. त्याने मिस्टर विलफोर्टशी भेटण्याची वेळ ठरली होती का विचारलं आणि तिला एका खासगी मार्गाने विलफोर्टच्या कचेरीत नेलं.

विलफोर्टने आत शिरल्या शिरल्या तिच्याकडे लक्ष दिलं नाही; पण मग कारकून निघून गेल्यानंतर त्याने दाराला कडी घातली आणि सगळे पडदे सारले. तो म्हणाला, ''इतक्या वर्षांनी तुला भेटल्यामुळे मला फारच आनंद झाला. परवा उमरावांकडे जे काही घडलं, ते फारच त्रासदायक होतं. त्याबद्दल मी क्षमा मागतो.''

मादाम डँग्लार म्हणाली, ''या खोलीत नेहमी अनेक गुन्हेगार येत असतील, चळचळा कापत असतील, घाबरत असतील, तसंच माझंही होतंय आत्ता. मला वाटतं माझ्या भावना तुम्ही समजू शकाल. आयुष्यात काय काय होतं आणि योगायोगाने भूतकाळाची भुतं डोकं वर काढू लागतात.''

''योगायोगाने? मला नाही वाटत तसं.''

''म्हणजे? योगायोगानेच तर उमरावांनी ते घरं घेतलं, तिथे त्यांच्या कामगारांनी खणलं... आणि...''

''त्यांच्या कामगारांना काहीही सापडलेलं नाहीये.''

''म्हणजे? उमरावांनी ती जमीन खणलीच नाही आणि त्यांना बाळाचा सांगाडा मिळालाच नाही असं म्हणायचंय तुम्हाला?''

विलफोर्ट म्हणाला, ''आज मला वीस वर्षांपूर्वी घडलेल्या त्या गोष्टींचं मनावरचं ओझं उतरवून टाकू दे. ते मूल मला देण्यात आलं. तेव्हा ते मेलेलं असावं असं मला वाटलं. म्हणून मी ते एका पेटीत ठेवून, बागेत पुरून टाकलं. मी परतत होतो तोच एका कोळ्याने माझ्यावर हल्ला केला. मी ओरडलो. मला तुझे खरंच आभार मानले

पाहिजे. तशाही अवस्थेत तू मला वाचवायला आलीस म्हणून मी वाचलो. नंतर मी काही काळ उपचारासाठी बाहेरगावी गेलो आणि तेव्हा ओतयच्या त्या घरा कोणीच राहत नव्हतं.

"परतल्यावर मी त्या घरात गेलो आणि रात्र होईस्तोवर थांबून राहिलो. डोक्यात चित्रविचित्र विचार येत होते. जर मला मारणाऱ्या कोळ्याने पेटी पुरताना मला पाहिलं असतं, तर त्याने ती काढून, त्यातलं मेलेलं बाळ पुरावा म्हणून सादर करून मला शिक्षा दिली असती. मात्र, तसं काहीच झालं नाही. म्हणजे त्याला त्यातलं काही माहीत नसावं असा विचार करून मी रात्री बागेत गेलो आणि सगळी बाग खणून काढली. कोपरान्‌कोपरा शोधला; पण मला काहीही सापडलं नाही! तिथे पेटीबिटी काहीही नव्हतं."

"मग त्या पेटीचं काय झालं?" मादामचा गळा दाटून आला.

विलफोर्ट तिला धीर देत बोलू लागला, "त्या कोळ्याने पेटीत खजिना असेल असं समजून ती घेतली असावी आणि त्याला त्याची चूक लक्षात येताच परत पुरली असावी, असं मला वाटतंय. किंवा मग ते बाळ जिवंत असेल. आणि ते जिवंत असण्याचीच शक्यता जास्त भयंकर आहे."

मादाम विलफोर्टचा हात घट्ट धरत रडू लागली. ती विव्हळली, "माझं बाळ जिवंत आहे. तुम्ही त्याला जिवंत पुरलंत. ते मेलं आहे का, याबाबत तुम्हाला खात्री नव्हती. तरी तुम्ही ते पुरलंत!" कळवळून ती म्हणाली.

विलफोर्ट तिला शांत करत म्हणाला, "याहीपेक्षा त्रासदायक गोष्ट म्हणजे, उमरावाला सांगाडा मिळणं शक्य नसलं, तरी त्याला आपलं हे रहस्य माहीत झालेलं आहे! म्हणूनच त्याने तो बनाव केलेला असणार. तू कोणाला काही सांगितलंस का किंवा डायरी लिहितेस का किंवा झोपेत बोलतेस का?"

"नाही, मुळीच नाही."

"मग एका आठवड्यात या उमरावाची सगळी माहिती मला काढायला हवी!"

त्याच दिवशी, अल्बर्ट द मॉर्सेर्फ उमरावाला भेटायला आला होता. स्वागत झाल्यावर म्हणाला, "गावाहून थेट इकडेच आलोय. काही बातमी?"

"आहे ना. मेजवानीला मी आन्द्रिया कॅव्हेलकान्टीलाही बोलावलं होतं..."

"त्या इटालियन राजपुत्राला?"

"हो. तो वडिलांसोबत होता, शिवाय मिस्टर आणि मादाम डँग्लार, विलफोर्ट, दब्रे, मॉरेल, आणि हो, शातो-रेनो हेही होते."

“माझ्याबद्दल कोणी काही बोललं?”

“एकही शब्द नाही.”

“म्हणजे मी फक्त वेळ घालवण्यापुरताच हवा असतो त्यांना...”

“पण तू का त्याची पर्वा करतोस? मिस डँग्लार तर तुझी आठवण काढते ना, मग बास की!”

“मला खात्री आहे, तीही काढत नसणार. मी तिची आठवण काढत नाही तसंच.”

“व्वा, काय प्रेम आहे! तुम्ही एकमेकावर खरंच प्रेम करता?”

“असं पाहा उमराव, यूजेनी डँग्लार प्रेयसी इथपर्यंत ठीक आहे, पण बायको – नाही. मला नाही आवडत ती. हे विचित्र आणि उद्धटासारखं वाटलं, तरी सत्य आहे. तिच्यासोबत मला आयुष्य काढता येणार नाही, ती प्रेयसी म्हणूनच ठीक आहे.”

“ठीक आहे. तुला खरंच हे नातं नकोय?”

“हो, मी त्यासाठी एक लाख फ्रँक्स द्यायला ही तयार आहे.”

“मग तर फारच चांगलं. डँग्लार दुप्पट पैसे मोजायला तयार आहे.”

“फारच छान. पण त्यामागची कारणं तरी काय आहेत?”

“अरे! तो मानवी स्वभाव आहे. दुसऱ्याच्या स्वाभिमानाचे तुकडे करण्याची वृत्ती. पण त्याआधी तो सुई टोचून वेदनाही देणार आहे.”

“म्हणजे?”

“मलाही नक्की सांगता येणार नाही. पण डोळे आणि कान उघडे ठेव. कदाचित तुझं तुलाच ते सापडेल.”

एकतीस

मादाम आणि मिस द विलफोर्ट या एका मेजवानीला गेल्या होत्या. अर्थातच नेहमीप्रमाणे मिस्टर द विलफोर्ट त्यांच्यासोबत गेला नाही. त्याने काहीतरी काम असल्याचं कारण सांगितलं. मग तो आपल्या खोलीत गेला. खुर्चीत बसून काही वर्षांपूर्वी घडलेल्या गोष्टींचा, त्यानंतर आत्ता घडलेल्या गोष्टींचा विचार करू लागला. तो स्वतःला धीर देऊ लागला. तोच बाहेर घोडागाडी थांबल्याचा आवाज त्याला आला. काही क्षणात एक सेवक आत आला, पण तो काहीच बोलला नाही. विलफोर्ट त्वरित बाहेर गेला, तर तिथे मादाम सेंट-मेराँ होत्या. विलफोर्टच्या पहिल्या पत्नीची आई! त्यांचे डोळे रडून रडून सुजले होते, चेहरा उतरला होता.

"काय झालं, आईसाहेब?"

"ते गेले, अचानक गेले. त्यांना झटका आला आणि ते गेले. तुमचे सासरे गेले. व्हॅलेन्टाइन कुठे आहे?"

अशा प्रसंगी नात मेजवानीला गेली आहे, असं सांगणं बरं दिसलं नसतं, म्हणून व्हॅलेन्टाइन आईसोबत बाहेर गेली असल्याचं विलफोर्टने सांगितलं. मग त्याने त्यांना खोलीत जाऊन थोडा आराम करायला सांगितलं. विलफोर्ट म्हणाला, "मी लगेच व्हॅलेन्टाइनकडे निरोप्या धाडतो. तोवर तुम्ही आराम करा. मी बाकीची व्यवस्था बघतो."

निरोप मिळताच व्हॅलेन्टाइन धावत घरी आली. तिने पाहिलं, तर तिची आजी झोपली होती; पण ती रडत होती. तिचा गळा दाटून आला होता. उशी अश्रूंनी ओली झाली होती. तिला अतीव दुःख झालं होतं. तिला आवडणारा संत्र्याचा रस टेबलाशेजारी ठेवला होता. व्हॅलेन्टाइनला काय झालं, हे समजलं होतं. त्यामुळे तिने आजीला मिठी मारली आणि ती मुसुमुसु रडू लागली.

आजी म्हणाली, "मी तुझीच वाट पाहत होते. मला तुझ्याशी बोलायचंय. तुझ्या

वडिलांनाही बोलावून घे.'' काही क्षणांत विलफोर्ट तिथे आला.

''तुम्ही व्हॅलेन्टाइनचं लग्न मि. फ्रान्झ देपिने यांच्याशी करणार आहात?''

''हो.''

''तिला ते साजेसे आहेत, याची तुम्ही खात्री करून घेतली आहे?''

''हो, आईसाहेब. नीट विचार करूनच मी हा निर्णय घेतला आहे.''

''तसं असेल, तर जितकं लवकर शक्य असेल तितकं लवकर हे लग्न लावा. कारण माझे दिवस आता भरले आहेत. माझं काही खरं नाही, हे मला समजलं आहे. मला दुरातून येणारी यमाची सावली दिसू लागली आहे.''

''सकाळीच फ्रान्झ पॅरिसला येणार होते. अगदी उद्यादेखील लग्न करता येऊ शकतं.''

हे ऐकून व्हॅलेन्टाइनचं हृदय व्याकूळलं. ''आजी काय म्हणतेस तू? आता आपण दुखवट्यात आहोत. तेवढे दिवस तरी जाऊ देत.''

''उज्ज्वल भविष्यासाठी भूतकाळात गुंतून पडायचं नसतं बेटा. माझंही लग्न माझे वडील गेल्यानंतर लगेचच झालं होतं. ते काही नाही, उद्याचा बेत पक्का करा. असंही तिची आई आता हयात नाही. किमान आजीचे आशीर्वाद तरी तिला मिळू देत. आणि हो, लवकरात लवकर वकिलाला धाडा माझ्याकडे. माझ्यानंतर सगळी संपत्ती व्हॅलेन्टाइनच्या नावावर करायची आहे मला.''

व्हॅलेन्टाइनने तिच्या कपाळाला हात लावला आणि म्हणाली, ''आजी, अगं तुझं अंग किती तापलंय पाहा. तुला वकिलाची नाही, तर डॉक्टरची गरज आहे. तू पड पाहू. काहीतरी पी. हे घे, तुझा आवडीचा संत्र्याचा रस – ''

तिने तो रस प्यायला आणि पुन्हा एकदा ''वकिलाला लवकरात लवकर बोलवा,'' असं सांगितलं. विलफोर्ट म्हणाला, ''आईसाहेब, तुम्ही असा काहीतरी विचार नका करू. तुम्ही अजून खूप जगणार आहात. पतवंड पाहणार आहात. तुम्ही पडा. मी लग्नाची व्यवस्था करायला जातो.''

''मी फार जगणार नाहीये. वकिलाला बोलवा,'' असं ती पुटपुटत असतानाच व्हॅलेन्टाइनने तिला जबरदस्तीने झोपवलं.

डॉक्टर आल्याची बातमी घेऊन सेवक आला. व्हॅलेन्टाइनने डॉक्टरांचं स्वागत केलं. ''मी तुमचीच आतुरतेने वाट पाहत होते, डॉक्टर. तुम्हाला कळलंच असेल की, माझे आजोबा वारले.''

''नाही. मला नव्हतं कळलं. फार वाईट झालं.''

''आणि आता माझ्या आजीलाही वाटतंय की, ती मरणार आहे. तेच एकसारखं

म्हणतेय ती. निराश झालीय, झोपेतही ती अस्वस्थ वाटतेय. तिला यम दिसतो आहे, असं काहीतरी म्हणतेय.''

''हे जरा विचित्रच आहे. कारण मादामना असं कधी झाल्याचं माझ्या ऐकीवात नाहीये. ठीके, मी वर जाऊन पाहतो. तूपण येतेस ना?''

''नाही नको, मला तिची अवस्था पाहवत नाहीय,'' असं म्हणून ती मन शांत करण्यासाठी बाहेर, बागेत गेली. तोच तिला नेहमीचा, ओळखीचा आवाज आला. ती बागेच्या मागच्या लोखंडी दारापाशी गेली. तो आवाज मॅक्सिमिलियनचाच होता.

तिला पाहूनच काहीतरी विपरीत घडल्याचं त्याच्या लक्षात आलं. आत्ता त्याला तिला कुशीत घेऊन तिला रडू द्यावंसं, मोकळं होऊ द्यावंसं वाटत होतं; पण त्यांच्यात ते लोखंडी गज होते. तो म्हणाला, ''एक वाईट बातमी सांगण्यासाठी आणि तुला एक गोष्ट विचारण्यासाठी मी आलो आहे.''

''बोल, मॅक्सिमिलियन. माझं हृदय आधीच दुःखाने संपृक्त झालंय.''

आपल्या भावनांवर संयम ठेवत तो म्हणाला, ''तुझ्या लग्नाची तारीख ठरल्याचं मी ऐकतो आहे? खरंच का?''

''मी तुझ्यापासून काही लपवणार नाही, मॅक्सिमिलियन. हो, उद्या माझं लग्न होणार आहे. फ्रान्झ आज सकाळीच पॅरिसमध्ये आले आहेत.''

मॅक्सिमिलियन चटकन म्हणाला, ''आपण इथून निघून जाऊ. इंग्लंड किंवा अमेरिका अशा दूरदेशी जाऊन राहू. नवा संसार थाटू. जर तुझी साथ असेल, तर मी कोणाच्याही विरोधाला निडरपणे तोंड देईन, व्हॅलेन्टाइन!''

''तुझं म्हणणं तरी काय आहे, मॅक्सिमिलियन? मी माझ्या घरच्यांची, वडिलांची आज्ञा मोडून तुझ्यासोबत पळून जाऊ? घराण्याची बेअब्रू करू? माझ्या आजीला असा धक्का देऊ? अरे, त्यामुळे तिचा मृत्यूही ओढवू शकेल.''

''क्षमा कर मला. माझंच चुकलं. तू उद्या कर लग्न.''

''मग दुसरं मी करू तरी काय?''

''मी तुला माझं म्हणणं सांगितलंय, व्हॅलेन्टाइन. प्रश्न आता तुझ्या निवडीचा आहे. आणि हो, इथून जाऊन मी फ्रान्झला द्वंद्वासाठी ललकारणार नाही. कारण मी तशा पुरुषांसारखा नाही. माझा त्याच्यावर किंवा कोणावरही राग नाही की माझ्या मनात कोणाबद्दल द्वेष नाही. पण एक मात्र खरं की, माझं तुझ्यावर प्रेम आहे आणि ते कायमच राहील. मी तुझ्याशिवाय जगू शकणार नाही. त्यामुळे तुझं लग्न झाल्यानंतर मी या जगात नसेन, व्हॅलेन्टाइन. मला तुलाही दोष द्यायचा नाही. तू तुझं कर्तव्य पार पाडते आहेस...''

हे ऐकून व्हॅलेन्टाइन मटकन खालीच बसली. तिचे डोळे भरून आले. ''मॅक्सिमिलियन, कृपया असं काही करू नकोस रे, नको...''

त्याने तिच्या हाताला कसाबसा स्पर्श करून निरोप घेतला. तिला रडू फुटलं. पण स्वतःला सावरत ती म्हणाली, ''थांब, मॅक्सिमिलयन थांब. मी माझ्या वडिलांच्या आज्ञेबाहेर जाऊ शकत नसले, तरी मी हे लग्न काही काळ लांबणीवर टाकायचा प्रयत्न करते, तोवर तू माझ्यासाठी थांबशील का?''

''नक्कीच थांबेन. पण जर का तुला तसं करता आलं नाही आणि उद्या तुझं लग्न लावून दिलंच तर...''

''तर मी तुझ्यासोबत येईन. आपण इथून निघून जाऊ, दूर पळून जाऊ.''

ते शब्द ऐकून मॅक्सिमिलियनला धावत जाऊन तिला बाहुपाशात घ्यावंसं वाटलं. तिची चुंबनं घ्यावीशी वाटली. पण त्याने स्वतःला आवरलं. ''ठीके, मी तुझ्या निरोपाची वाट पाहीन.'' असं म्हणून तो निघून गेला.

मग तो दिवस आणि नंतरचा दिवस तो व्हॅलेन्टाइनच्या शब्दाखातर थांबून राहिला. मग तिसऱ्या दिवशी सकाळी त्याला निरोप आला –

प्रार्थना, अश्रू यांचा काहीच फायदा झाला नाही. उद्या सकाळी लग्नघटिका निश्चित करण्यात आली आहे. मी तुला शब्द दिला होता. माझं मन तुझ्यातच गुंतलं आहे. मी तुला आज रात्री दहाला, बागेतल्या लोखंडी गेटजवळच भेटेन. – व्हॅलेन्टाइन

ती चिठ्ठी मॅक्सिमिलियनने किमान वीसदा तरी वाचली असेल. व्हॅलेन्टाइन आपल्यासोबत येणार आहे, यावर त्याचा विश्वासच बसत नव्हता. त्यामुळे तो इतका खूष झाला, की त्याला आपल्या भावनांवर ताबा ठेवता येत नव्हता. ती भेटल्यावर आपण कसं बोलायचं, काय बोलायचं याचाच तो विचार करत राहिला.

त्याने पळून जाण्यासाठी सगळी तयारी केली. बागेबाहेर दोन मोठ्या शिड्या लपवून ठेवल्या आणि एक घोडागाडीही तयार ठेवली.

रात्री आठच्या सुमारासच तो तिथे पोहोचला आणि जवळच असलेल्या एका जुन्या इमारतीपाशी त्याने घोडागाडी ठेवली. मग तो बागेजवळच लपून राहिला. वाट पाहू लागला. त्याला एकेक क्षण आता वर्षासारखा वाटू लागला. भीतीने आणि उत्साहाने तो घामाघूम झाला होता. दहाचे ठोके पडले आणि झाडांमध्ये काहीतरी खसखस ऐकू आली. तरी कोणीच न आल्याने त्याला वाटलं की, व्हॅलेन्टाइन यायला निघाली असता, भीतीने आणि अतिउत्साहाने तिला घेरी आली असेल आणि ती पडली असेल. असं वाटून त्याने भिंतीवरून उडी मारली अन् तो बागेत गेला.

थोडं चालत गेल्यावर त्याला घर नीट दिसू लागलं. घराभोवती अंधार होता, पण आत मात्र एखादा समारंभ - लग्नाचा समारंभ सुरू असावा तसा प्रकाश उजळला होता. त्याला वाटलं, व्हॅलेन्टाइनचं लग्न झालं. आपण हरलो. पण तेवढ्यात त्याला मिस्टर विलफोर्ट आणि आणखी एक माणूस त्याच्याच दिशेने येताना दिसले. म्हणून तो पटकन एका झुडपात लपून बसला. त्याने डॉक्टरला ओळखलं.

विलफोर्ट बोलू लागला, ''काय झालं तरी काय माझ्या घराला? कोणाची वाईट नजर लागलीय कुणास ठाऊक? मादाम सेंट-मेराँही गेल्या डॉक्टर?''

मॅक्सिमिलियनच्या कपाळावर घर्मबिंदू जमा झाले.

डॉक्टर म्हणाला, ''माफ करा! मिस्टर विलफोर्ट, मी तुम्हाला इथे सांत्वनासाठी आणलेलं नाही. मला तुम्हाला वेगळंच काहीतरी सांगायचं आहे. मला वाटतं, हे मरण नैसर्गिक मरण नव्हे. यामागे मोठ्ठं काहीतरी षड्यंत्र शिजतंय.''

''डॉक्टर काय बोलायचंय ते स्पष्टपणे बोला...''

''मला वाटतं, तुमच्या सासूबाईंवर विषप्रयोग करण्यात आला आहे.''

''काहीही काय डॉक्टर? त्या दुःखातिरेकाने मेल्या आहेत. आणि वयही बरंच होतं त्यांचं.''

''हो, पण मी त्यांना नीट ओळखतो. त्यांची तब्येत एकदम ठणठणीत होती. दुःखातिरेकाने माणूस मरतो, पण काही तासांत नव्हे. आता आपण एकटेच आहोत, तर मला तुम्हाला काहीतरी सांगायचं आहे. ते असं की, त्यांची लक्षणं विषप्रयोग झाल्याची आहेत.''

''तुम्ही माझ्याशी मित्र म्हणून बोलताहात की दंडाधिकारी म्हणून डॉक्टर?''

''अर्थातच, आत्तातरी मित्र म्हणून. मला ती लक्षणं पाहताच विचित्र वाटलं; पण मी काही बोललो नाही. मात्र, जेव्हा माझ्या लक्षात आलं की, मादामचा मृत्यू हा तीन तासांपूर्वीच झाला आहे, तेव्हा मला नक्की समजलं की, हा विषप्रयोगच आहे.''

विलफोर्टने डॉक्टरचा हात धरला. तो दुःखाने कळवळत म्हणाला, ''अरे, हे काय चाल्लंय तरी काय माझ्याबाबतीत? मला सांगा डॉक्टर, तुम्ही चुकत आहात, सगळं चुकीचं आहे हे...''

''तशी शक्यता फारच कमी आहे...''

''पण असं कोणी का करेल?''

''त्यांच्या मृत्यूने कोणाला काही फायदा होता?''

''नाही, अजिबातच नाही. माझी मुलगीच त्यांची वारस आहे! देवा, ही कल्पनाही मला सहन होत नाहीये.''

"हे पाहा, मी कोणावरही आरोप करत नाहीये. पण एकदा तुमच्या वडिलांच्या नोकराशी बारुआशी जरा बोला, अंदाज घ्या. कसंय, विष हे कधीकधी औषधही असतं. खास करून अर्धांगवायू झाल्यावर. मी त्याला मुद्दाम विशिष्ट विष असणारं औषध दिलं होतं, तुमच्या वडिलांना द्यायला."

"डॉक्टर तो गेली कितीतरी वर्षं तो आमच्याशी एकनिष्ठ आहे. आणि माझ्या वडिलांची आणि मादामची खोलीही जोडलेली नाही. ही गोष्ट जरा अशक्यप्रायच वाटते आहे."

"माझा असा काही दावा नाही. त्यामुळे आपण आत्ता हे रहस्य आपल्या दोघांच्यातच ठेवू या आणि मग या गोष्टीचा नीट शोध घेऊ या. पण जर का काही पुरावे सापडले, तर मग मात्र मी रहस्य उघड करेन आणि सिद्धही करेन."

"धन्यवाद डॉक्टर!" असं म्हणून ते आत गेले. त्यांचा पावलांचा आवाज दूर जात जात नाहीसा झाल्यावर मॅक्सिमिलियन बाहेर आला. त्याने पाहिलं, तर वरच्या खोलीत मेणबत्तीचा प्रकाश मिणमिणत होता. त्याला वाटलं, व्हॅलेन्टाइन नक्की तिथेच असणार. म्हणून तो अंधारात चालत चालत घरात गेला. मिस्टर विलफोर्टला आपण दिसणार नाही, याचा अंदाज घेत घेत तो चालू लागला. तो वरच्या मजल्यावर जाऊन उघड्या दरवाजातून आत गेला. तिथे व्हॅलेन्टाइन रडत बसली होती. तिच्या आजीचं शव पांढऱ्या कपड्यावर ठेवलं होतं.

तो म्हणाला, "व्हॅलेन्टाइन, मी तुझी वाट पाहिली आणि इथे आलो." त्याला तिथे आलेलं पाहून व्हॅलेन्टाइन चपापली अन् भीतीने अक्षरशः गोठून गेली. ती म्हणाली, "अरे, तुला कोणी इथे पाहिलं, तर आपण संपलोच!"

तोच पायऱ्यांवर कुणाच्या पावलांचा आवाज आल्यासारखं वाटलं.

"माझे वडील तर येत नाहीयेत ना इथे?"

डॉक्टरांचा निरोप घ्यायला ते बाहेर गेले असतील.

"तुला कसं माहीत?"

"मी फक्त अंदाज बांधतोय."

तेवढ्यात त्यांना घराचं दार बंद केल्याचा आणि बागेचं दारही बंद केल्याचा आवाज आला.

व्हॅलेन्टाइन म्हणाली, "आता तुला पुढच्या दरवाजाने जाता येणार नाही. त्यासाठी तुला माझ्या आजोबांच्या खोलीतूनच बाहेर पडता येईल. चल," असं म्हणून ती त्याला आजोबांच्या खोलीत घेऊन गेली.

नुआरतिएला त्याच्या सेवकाने सगळं काही सांगितलं होतं. व्हॅलेन्टाइनला पाहताच

त्याचे डोळे आनंदाने उजळले.

ती म्हणाली, ''आजोबा, माझ्या आईच्या आईला, मादाम द सेंट-मेराँ यांना देवाज्ञा झाली. तासाभरापूर्वी. आता तुमच्याशिवाय माझ्यावर प्रेम करणारं कोणीही राहिलं नाही या जगात. तुम्ही इथे एकटेच आहात ना?''

त्या वृद्ध माणसाने नजरेने होकार दिला. ती बोलू लागली, ''हे आहेत मिस्टर मॅक्सिमिलियन मॉरेल. मार्सायच्या जहाजबांधणी कंपनीचे मालक मॉरेल यांचे सुपुत्र. तुम्ही त्यांच्याबद्दल ऐकलं असेल.'' नजरेचा होकार आला.

''तिशीतच ते कॅप्टन झाले आहेत. त्यांना इतरही अनेक सन्मान मिळाले आहेत.'' मला सगळं माहीत आहे, असे भाव त्या वृद्धाच्या चेहऱ्यावर होते.

पुढे व्हॅलेन्टाइन म्हणाली, ''आजोबा, मी यांच्या प्रेमात पडले आहे आणि मी यांच्याशीच लग्न करेन, अन्यथा मरण पत्करेन. तुम्हाला हे आवडले?''

नुआरतिएच्या चेहऱ्यावर समाधानी भाव होते.

''पण तुम्ही मला बाबांच्या विरोधात जाण्यासाठी आधार द्याल? माझी बाजू घ्याल?''

नुआरतिएने वेगळ्याच सूचक नजरेने मॅक्सिमिलियनकडे पाहिलं. जणू काही ते परिस्थितीवर ठरेल असं ते म्हणत असावेत. ते मॅक्सिनिलियनला कळलं. तो तिला म्हणाला, ''व्हॅलेन्टाइन, मला वाटतं, तू तुझ्या आजीकडे गेलं पाहिजेस. ते तुझं कर्तव्य आहे. मी तुझ्या आजोबांशी बोलतो.''

हो, बरोबर, असं त्या वृद्धाने नजरेने सांगितलं. मग त्याने नजरेनेच काळजी करू नकोस असं सांगितल्यावर तिने त्यांच्या हातांची पापी घेतली आणि निघून गेली. मग मॅक्सिमिलियनने शब्दकोश आणला. तो म्हणाला, ''कृपया सर, त्याआधी मला तुम्हाला मी मिस व्हॅलेन्टाइनच्या प्रेमात कसा पडलो आणि माझ्या भविष्यातल्या योजना यांविषयी सांगू दे.'' वृद्धाने होकार देताच, तो सांगू लागला. त्याने सगळ्या गोष्टी त्याला सांगितल्या. मग पळून जाण्यासंदर्भातली योजनाही सांगितली. ती ऐकताच नुआरतिएने नाही नाही, असं डोळ्यांनी सांगितलं.

''म्हणजे सर, तुम्हाला हे आमान्य आहे का? पण आम्ही करू तरी काय सर? मिस्टर विलफोर्ट फ्रान्झशी लग्न लावणार आहेत तिचं. सगळी तयारीही केली आहे त्यांनी.'' त्या वृद्धाच्या चेहऱ्यावर एक विचित्र हास्य पसरलं. ''म्हणजे हे लग्न तुम्ही होऊ देणार नाही, असं म्हणायचंय का तुम्हाला?''

''होय,'' डोळे बोलले.

''कृपया मला परत एकदा सांगा हे. माझा विश्वास बसत नाहीये.''

''होय, पण त्याआधी शपथ घे.''

''घेतली. तुम्ही जे काही करायचं ठरवलं आहे, ते होण्याआधी मी पळून जाण्याचा विचार करणार नाही.''

''छान,'' ते डोळे बोलले. मग मॅक्सिमिलियनने त्यांचा निरोप घेतला.

बत्तीस

दोन दिवसांनी पॅरिसच्या कबरस्तानात मिस्टर आणि मादाम सेंट-मेराँ यांचं शव दफन करण्याचा विधी झाला. धार्मिक विधी विलफोर्ट यांच्या घरी आधीच झाले असल्याने दफनविधीशिवाय इतर काही गोष्ट करायच्या नव्हत्या. त्यामुळे लोक लगेच पांगले. फ्रान्झ विलफोर्टचा निरोप घ्यायला गेला तेव्हा विलफोर्टने विचारलं, ''आपण कधी भेटायचं?''

''कधीही, तुम्हाला हवं तेव्हा.''

''शक्य तितक्या लवकर. आत्ताच, तुमची हरकत नसल्यास.''

''जरूर.''

मग ते दोघं विलफोर्टच्या घरी आले.

विलफोर्ट म्हणाला, ''तुम्हाला माहीतच असेल, व्हॅलेन्टाइनच्या आजीची - मादाम - सेंट-मेराँची शेवटची इच्छा होती, तिचं लवकरात लवकर लग्न करण्याची. असंही लग्नाची कागदपत्रं तयारच आहेत, तेव्हा आपण आज त्यावर सह्या करून टाकू.''

''पण तुमचं घर दुखवट्यात असताना...'' फ्रान्झ अडखळत म्हणाला.

''त्याची तुम्ही काळजी करू नका. माझ्या घरी प्रसंगाचं औचित्य कायम पाळलं जातं. दुखवटा म्हणून व्हॅलेन्टाइन तीन महिने मादाम सेंट-मेराँच्या घरी राहायला जाईल, त्याआधी आपण साध्या पद्धतीने, कोणताही सोहळा न करता लग्न करू या. मग तुम्हीही पॅरिसला जाऊ शकता.''

''माझी काहीच हरकत नाही. मला साक्षीदार म्हणून अल्बर्ट द मॉर्सेर्फ आणि शातो-रेनो यांना आणायला जावं लागेल.''

''ठीके, मी कोणालातरी पाठवतो.''

''नको, मी स्वतःच जाणं पसंत करेन.''

"चालेल. तुम्ही येईस्तोवर व्हॅलेन्टाइनही तयार होईल."

फ्रान्झ निघून गेल्यावर विलफोर्टने वकिलाला बोलावण्यासाठी नोकराला पाठवलं. व्हॅलेन्टाइनला सगळ्या गोष्टी कळताच, आपण कोणत्यातरी वादळात सापडलो आहोत, असं तिला वाटू लागलं. ती आपल्या आजोबांना भेटायला जाणार होती, तोच तिला मिस्टर विलफोर्ट भेटले. त्यांनी तिचा हात धरला आणि तिला मुख्य खोलीत घेऊन गेले. ते जात असताना, तिथून बारुआ गेला आणि त्याने व्हॅलेन्टाइनच्या चेहऱ्यावरचे दुःखद भाव पाहिले. नवरामुलगा, वकील आणि दोन साक्षीदार वाटच पाहत होते.

चश्मा घालून कागदपत्रं हाती घेऊन वकील म्हणाला, "मिस्टर देपिने, मिस्टर विलफोर्ट यांनी मला तुम्हाला विचारायला सांगितलं आहे की, तुमच्या या विवाहामुळे नुआरतिए यांनी आपल्या नातीसाठी – व्हॅलेन्टाइनसाठी ठेवलेल्या संपत्तीतला छदामही तुम्हाला मिळणार नाहीय."

फ्रान्झ उत्तरला, "मला माफ करा, पण मी पैशासाठी लग्न करत नसून, आनंदासाठी करतो आहे. तिला किती रक्कम मिळणार आहे, याची मी कधीही चौकशी केली नाही आणि जी काही मिळेल ती मला मान्य आहे."

ते ऐकून व्हॅलेन्टाइन रडवेली झाली. मिस्टर विलफोर्टने बोलण्यासाठी तोंड उघडलं, तोच बारुआ येऊन म्हणाला, "सभ्यगृहस्थहो, मला माफ करा, पण माझे मालक मिस्टर नुआरतिए हे फ्रान्झ यांना तत्काळ भेटू इच्छितात."

व्हॅलेन्टाइन उठून उभी राहिली. विलफोर्टही उठून म्हणाला, "ते शक्य नाही. इथून मिस्टर फ्रान्झ कुठेही जाणार नाहीत."

बारुआ म्हणाला, "तसं असेल तर मालक इथेच येतील, असा निरोप त्यांनी द्यायला सांगितला आहे."

विलफोर्ट म्हणाला, "व्हॅलेन्टाइन, तूच जाऊन जरा पाहा बरं, आजोबांना काय हवंय ते!"

पण मग फ्रान्झ म्हणाला, "माफ करा, पण त्यांनी भेटायला बोलावलं आहे याचा मान राखून मला जायला हवं." मग तो नोकराच्या मागे जाऊ लागला. व्हॅलेन्टाइन तर आधीच गेली होती. त्यांच्यामागे विलफोर्टही गेला.

चाकाच्या खुर्चीवर बसून नुआरतिए त्या तिघांची वाटच पाहत होता.

बिलफोर्ट म्हणाला, "बाबा, मिस्टर फ्रान्झ देपिने व्हॅलेन्टाइनशी होणारा विवाह अर्धवट सोडून तुम्हाला भेटायला आले आहेत."

नुआरतिएने विलफोर्टकडे रागाने पाहिलं. मग त्याने व्हॅलेन्टाइनला बोलावून नेहमीच्या पद्धतीने एकेक अक्षर सांगून संवाद साधायला सुरुवात केली. त्यांनी 'किल्ली' सांगितलं.

मग ती समोरच्या एका कपाटात असल्याचं खुणेनं सांगितलं. ती घेऊन त्यांच्या टेबलाचा कप्पा उघडायला सांगितला. मग डोळ्यांनीच हो म्हणत तिला त्यातला तिसरा छोटा कप्पा उघडायला सांगून ज्या दिशेने बारुआ बाहेर गेला होता, त्या दिशेला नजरेने खूण केली. व्हॅलेन्टाइनला काय ते लगेच कळलं. ते आपल्या निष्ठावान सेवकाला बोलावत होते. तिने त्वरित त्याला बोलावलं, ''आजोबा म्हणताहेत की, या कप्प्यात काहीतरी आहे. ते तू आम्हाला द्यावंस.''

त्याने मालकाकडे पाहताच मालकाने नजरेनेच तसं कर असं सांगितलं. त्या कप्प्यात कागदपत्रं होती. ती लाल रिबीनीत ती गुंडाळली होती. मग ती उघडून सेवकाने व्हॅलेन्टाइनला दिली आणि बाहेर गेला.

''मी ही कोणाला देऊ?''

नुआरतिएने फ्रान्झकडे पाहताच, व्हॅलेन्टाइनने ती त्याला दिली.

तो कागदांचा गठ्ठा पाहता विलफोर्ट म्हणाला, ''फ्रान्झ, आपण बसून घ्यावं, कारण एवढं सगळं वाचायला बराच वेळ लागेल.''

फ्रान्झ उत्सुकतेने वाचू लागला – *५ फेब्रुवारी, १८१५ रोजी बोनापार्टिस्ट क्लबमध्ये झालेल्या सभेचा तपशीलवार वृत्तान्त.*

तो थांबत म्हणाला, ''या वृत्तान्तातली तारीख म्हणजे तीच, ज्या दिवशी माझ्या वडिलांची हत्या करण्यात आली होती. ५ फेब्रुवारी, १८१५!''

तो वाचू लागला, ''आम्ही, खाली सही करणारे – लेफ्टनंट कर्नल जाक बोपेर, ब्रिगेडिअर जनरल एटिन ड्यूशँपी, संचालक वन व पाणीखाते, क्लॉद लेशॅरेल सांगतो की, या वृत्तान्तात कथन केलेला शब्दन्‌शब्द खरा असून, आम्ही या प्रसंगी प्रत्यक्ष तिथे हजर होतो...''

सुमारे अर्धा तास फ्रान्झ ते पत्र वाचत होता. त्यात त्याच्या वडिलांचा मृत्यू कसा झाला हे साद्यंत कथन केलं होतं. खरंतर ती हत्या नव्हती, तर तो द्वंद्वाचा सामना होता, ज्यात त्याच्या वडिलांची हार झाली होती.

त्यांचं घराणं राजाच्या बाजूचं होतं आणि हा प्रसंग घडला होता बोनापार्टिस्ट यांच्या क्लबमध्ये. विलफोर्ट हे बोनापार्टिस्ट आहेत, हे त्याला माहीत होतं. पण झालं-गेलं विसरून सोयरीकीने नवी सुरुवात करावी, या उद्देशाने त्याने व्हॅलेन्टाइनचं स्थळ स्वीकारलं होतं.

आपण एकनिष्ठ कसे आहोत, हे दाखवण्यासाठी एक शूर माणसाशी द्वंद्व करण्याची विनंती त्याच्या वडिलांना करण्यात आली आणि त्या शूर माणसाने त्याचा पराभव केला. त्या कागदपत्रांत त्याबद्दल असं वर्णन होतं –

जनरल देपिने हे शूर होतेच, पण त्यांच्याशी द्वंद्व करणारा मात्र त्यांच्याहून वरचढ ठरला. त्याने त्यांच्या पोटात, मानेवर आणि पायावर तलवारीने खोल घाव केले. त्यामुळे जनरल देपिने धारातीर्थी पडले. त्यांनी आपल्या कोटाची बटणं सैल केली आणि म्हणाले, ''माझं अशाप्रकारे हत्याकांड करण्यासाठी तुम्ही मला इथे बोलावलं होतं तर!'' मग खूप रक्तस्राव झाल्याने त्यांची शुद्ध हरपली आणि काही वेळात त्यांची प्राणज्योत मालवली. त्यानंतर त्यांचा मृतदेह नदीत टाकून देण्यात आला.

हे वाचताना फ्रान्झच्या कपाळावर घर्मबिंदू साठले. तो अस्वस्थ झाला. पण त्याने स्वतःला सावरलं आणि म्हणाला, ''मिस्टर नुआरतिए, माझ्या वडिलांचा केलेला हा घातपात तर मला कळला; पण त्यांना हरवणारा तो 'शूरवीर' होता तरी कोण? त्याच्या नावाचा कुठेच उल्लेख यात दिसत नाही. कृपया मला सांगा, नाहीतर माझा आत्मा असाच तळमळत राहील.''

नुआरतिएची नजर पाहताच व्हॅलेन्टाइनला कळून चुकलं, की तो कोण होता. नुआरतिएने डोळ्यानेच हो असं सांगून, मग शब्दकोशातली अक्षरं विचारायला सांगितली, अखेर त्यांनी उत्तर दिलं, 'तो मीच होतो!'

ते ऐकताच फ्रान्झचे हात थरथरू लागले, त्याच्या डोळ्यांसमोर दोन क्षण अंधारी आल्यासारखं झालं. त्याच्या धमन्यांमधून रक्त सळसळत गेलं. डोक्याला झिणझिण्या आल्या आणि माथं सणकलं.

''तुम्ही मिस्टर, तुम्ही!''

''हो.'' नुआरतिएने शांतपणे सांगितलं. ते ऐकताच फ्रान्झ बधिरपणे त्यांच्याकडे पाहू लागला. विलफोर्ट दार उघडून निघून गेला.

काही क्षणात भानावर आल्यावर फ्रान्झ झकटन त्या खोलीतून, त्या घरातून बाहेर पडला. जाताना विलफोर्ट त्याला काहीतरी सांगायचा, समजवायचा प्रयत्न करणार होता, पण त्याने त्याकडे लक्षही दिलं नाही. मग थोड्या वेळाने त्याने विलफोर्ट यांना एक अत्यंत जहाल भाषेतलं पत्र लिहिलं, ज्यामुळे विलफोर्टसारख्या उच्च पदाधिकारी असलेल्या माणसाच्या अहंकाराला धक्का लागला, तो दुखावला गेला. त्यात 'माझ्या वडिलांची हत्या करणाऱ्या आजोबांच्या नातीशी मी कदापि लग्न करू शकणार नाही आणि अशा कुटुंबाशी नातं जोडणार नाही' असं स्पष्टपणे लिहिलं होतं.

आपलं लग्न मोडलं, याचा व्हॅलेन्टाइनला खूप आनंद झाला. तिने आपल्या प्रिय आजोबांच्या हाताचं चुंबन घेतलं आणि त्यांची परवानगी घेऊन ती खोलीबाहेर पडली. खरंतर ती आपल्या खोलीत जाणार होती, पण ती बागेत गेली. तिथे मॅक्सिमिलियन नेहमीच्या ठिकाणी, गेटजवळ तिची वाट पाहत थांबला होता. तो

पळून जाण्याच्या जय्यत तयारीत होता. कारण त्याने कबरस्तानातून विलफोर्ट आणि फ्रान्झला एकत्र बाहेर पडताना पाहिलं होतं. त्यामुळे जर का काही गडबड झाली, तर व्हॅलेन्टाइन कधीही बाहेर येऊ शकते, हे त्याला माहीत होतं.

व्हॅलेन्टाइन आनंदात म्हणाली, ''आपण वाचलो! बचावलो!''

''काय, पण कसं? कोणामुळे?''

''माझ्या आजोबांमुळे. ते फारच चांगले आहेत.''

''पण त्यांनी केलं तरी काय?''

व्हॅलेन्टाइन काही बोलणार तोच तिला समजलं, की ती गोष्ट त्यांच्या आजोबांचं रहस्य असून, आत्तातरी त्याबद्दल फार काही बोलायला नको. म्हणून ती म्हणाली, ''मी तुला नंतर सांगेन – तुझी पत्नी झाल्यानंतर!''

ते शब्द ऐकून तर मॅक्सिमिलियनचा आनंद गगनात मावेना. आता त्याला तिच्याबरोबरच तिचे आजोबाही आवडू लागले.

दुसऱ्या दिवशी नुआरतिएने वकिलाला बोलावून आधीचं मृत्युपत्र फाडून नवं तयार केलं. त्यात त्याने आपली सगळी संपत्ती पुन्हा व्हॅलेन्टाइनच्या नावे केली. आता ती सेंट-मेराँ आणि नुआरतिए यांची एकमेव वारस होती, तिला वर्षाला तीन लाख फ्रँक्स मिळणार होते.

उमराव मॉर्सेर्फ आपला लेफ्टनंटचा गणवेश घालून सरदार डँग्लारकडे गेला. तेव्हा डँग्लार त्याच्याकडे असलेल्या पैशांचा हिशेब करण्यात गुंतला होता. मॉर्सेर्फ हसत, डँग्लारसमोर बसून म्हणाला, ''मी तुझ्याकडे आलो ते आपण बरीच वर्षं ज्या गोष्टीची चर्चा करतो आहे त्याबद्दल बोलण्यासाठी...''

''कोणती?'' डँग्लारने कळूनही मुद्दाम असं विचारलं.

मग उठून उभा राहत तो म्हणाला, ''मी तुम्हाला विनंती करतो की, तुम्ही आपल्या मुलीचा हात माझ्या मुलाच्या, अल्बर्ट द मॉर्सेर्फच्या हाती द्यावा.''

डँग्लारने तत्काळ काहीच प्रतिक्रिया दिली नाही. तो थोडावेळ विचार करत म्हणाला, ''उत्तर देण्याआधी, मला थोडा विचार करायला वेळ हवा.''

''विचार करायला वेळ? गेली आठ वर्षं आपण यावर विचार करतो आहोत, तरी तुला अजून वेळ हवा आहे?''

''माफ कर, पण आता गोष्टी बऱ्याच बदलल्या असून, मला पुन्हा विचार करायला हवा.''

''पण हे बोलणं फारच धूसर, अस्पष्ट आहे. मला नक्की काहीतरी सांगाल का?

कारण द्याल का?''

"कारणं बरीच आहेत. पण आत्ता मी ती सांगू शकत नाही.''

"म्हणजे तुम्ही हे स्थळ नाकारलं आहे, असं मी समजू का?''

"नाही, पण मी निर्णय पुढे ढकलला आहे असं समजा.''

"हा फारच उद्धटपणा झाला. आम्ही किती वेळ थांबायचं? याला काही अर्थ आहे की नाही? का तुमच्या लहरींवर आम्ही झुलत राहायचं?''

"तुला थांबायचं नसेल, तर हे सगळं रद्द झालं असंच समजू या आपण!''

हे ऐकताच, मॉर्सेर्फचा चेहरा कडक, कठीण झाला. मग त्याने स्वतःला सावरलं. त्याला राग आला होता. पण त्याने संयमाने घ्यायचं ठरवलं. मग तो म्हणाला, "हे पाहा, आपण एकमेकांना कितीतरी वर्षांपासून ओळखतो आहोत. त्यामुळे आपल्या दोघांसाठी असं काही घडणं हे दुर्दैवी ठरेल.''

"व्यक्तिगतरीत्या तुझ्या मुलाचा याच्याशी काही संबंध नाहीये," डँग्लार म्हणाला. मग कशाशी संबंध आहे, असं मॉर्सेर्फने विचारताच, डँग्लार म्हणाला, "ते मी तुला अधिक तपशिलांत आत्ता सांगू शकत नाही.''

तेहेतीस

मॅक्सिमिलियन आनंदित झाला होता. कारण मिस्टर नुआरतिएने त्याला भेटायला बोलावलं होतं. तो पळतच निघाला. पण वृद्ध बारुआला मात्र त्याच्या वेगाशी जुळवून घ्यावं लागत असल्याने धाप लागत होती. ते विलफोर्टच्या घरी पोहोचले तेव्हा तो नोकर घामाने डबडबला होता.

नुआरतिएच्या खोलीत व्हॅलेन्टाइन आणि तिचे आजोबा होते. ती इतकी सुंदर दिसत होती, की तिला पाहताच त्याचं मन प्रफुल्लित झालं. ती म्हणाली, ''मॅक्सिमिलियन, मला काल जे माझ्या आजोबांनी सांगितलं आहे, ते मी तुला सांगायला इथे बोलावलं आहे. माझ्या आजोबांना आता या घरात राहायची इच्छा नाही. बारुआ त्यांच्यासाठी घर शोधणार आहेत आणि मीही त्यांच्यासोबत असावं, असं त्यांना वाटतं, अर्थातच तशी परवानगी मला माझ्या वडिलांनी दिली तर. ती मिळाली नाही, तर मी इथेच माझं लग्नाचं वय होईस्तोवर थांबेन, ज्यासाठी अजून अठरा महिने बाकी आहेत. आणि मग मी मुक्त असेन - तुझी व्हायला!'' शेवटचे दोन शब्द तिने हळून, लाजत म्हटले. नुआरतिएने त्या दोघांकडे प्रेमळपणे पाहिलं. मग ती घामाने भिजलेल्या बारुआला म्हणाली, ''बारुआ, तुम्ही फारच दमलेले दिसता, हे घ्या थोडं लिंबू सरबत,'' असं म्हणून तिने टेबलावर असलेल्या काचेच्या जगातलं ग्लासभर लिंबू सरबत त्याला प्यायला दिलं.

''धन्यवाद! मला फारच तहान लागली होती,'' असं म्हणत त्याने ते पिऊन टाकलं. मग जग आणि ग्लास ठेवायला तो बाहेर गेला. तोच घराची घंटा वाजली.

व्हॅलेन्टाइन म्हणाली, ''डॉक्टर असतील. एडवर्डला जरा बरं नाहीये. त्याला पाहायला आले असतील.''

मॅक्सिमिलियन म्हणाला, ''मी आता निघू का? मी नक्कीच काहीतरी पुण्यकर्म केलं असणार ज्यामुळे मला अशी पत्नी आणि असे आजोबा मिळणार आहेत.'' ते

ऐकताच व्हॅलेन्टाइन लाजून चूर झाली.

नुआरतिएने डोळ्याने होय असं सांगितलं. ''बारुआ जायचा मार्ग दाखवतील,'' व्हॅलेन्टाइन म्हणाली. पण बारुआ नुआरतिएच्या पायाशीच कोसळला. तो क्षीण आवाजात ओरडला, ''डॉक्टर, डॉक्टर.'' मग तो कापू लागला, थरथरू लागला. त्याने डोळेच फिरवले. त्याचा चेहरा लालबुंद झाला. त्याला कसलातरी झटका आला असावा.

व्हॅलेन्टाइन जोरात ओरडली, ''डॉक्टर, लवकर इथे या!''

तो आवाज ऐकतात विलफोर्ट खोलीत धावतच आला आणि मॅक्सिमिलियन पडद्यामागे लपला. नुआरतिए भीतिदायक डोळ्यांनी आपल्या सेवकाची, एका आत्म्याची चाललेली ती तडफड पाहत होता; पण करू काहीच शकत नव्हता. बारुआच्या तोंडातून फेस येऊ लागला होता.

विलफोर्टने काही क्षण ते दृश्य पाहिलं. त्याला काय चाललंय ते काही क्षण समजलं नाही. त्याने मॅक्सिमिलियनला पाहिलं नव्हतं. मग तो डॉक्टरला बोलवायला बाहेर गेला. मादाम द विलफोर्ट आत आली. तिने नुआरतिएकडे पाहिलं. तो नीट दिसत होता. मग ती बारुआकडे पाहून निघून गेली. तत्काळ मॅक्सिमिलियन तिथून निसटला.

आत येऊन डॉक्टरांनी बारुआला दिवाणावर ठेवलं. ''थोडं पाणी आणि इथर आणा. आणि कोणालातरी एरंडेल तेल आणि एमेटिक आणायला पाठवा. मिस व्हॅलेन्टाइन तुम्ही इथून जा, कृपया.'' ती आपल्या आजोबांच्या हाताचं चुंबन घेऊन निघून गेली.

''आता कसं वाटतंय बारुआ?'' डॉक्टरने विचारलं.

''जरा बरं वाटतंय. पण अंगाची लाही लाही होतेय. स्पर्श झाला तर कसंतरी, भाजल्यासारखं वाटतंय.''

''तू हे इथर आणि पाणी पी. मला सांग, हा झटका अचानक आला?''

''हो. विजेसारखा अचानक.''

''तू काही खाल्लं किंवा प्यायलं होतं.''

''नाही, खाल्लं काहीच नाही मी. पण नुआरतिए सरकारांचं थोडं सरबत प्यायलो मगाशी. मला खूप तहान लागली होती म्हणून.''

''कुठे आहे ते?''

''स्वयंपाकघरात जग ठेवला आहे.'' डॉक्टर घाईने स्वयंपाकघराकडे गेला. जाताना तो मादाम विलफोर्टवर आदळणारच होता, जी स्वयंपाकघराकडेच निघाली होती. पण

त्याने स्वतःला सावरलं आणि तिच्याकडे लक्षही न देता तो निघून गेला. मग ती आपल्या खोलीकडे जायला वळली.

तो जग घेऊन डॉक्टर खोलीत परतला. "हाच तो सरबताचा जग?"

"हो, सर."

"त्या सरबताची चव कशी होती? कडवट होती?"

"हो."

"मिस्टर नुआरतिए तुम्हालाही ती कडवटच लागली का?" त्याने डोळ्यांनी होय, असं सांगितलं. तोच बारुआ पुन्हा ओरडला, "डॉक्टर पुन्हा तसंच होतंय. देवा, माझ्यावर दया कर. मला सोडव."

डॉक्टरने विलफोर्टला विचारलं, "एमेटिक आणलं का?" विलफोर्ट लगेच बाहेर गेला. पण कोणालाही ते सापडलं नव्हतं. बारुआला आलेला आताचा झटका हा तीव्र होता. तो थरथरत होता. मग डॉक्टर नुआरतिएला म्हणाला, "तुम्हाला ठीक वाटतं आहे ना?" त्यांनी होय असं उत्तर दिलं.

मग तो बारुआकडे पाहत म्हणाला, "हे सरबत कोणी तयार केलं होतं?"

"मिस व्हॅलेन्टाइन," तो क्षीण आवाजात म्हणाला. त्याचा आवाज कापत होता. मग तो मोठ्याने ओरडला, "डॉक्टर मला वाचवा! माझं डोकं! माझं डोकं फुटेल असं वाटतंय."

डॉक्टर विलफोर्टला म्हणाला, "कृपया, तुम्ही स्वयंपाकघरात जाऊन थोडं व्हॉयलेट सिरप आणाल का?" पण जेव्हा विलफोर्ट परतला तेव्हा त्या सेवकाने प्राण सोडले होते.

विलफोर्टने आपल्या कपाळाला हात लावला, "मेला? इतक्या लवकर मेला?"

"हो, पण मला त्यात काही आश्चर्य वाटत नाही," डॉक्टर म्हणाला, "कारण मादाम आणि मिस्टर सेंट-मेराँही असेच गेले. तुमच्या घरात लोक पटापटा मरताहेत, मिस्टर विलफोर्ट!"

"काय? तुम्हाला अजूनही तसंच वाटतं आहे?"

डॉक्टर म्हणाला, "तो विचार एकही क्षण माझ्या मनातून गेलेला नाही आणि या वेळी मी ते सिद्धही करून दाखवेन. यात विष आहे, जे झटक्यात लोकांना मारतं. जर का या सरबतात मी हे व्हॉयलेट सिरप ओतलं आणि त्यात विष असेल, तर ते हिरवं होईल. मी याचा अभ्यास केलेला आहे." डॉक्टरने त्या सिरपचे काही थेंब त्या जगमध्ये ओतले. पहिल्यांदा ते करडे आणि मग क्षणात हिरवे झाले!

"बिचारा तुमचा सेवक ब्रुसिन विषाच्या प्रयोगाने गेला. आता मी ठामपणे सांगतो

की, हा विषप्रयोगच आहे. हे विष मिस्टर नुआरतिएसाठी होतं, पण ते वाचले. चुकून सरबत पिणारा सेवक मात्र गेला.'' हे सगळं पाहून, ऐकून नुआरतिएचा चेहरा बधिरासारखा, काय करावं ते न कळेनासा झाला होता.

विलफोर्ट म्हणाला, ''ओह, मृत्यू माझ्या घरातच आहे!'' त्याने विचारलं, ''पण सरबत वडिलांनीही प्यायलं होतं, त्यांना कसं काहीच झालं नाही?''

''मी तुम्हाला हे आधीच सांगितलं होतं ना की, मीच त्यांना थोडं थोडं औषध म्हणून ब्रुसिन द्यायला सांगितलं होतं. त्यामुळे त्यांचं शरीर विषाला सरावलं होतं. आता आपण खुन्याचा तपास करू - पहिल्यांदा मिस्टर सेंट-मेराँ, मग मादाम सेंट-मेराँ - म्हणजे दोघांची संपत्ती मिळाली. आणि मृत्युपत्र बदलल्याच्या दुसऱ्याच दिवशी मिस्टर नुआरतिएना लक्ष्य केलं गेलं. म्हणजे आणखी संपत्ती मिळाली असती!''

विलफोर्ट पुटपुटला, ''माझ्या मुलीवर दया करा, ती तशी नाहीये.''

''पण जे काय झालं ते उघडपणे समोर आलंय, सिद्धही झालंय.''

विलफोर्ट ओरडला, ''ऐका माझं, मला मदत करा. मी माझ्या मुलीला असं फासावर जाऊ देणार नाही. आणि ती माझी मुलगी नसेलही, दुसरं कोणीतरी असू शकेल!''

काही क्षण विचित्र शांतता पसरली. मग डॉक्टर म्हणाले, ''ठीक आहे. थांबतो मी. पण जर यापुढे या घरात कोणी आजारी पडलं किंवा कोणाला काही झालं, तर मला बोलावू नका, मिस्टर विलफोर्ट. येतो मी.''

चौतीस

रात्री हॉटेलमध्ये आन्द्रिया कॅव्हेलकान्टी पोहचला तोच हॉटेलचा एक सेवक त्याच्याकडे येऊन म्हणाला, ''सर, तुम्ही ज्या माणसाला शंभर फ्रँक्स द्यायला सांगितले होते, त्याने ही चिठ्ठी दिली आहे. आणि हो, त्यांनी पैसे घ्यायला नकार दिला आहे. हे ते पैसे...'' त्याने चिठ्ठी व पैसे परत दिले.

आन्द्रियाने ती चिठ्ठी वाचली : *मी कुठे राहतो आहे हे तुला माहीत आहे. उद्या सकाळी नऊला भेट.*

मग आन्द्रियाने थोडा विचार केला आणि तो सेवकाला म्हणाला, ''तू जरा माझ्या खोलीत ये.''

खोलीत आलेल्या सेवकाला आन्द्रियाने सांगितलं, ''मला तुझी थोडी मदत हवीय. मला एका मुलीला आज भेटायचंय, पण मी आन्द्रिया आहे हे तिला समजायला नकोय. म्हणून मला तुझे कपडे आणि ओळखपत्र दे. मी वेषांतर करून जाईन.''

''तुम्ही म्हणाल तसं सर, तुमच्या आज्ञेबाहेर नाही मी,'' असं म्हणून त्याने तत्काळ आपले कपडे आणि ओळखपत्र दिलं. पाच मिनिटांत वेषांतर करून आन्द्रिया निघाला.

सकाळी नऊच्या ठोक्याला कॅडेरूस नाव बदलून जिथे राहत होता तिथे आन्द्रिया पोहोचला. त्याने चौकशी करताच, ''तो बेकर?'' असं म्हणून एका माणसाने त्याला त्याचं घर दाखवलं. कॅडेरूसने त्याचं हसत हसत स्वागत केलं. ''तू अगदी वेळेवर पोहोचलास.'' आत गेल्यावर तो म्हणाला, ''नाष्टा तयार आहे. आपण खात खात बोलू.''

''मला खायचं वगैरे काही नाहीये. मला तुम्ही का बोलावलंय?'' आन्द्रिया रागाने म्हणाला.

कॅडेरूसने त्याला शांत करत म्हटलं, ''पोरा, शांत हो. संयम राख. जरा दोन घास

खाऊन घे. मग आपण बोलूच.''

आन्द्रिया धुसमतच टेबलावरती बसला. त्याने थोडी स्वस्तातली वाइन घेतली आणि थोडं खाल्लं. तो म्हणाला, ''इतके उत्तम पदार्थ तयार करणारा इतका दुःखी कसा काय असू शकतो, मला समजत नाही!''

''सगळे आनंद एका गोष्टीमुळे - पैशाच्या चणचणीमुळे - दुःखात परावर्तित होतात!''

''पण मी तुमचे पैसे ठेवले होते. तुम्ही ते का घेतले नाही?''

''तू तिकडे उंची मद्य पिणार, उंची हॉटेलात गुबगुबीत गाद्यांवर झोपणार आणि मी इथे साध्याशा घरात कशीतरी गुजराण करू? हे बरं दिसतं का रे? मला हे सहन तरी कसं होईल?''

''तुम्हाला माझ्याकडून काय हवंय, जेणेकरून तुम्ही माझा पिच्छा सोडाल? मी तुम्हाला सहा महिन्यांचे पैसे - बाराशे फ्रँक्स आधीच देतो, पण मग इथून निघून जायचं!''

''बाराशेने काय होणार?''

''ठीके. पंधराशे?''

''चाळीस हजार दिलेस तर शक्य होईल.''

''शक्यच नाही. तुम्हाला एवढे पैसे दिले, तर माझं काय होणार?''

''शक्य नाही? अरे तू एवढ्या मोठमोठ्या लोकांमध्ये वावरत असतोस, तर त्यांच्याकडून 'नकळत' घ्यायचे पैसे. म्हणजे तुझाही तोटा नाही आणि माझाही फायदा. त्यात मी निघून गेलो की तुझा डबल फायदा. आणि 'नकळत' पैसे घेण्यात तर तू माहीर आहेसच!''

''म्हणजे चोरी करायला सांगताय मला? नाही, मला ते शक्य नाही.''

''मग भोग आपल्या कर्माची फळं. मला पैसे पाहिजेत. नाहीतर...''

''बरं बरं, पाहतो मी.''

''अरे, तू त्या उमराव मॉन्टे क्रिस्टोकडे तर कायमच जात असतोस ना?''

''हो, मला त्यांच्याकडे थेट प्रवेश असतो. आणि दोनतीनदा तर मी होतो तेव्हाच काही लाख फ्रँक्स पैशांचं सोनं आल्याचंही मी पाहिलं होतं.''

''अच्छा. मला जरा त्याच्या पॅरिसमधल्या घराचा आराखडा आणि पत्ता दे बरं...''

आन्द्रियाने कागदावर पत्ता लिहून दिला. मग डायनिंग रूम, खोल्या, हॉल, सज्जा, बाजूला असलेली नोकरांची खोली असं सगळं सगळं काढून दाखवलं. तो म्हणाला,

''उमरावांना मी एकदा विचारलंही की, तुम्ही सुरक्षारक्षक का नाही नेमत? कोणी दरोडा टाकला घरावर तर?'' तर तो म्हणाला, गेले पैसे तर गेले. मला त्याची काही पडलेली नाही.''

''हो का? मग तर चांगलंच आहे की. त्याला दानधर्म करायचा असेल, तर आपण तयारच आहोत. काय?'' कॅडेरूस छद्मीपणे हसला.

''ठीके. मग निघतो मी आता. पैशांची व्यवस्था करतो.''

''चालेल, पण आत्ता मला पाचशे फ्रँक्स दे आणि ही तुझ्या हातातली हिऱ्याची अंगठीही दे. या सेवकाच्या पोशाखाला ती शोभून दिसत नाही. ती माझ्याकडेच असलेली बरी!'' असं म्हणून कॅडेरूस उमरावाच्या घराचा नकाशा नीट निरखू लागला. आन्द्रिया त्याच्याकडे त्रासिकपणे पाहत राहिला.

पस्तीस

अलीसोबत उमराव मॉन्टे क्रिस्टो ओतयच्या घरी गेला होता. तिथे बर्तुशिओही पोहोचला. नॉर्मंडीला उमरावाने एक घर घेण्यासाठी त्याला पाठवलं होतं, ते काम झालं होतं. तोच बाप्तिशियन एक पत्र घेऊन आला. पत्रात लिहिलं होतं – *आज रात्री एक माणूस तुमच्या पॅरिसच्या घरात घरफोडी करणार आहे. तो काही महत्त्वाची कागदपत्रं चोरणार आहे. पोलिसांना कळवण्यासाठी आणि त्यांची मदत घेण्यासाठी उमराव सक्षम आहेतच. तरी त्यांनी काळजी घ्यावी, ही विनंती.*

हे पत्र वाचून उमरावाला फारशी भीती वाटली नाही. उलट त्याला ही चोराचीच एक क्लृप्ती असावी, असं वाटलं. चोर हा त्याचा वैयक्तिक शत्रू असून, या प्रकरणात तो मुळीच पोलिसांची मदत न घेता स्वतःच ते सोडवेल, असा त्याचा अंदाज होता. तो स्वत:शीच म्हणाला, 'त्याला कागदपत्र चोरायची नसून, मला ठार मारायचं असणार. पण माझी सुरक्षा करण्यास मी समर्थ आहे. त्यासाठी पोलिसांची काहीच गरज नाही.' मग त्याने सेवकाला सांगितलं, ''मला माझे सगळे सेवक इथेच ओतयला हवेत. सगळ्यांना बोलावून घ्या, माझा हा आदेश स्पष्ट आणि स्वच्छ आहे. पण माझं पॅरिसमधलं घर मला जसं आहे तसंच हवं आहे. कोणतीही दारं बंद करू नका. जसं आहे तसं उघडंच राहू दे.''

त्यानंतर शांतपणे जेवण घेऊन अलीसोबत तो मागच्या दाराने बाहेर पडला आणि पॅरिसमधल्या घरी पोहोचला. त्याने घरी जाण्याआधी तिथे कोणी दिसत नाही ना, याची नीट पाहणी केली आणि मग हळूच कोणालाही कळणार नाही अशा पद्धतीने मागच्या दाराने घरात शिरला. तो आणि अली त्याच्या बेडरूममध्ये पोहचले. त्यांनी शस्त्रं बाहेर काढली. अलीकडे एक कुऱ्हाड होती, तर उमरावाकडे पिस्तूल. मग त्यांनी बेडरूमचं दार मुद्दाम ढकलल्यासारखं, अर्धवट उघडंच ठेवलं आणि तिथून ते बाहेरच लागून असलेल्या खोलीत जिथे कपाट होतं, त्यावर लक्ष ठेवू लागले.

मग मध्यरात्री बारानंतर, त्यांना कसला तरी आवाज आला. एव्हाना अंधाराला त्यांचे डोळे सरावले होते. त्यामुळे त्यांना खिडकीतून एक माणूस बाहेरच्या खोलीत येताना दिसला. अली त्याला मारण्यासाठी पुढे झाला, तोच उमरावाने त्याला धरून ठेवलं. तो पुटपपुटला, ''नाही अली. तू इथेच थांब. मी तुला हाक मारेस्तोवर मुळीच बाहेर येऊ नकोस.''

मग त्याला किल्ल्यांची किणकिण ऐकू आली. उमराव पुटपुटला, ''हा चोरच असणार. चोरांकडे किंवा किल्लीवाल्याकडे जशा वेगवेगळ्या किल्ल्या असतात, त्याचा वापर करून ते कुलूप उघडतात, तसाच हाही कपाट उघडतो आहे.'' मग उमरावाने एक मेणबत्ती पेटवली आणि आपला चेहरा तिच्या प्रकाशात नीट दिसणार नाही अशा प्रकारे ती धरून तो हळूहळू चोराच्या दिशेने निघाला.

मग हळूच तो चोराच्या मागे जाऊन उभा राहिला म्हणाला, ''मिस्टर कॅडेरूस, इतक्या रात्री तुम्ही इथे काय करता आहात?''

दचकून कॅडेरूसने त्याच्याकडे पाहिलं, ''ॲबे ब्यूसोनी!'' त्याच्या हातातला किल्ल्यांचा जुडगा खाली पडला. उमरावाने मेणबत्ती कपाटावर ठेवली आणि तो खिडकीजवळ जाऊन उभा राहिला, त्यामुळे कॅडेरूसचा पळून जायचा एकमेव मार्ग बंद झाला होता.

''बरोबर. ॲबे ब्यूसोनीच. तू मला ओळखलंस हे पाहून मला आनंद झाला आहे, कॅडेरूस. म्हणजे तुझी स्मरणशक्ती चांगली आहे अजून. आणि इथे तू उमराव मॉन्टे क्रिस्टोच्या घरी दरोडा टाकतो आहेस?''

''मी... नाही... नाही... अं... खरंच...''

''मला तू अजूनही तसाच दिसतो आहेस. जसा आधी होतास.''

''तुम्हाला तर माहीत आहे माझं आयुष्य. ती माझी नव्हे, माझ्या बायकोची चूक होती. म्हणूनच त्यांनी मला कठोर परिश्रमाची शिक्षा दिली.''

''तुझी शिक्षा पूर्ण झाली का?''

''नाही, सर. माझी कोणीतरी सुटका केली.''

''म्हणजे तुझी सुटका करून त्या भल्या माणसाने समाजावर उपकारच केले म्हणायचे की...''

''काय करणार सर, गरिबी वाईट असते. त्यातून काहीतरी कृत्यं आपल्या हातून घडतं आणि तुरुंगात जावं लागतं.''

''मूर्खा, गरिबीमुळे भाकरीचा तुकडा चोरणं मी समजू शकतो, पण मी तुला दिलेला हिरा आणि त्या सराफाने दिलेले पैसे, या दोन्हीसाठी तू केलेला सराफाचा

खून हा न्याय्य ठरत नाही, कळलं! तुला कोणी सोडलं?''

''लॉर्ड विलमोर नामक इंग्लिश माणसाने.''

''मी ओळखतो त्यांना. तुझ्यासोबत आणखी कोण कोण होतं?''

''तो कोळ्याचा मुलगा आहे. बेनेडेट्टो त्याचं नाव. मी आणि तो तुरुंगात एकत्रच होतो. तो इथे वेगळ्या नावाने – आन्द्रिया कॅव्हेलकान्टी म्हणून राहतो आहे. तो मला पैसे देतो. त्याला मॉन्टे क्रिस्टोचा उमराव पैसे देतो.''

''म्हणजे तोच का, ज्याचं लग्न मिस डँग्लारसोबत होणार आहे?''

''हो. तोच.''

''तो कोण आहे, तो कसा आहे हे माहीत असूनही तू डँग्लारला काहीच सांगत का नाहीस?''

''का? बेनेडेट्टोच्या प्रगतीच्या आड मी कशाला येऊ?''

''तुला सांगावंच लागेल. आणि आत्ता तू ते सांगशील. नाहीतर मीच...''

''नको, ॲबे ब्यूसोनी. कारण आता तू सांगायला जगणारच नाहीयेस,'' असं म्हणून कॅडेरूसने खिशातला सुरा काढून हल्ला केला. पण उमरावाने त्याचा हात असा काही धरला आणि पिरगाळला, की त्याची वाचाच गेली. तो जोरात कण्हू लागला – ''आं आं... तुझ्यात तर फारच शक्ती आहे...''

''ही शक्ती मला देवाने दिली आहे. तुझ्यासारख्या दुष्टाला वठणीवर आणायला. समजलं! आता नीट उभा राहा आणि कागद-पेन घेऊन लिही...''

''नाही. मला लिहिता येत नाही,'' असं म्हणताच ब्यूसोनीने त्याचा हात आणखीच जोरात पिरगाळला. अखेरीस तो तयार झाला. त्याने लिहिलं –*मिस्टर डँग्लार, ज्या मुलाशी तुम्ही तुमच्या मुलीचं लग्न लावू पाहत आहात, तो माझ्यासोबत तुरुंगात होता. त्याचं नाव बेनेडेट्टो आहे. आणि तो चोरलफंगा आहे. मी त्याला नीट ओळखतो.*

ब्यूसोनीने त्याला पत्राखाली सही करायला लावली. मग उमराव म्हणाला, ''आता जा, मूर्ख माणसा. परत जर का या शहरात, देशात दिसलास ना तर याद राख. कुठेही जा आणि प्रामाणिकपणे आयुष्य जग.'' असं म्हणून त्याने त्याचा हात सोडला. मग कॅडेरूस खिडकीतून खाली उतरला. ब्यूसोनीने त्याला मेणबत्तीचा प्रकाश दाखवला. पण तोच आवाज आला, ''वाचवा, मला वाचवा. मला कुणीतरी भोसकलंय. मी मरतोय. डॉक्टरला बोलवा कोणतरी...''

ब्यूसोनी त्वरित खाली गेला. त्याने अलीला दंडाधिकारी मिस्टर द विलफोर्टला आणि डॉक्टरला बोलवायला सांगितलं. जखमी कॅडेरूस विव्हळत होता. मला वाचवा म्हणत होता.

उमराव म्हणाला, ''कोणी मारलं तुला?''

''नि:शंयपणे तोच कोळ्याचा मुलगा, बेनेडेट्टोच होता.''

''तसं तू लिहून देशील?'' असं म्हणून त्याने त्वरित एक कागद पुढे केला आणि त्यावर कॅडेरूसने लिहिलं - *मला मारणारा बेनेडेट्टो उर्फ कॅव्हेलकान्टीच आहे.* आणि मग खाली सही केली. तो म्हणाला, ''ब्यूसोनी, काही झालं तरी त्या कॅव्हेलकान्टीला शिरच्छेदाची शिक्षा व्हायला हवी. काही झालं तरी... मला वाचवा, मी मरणार आहे...'' पण उमराव काहीच बोलला नाही. कॅडेरूस म्हणाला, ''मी पहिल्यांदाच असा पाद्री पाहतोय, जो समोर कोणी मरतोय, हे पाहूनही पाहताना त्याच्यासाठी प्रार्थना करत नाहीये!''

''प्रार्थना? तुझ्यासारख्यासाठी? आता ऐक, जेव्हा तू तुझ्या मित्राशी प्रतारणा केलीस तेव्हाच देवाने तुला दुर्दैवाचे धक्के द्यायला सुरुवात केली होती. तुझे हात इतक्या गुन्ह्यांनी-पापांनी भरले आहेत अन् तरी तू देवाच्या दयेची याचना करतो आहेस, हे घृणास्पद आहे. पण आता तू वाचू शकशील, असं वाटत नाही. अखेरीस तुझा न्याय देवानेच केला आहे.''

''कृपया, सर असं म्हणू नका. माझ्यावर दया करा.''

''दया तुझ्यावर? अशी कृत्यं तू केली आहेस की, देवही तुझ्यावर दया दाखवणार नाही. तुला आता कोणी वाचवू शकणार नाही, हाच न्याय आहे.''

मग उमराव त्याला मरताना पाहत राहिला. त्याच्या नजरेत राग, घृणा होती. मरताना कॅडेरूसने त्याच्याकडे एकदा पाहिलं आणि मग त्याला सगळं समजून चुकलं. त्याचे डोळे विस्फारले, तोंड उघडलं गेलं आणि मग तो म्हणाला, ''तू...!'' अन् त्याने डोळे मिटले ते कायमचेच.

पॅरिसमध्ये उमरावाच्या घरी पडलेल्या दरोड्याची, बेनेडेट्टोने केलेल्या खुनाची झपाट्याने बातमी परसली. कॅडेरूसचा सुरा, कपडे, कागदपत्रं आदी गोष्टी ताब्यात घेण्यात आल्या. उमराव ओतयच्या घरी होता, असं सांगण्यात आलं. ही बातमी आणि पत्र आदी गोष्टी पाहताच बेनेडेट्टो चपापला. बर्तुशिओलाही आश्चर्य वाटलं. मात्र, खरं काय घडलं ते कुणालाच कळलं नाही.

छत्तीस

अल्बर्ट द मॉर्सेर्फ आणि ब्यूशाँ यांना घरी आलेलं पाहताच उमरावाला आश्चर्याचा धक्का बसला. अल्बर्ट म्हणाला, ''माफ करा, आम्ही तुमच्या कामात व्यत्यय आणलेला दिसतोय.''

''नाही. तसं काही नाही. मी जरा कॅव्हेलकान्टींची कागदपत्रं पाहत होतो. फार काही नाही.''

''मिस्टर कॅव्हेलकान्टी?'' ब्यूशाँने विचारलं.

अल्बर्ट म्हणाला, ''तो तुला माहीत नाही का, जो सध्या पॅरिसमध्ये गाजतो आहे आणि ज्याचं लग्न डँग्लारच्या मुलीशी होणार आहे!''

''काय, डँग्लारच्या मुलीशी? पण तुझं काय झालं?'' ब्यूशाँ म्हणाला.

''कसला पत्रकार तू! आमचं लग्न मोडलं की. असंही मला तिच्याशी लग्न करायचंच नव्हतं. त्यासाठी उमरावांनी मला फार मदत केली.''

उमराव म्हणाला, ''तुझी तब्येत ठीक दिसत नाहीये, काय झालं?''

''काही नाही, डोकं दुखतंय. कसंतरी होतंय.''

''यावरचा एक चांगला उपाय माझ्याकडे आहे,'' उमराव म्हणाला. ''तो म्हणजे प्रवास करणं, फिरायला जाणं. येतोस का माझ्यासोबत नॉर्मंडीला, समुद्रकिनारी? स्वच्छ हवा अन् मस्त मोकळं वातावरण असेल.''

''व्वा, चांगली कल्पना आहे. चालेल. जाऊ या आपण.''

उमरावने विचारलं, ''पत्रकार महाशय, तुम्हीही येता का आमच्यासोबत, माझ्या गाडीत चार जणांसाठी जागा आहे.''

''मला आवडलं असतं, पण मी नुकताच फिरून परतलोय. म्हणून मला माफ करा. पण पुढच्या वेळी मी नक्की येईन.''

''ठीके. हरकत नाही. मग अल्बर्ट तयारीला लाग. परवा निघू आपण.''

''चालेल,'' असं म्हणून त्या दोघांनी उमरावचा निरोप घेतला. मग उमरावाने त्वरित बर्तुशिओला तयारी करायला सांगितलं आणि निरोप्याही धाडायला सांगितला. बर्तुशिओ आज्ञा शिरसावंद्य मानून कामाला लागला. मग उमराव हायडीकडे तिला भेटायला गेला.

प्रवास सुरू झाला. वेगाने धावणाऱ्या उमरावाच्या उच्च दर्जाच्या घोड्यांचं कौतुक करत अल्बर्ट म्हणाला, ''उमराव, तुमच्यानंतर हा बर्तुशिओ तुमचा सेवक फार धनवान होईल पाहा. अहो, असले घोडे विकून त्याला कितीतरी पैसे मिळतील. तुम्हाला अशा सेवकांची भीती नाही वाटत?''

''भीती कसली? ते चोरी करतील याची किंवा मारतील याची? तुला काय वाटतं, लोक चोरी का करतात?''

''कारण त्यांचा स्वभाव आणि जडणघडण तशी झालेली असते म्हणून.''

''महत्त्वाचं म्हणजे त्यांना महत्त्वाकांक्षा असतात. त्यांना पोट असतं, पोरंबाळं असतात. त्यांनाही आयुष्यात पुढे जायचं असतं. हे आपण ओळखलं आणि ते पूर्ण करायचा प्रयत्न केला की झालं. कळलं?''

अल्बर्टने नुसतंच हूं-हूं केलं, पण त्याला नीट समजलं नसावं, असं उमरावाला वाटलं. अखेर ते नॉर्मंडीला पोहोचले. तिथे एक मोठ्ठा स्वीट दोघांसाठी राखून ठेवण्यात आला होता. आधीच निरोप्या धाडल्याने सगळी व्यवस्था करण्यात आली होती. पोहचल्या पोहचल्या अंघोळीसाठी गरम पाणी तयार होतं आणि त्यानंतर सुग्रास भोजनही तयार होतं. ती रात्र आणि पुढचा अर्धा दिवस छान गेला. ते वेगवेगळे खेळ खेळले, खानपान झालं. तेवढ्यात अल्बर्टचा सेवक तातडीचा निरोप घेऊन आला. त्याने आपल्या मालकाला सांगितलं की, ''मिस्टर ब्यूशाँने हे पत्र आणि वृत्तपत्र तातडीने तुमच्यापर्यंत पोहोचवायला सांगितलं आहे.''

ते पत्र वाचून, अल्बर्टचे पाय लटपटू लागले. तो पडेल असंच त्याला वाटलं. पण त्याने स्वतःला सावरलं. तो त्वरित सेवकाला म्हणाला, ''तुझा घोडा तयार आहे का, मला त्वरित पॅरिस गाठलं पाहिजे.''

सेवक म्हणाला, ''माफ करा सर, पण घोडा प्रवासाने खूपच थकलाय.''

अल्बर्ट उमरावाकडे गेला. त्याच्या हातात पत्र आणि वृत्तपत्र देऊन तो म्हणाला, ''मी गेल्यावर आपण हे वाचा. मला तातडीने निघायलाच हवं... मला वेगवान घोडा कुठे मिळेल इथे?'' उमरावाने त्वरित आपल्याकडचा एक उमदा घोडा त्याला दिला. अल्बर्टने त्याचे शतशः आभार मानले. तो निघाल्यावर उमरावाने अलीला त्याचा

पाठलाग करायला सांगितलं.

त्याने वृत्तपत्रातील बातमी वाचली. त्यात लिहिलं होतं – तुर्की राजा अली पाशा याला संरक्षण देणाऱ्या फ्रेंच अधिकाऱ्यानेच दगाफटका केल्याचं उघडकीस आलं आहे. तेव्हा त्या अधिकाऱ्याचं नाव फर्नांड मॉन्डेगो होतं, आता तो उमराव मॉर्सेर्फ या नावानेच ओळखला जातो आणि तो संसदसदस्यही आहे.

सदतीस ──────────────

सकाळी आठ वाजता ब्यूशाँच्या घरी अल्बर्ट द मॉर्सेर्फ पोहचला. ब्यूशाँने आधीच आपल्या सेवकाला तो येणार असल्याचं सांगितल्याने अल्बर्टला थेट आतल्या खोलीतच नेण्यात आलं.

ब्यूशाँ म्हणाला, ''मी तुझीच वाट पाहत होतो. ये बस जरा शांतपणे.''

''मला काय झालं ते सगळं सांग. असं कसं झालं? कोणी केलं हे?'' त्याला फारच दुःख होत होतं. थोडीशी लाजही वाटत होती.

ब्यूशाँने त्याला नाष्ट्यासाठी आत नेलं. तेव्हा त्याने सांगितलं ते असं –

''व्हायचं ते झालंच. त्या दिवशी संसदेमध्ये मिस्टर मॉर्सेर्फ नेहमीप्रमाणेच गेले होते. तेव्हा वृत्तपत्रात 'ती' बातमी प्रसिद्ध झाली होती आणि प्रत्येकाने वाचलीही होती. पण प्रथम विषयाला तोंड कोणी फोडायचं, याचा सगळे जण विचार करत असताना मॉर्सेर्फच्या विरुद्ध असणाऱ्या गटातल्या एकाने विषय काढला. त्याने पेपरात आलेल्या बातमीचा उल्लेख केला आणि सगळं कथन केलं. त्याने अली पाशाचा कर्नल फर्नांड मॉन्डेगो ऊर्फ उमराव मॉर्सेर्फ याने आपल्या पदाचा कसा फायदा घेतला, हे सांगितलं. पण तरी मॉर्सेर्फ शांत आणि स्थितप्रज्ञ राहिले.

''मग संसदेच्या अध्यक्षांनी हे प्रकरण गंभीर असून, याबाबत ताबडतोब चौकशी करण्यासाठी मतदान घेतलं. सगळ्यांनीच त्याला दुजोरा दिला. मॉर्सेर्फ यांना बचावासाठी तयार राहायला सांगण्यात आलं. तेव्हा त्यांचा चेहरा भीतिग्रस्त झाला. पण तरी ते म्हणाले, ''सद्गृहस्थांनो, तुमच्या निर्णयाचा आदर राखून मी कोणत्याही चौकशीला तोंड द्यायला तयार आहे.''

''नंतर त्याच दिवशी एक चौकशी समिती नेमण्यात आली आणि पहारेकऱ्यांसोबत मॉर्सेर्फ यांना जरुरीची कागदपत्रं आणायला पाठवण्यात आलं. त्या वेळीही ते शांतच होते, त्यांच्या चेहऱ्यावर मग्रुरी आणि बेफिकिरीचे भाव होते. त्यांनी त्यांच्याकडे असलेली

आवश्यक ती सगळी कागदपत्रं आणली आणि चौकशी समिती व अध्यक्षांपुढे सादर केली. मग ते म्हणाले, ''यांनुसार अली पाशानेच तो मृत्युशय्येवर असताना माझ्या हाती सूत्रं दिली आणि त्याच्या प्रेयसीची आणि मुलीची काळजी घेण्यास सांगितलं.''

''पण मग तुम्ही खरंच तसं काही केलं का?''

''हो, केलं. मी प्राणांची बाजी लावली, सर. पण नंतरच्या धुमश्चक्रीत झालं असं की, त्याची मुलगी हायडी ही कुठेतरी हरवून गेली. मला वाटतं तिचं शत्रूपैकीच कोणीतरी अपहरण केलं असावं. मला तिला शोधणं अशक्यच होतं. तरी मी तिचा शक्य तितका शोध घेतला आणि थांबलो. मला खूपच वाईट वाटलं तेव्हा. पण काय करणार, दुर्दैव हे असं असतं की, ते एकदा का आलं की, असं चारी बाजूंनी येतं.''

''मग अध्यक्ष म्हणाले, ''सद्गृहस्थहो, आत्ता आपण एक बाजू ऐकली आहे, मिस्टर मॉर्सेर्फ यांची. पण आपण आणखी एका साक्षीदाराला बोलवणार आहोत, जो त्या वेळी नेमकं काय झालं हे पाहण्यासाठी उपस्थित होता. त्याने आपल्याला पत्र लिहून कळवलंय की, त्या वेळी जे काही झालं, त्याबाबतची अत्यंत महत्त्वाची माहिती त्याच्याकडे असून, त्याला ती आपल्यासमोर उघड करायची आहे. अली पाशा यांचा मृत्यू होताना त्याने पाहिलं आहे आणि हायडीचं काय झालं तेही माहीत आहे.''

''ते ऐकताच मिस्टर मॉर्सेर्फ यांचा चेहरा खाडकन उतरला. त्यावर भीतीची काजळी चढली. सभागृहातही कुजबुज सुरू झाली. तरी मॉर्सेर्फ धीराने म्हणाला, ''कोण आहे तरी कोण, हा साक्षीदार? खरंतर शत्रूच!''

''अध्यक्षांनी 'तिला' बोलवण्याचे आदेश दिले. ती आत येताच तिचं ग्रीक सौंदर्य आणि राजेशाही राहणं-अदब पाहून सगळे जण चाट पडले.

अध्यक्ष म्हणाले, ''मादाम, तुम्हीच आम्हाला पत्र पाठवून घडलेल्या प्रसंगाचा साक्षीदार आहात असं म्हणाला होतात ना?''

''ती म्हणाली, ''हो,'' तिच्या आवाजात एक दुःखद भाव होता. मग ती म्हणाली, ''मी हायडी आहे – अली पाशांची मुलगी. ही घ्या माझी कागदपत्रं.'' सभागृहात आश्चर्योद्गार उमटले. मॉर्सेर्फचा चेहरा आणखीच काळाठिक्कर पडल्यासारखा वाटला. मग ती म्हणाली, ''हे माझं जन्माचं प्रमाणपत्र, मी राजकुमारी असल्याचं पत्र आणि इतर गोष्टी. त्या अरेबिक भाषेत असल्या तरी त्या भाषांतरित करून त्याची पडताळणी करण्यात येऊ शकते.'' अर्थातच ती कागदपत्रं खरी होती.

''मग ती दुःखातिरेकाने म्हणाली, ''याच माणसाने दगाफटका केला, हाच माझ्या वडिलांच्या मृत्यूस जबाबदार आहे आणि त्याने मला – एका लहान मुलीला आणि तिच्या आईला एका अमेरिकन व्यापाऱ्याला चार हजार फ्रँक्सला विकून टाकलं! हाच तो माणूस. मी याला कधीही विसरू शकत नाही आणि विसरणारही नाही.''

अध्यक्ष म्हणाले, ''मादाम, तुम्ही उमराव मॉन्टे क्रिस्टो यांच्यासोबत राहता, हो ना?''

''हो, पण त्यांना यातलं काही माहीत नाही. ते आत्ता नॉर्मंडीला गेले आहेत.'' मग ती म्हणाली, ''मी ख्रिश्चन आहे, त्यामुळे देव मला माफ करेल याची मला खात्री आहे. मात्र, मी माझ्या वडिलांचा मृत्यू कधीही विसरू शकणार नाही. म्हणूनच आज मी ही साक्ष द्यायला इथे आले आहे. मी जेव्हा पॅरिसला आले, तेव्हा मला कळलं की, त्यांचा गुन्हेगार इथेच आहे. आणि मग जेव्हा मला सगळ्या गोष्टींचा नीट पत्ता लागला, तेव्हा मी तुम्हाला हे पत्र लिहिलं. हा समोर उभा असलेला माणूस माझ्या वडिलांच्या हत्येसाठी दोषी आहे, त्याच्यामुळेच आमच्या कुटुंबाची वाताहत झाली.'' तिच्या डोळ्यांतून अश्रू ओघळू लागले होते, तर मॉर्सेर्फ भीतीने लटपटू लागला होता.

अध्यक्षांनी विचारलं, ''पण हे उमरावांना माहीत आहे?''

''नाही, फार नाही. कारण त्यांनी मला गुलाम म्हणून विकत घेतलं खरं; पण कधीही तसं वागवलं नाही. जवळच्या माणसापेक्षाही माझी जास्त काळजी घेतली आणि मला मुक्त केलं. त्यामुळे मी त्यांना यात ओढू इच्छित नाही.''

मग कठोर स्वरात अध्यक्षांनी विचारलं, ''तुम्ही अली पाशा यांच्या मुलीला मादाम हायडीला ओळखता का, मॉर्सेर्फ?''

कसाबसा उभा राहायचा प्रयत्न करत मॉर्सेर्फ म्हणाले, ''न... नाही. हा शत्रूंनी माझ्यासाठी रचलेला सापळा आहे.''

हायडी म्हणाली, ''तू मला ओळखत नाहीस!... तूच आहेस तो कर्नल फर्नांड मॉन्डेगो, ज्याने माझ्या वडिलांविरोधात कट केला, त्यांच्याच सैन्याला चिथावणी देऊन त्यांचा काटा काढला, सगळी संपत्ती लाटायचा प्रयत्न केला आणि मला विकलंस. तूच आहेस तो, तूच. आत्ता जरी तुला ते आठवत नसलं, तरी मला लख्खपणे सगळं आठवतं आहे. तूच आहेस तो! खुनी! माझ्या वडिलांच्या रक्ताने तुझे हात माखलेले आहेत! खुनी!!''

आता मात्र मॉर्सेर्फ गलितगात्र झाला होता. त्याला काय बोलावं हे सुचेना. अध्यक्षांनी विचारलं, ''तुम्हाला काही बोलायचं आहे मिस्टर?''

''नाही...''

अध्यक्षांनी मतदान करायला सांगितलं. सगळ्यांनी मॉर्सेर्फ दोषी असल्याचं मत दिलं. निवाडा झाला होता. शिक्षा देण्यात आली, जी ऐकून हायडीला जरा बरं वाटलं. ती अदबीने चालत बाहेर पडली.

अडतीस

सगळा प्रसंग सांगितल्यावर ब्यूशाँ म्हणाला, ''मी कोणाला समजणार नाही अशा पद्धतीने तिथून बाहेर पडलो.'' समोर अल्बर्ट आपलं डोकं हातात धरून बसला होता. त्याला प्रचंड राग आला होता, तो वैतागला होता. तो म्हणाला, ''माझ्या सगळ्या आयुष्याची, जन्माची वाट लागली. आमची वाट लावणाऱ्या त्या शत्रूला मला आता शोधायलाच हवं. त्याचं रक्त पाहिल्याशिवाय मला चैन पडणार नाही.''

ब्यूशाँने त्याला थोडं शांतपणे आणि धीराने घ्यायला सांगितलं. पण तो बिथरला होता, त्याचं डोकं सूडाच्या आगीने पेटलं होते. तो म्हणाला, ''आता मी शांत बसू शकणार नाही. तू अजूनही माझा मित्र असशील, तर मला माझा शत्रू शोधायला मदत कर...''

''मी अजूनही तुझा मित्र आहे आणि राहीन. आपण नक्कीच त्या माणसाला शोधून काढू.''

''काढू नाही, आत्तापासून या शोधाला सुरुवात झाली आहे. ज्याने माझं आयुष्य उद्ध्वस्त केलं त्याला शोधल्याशिवाय मला स्वस्थ चित्ताने बसता येणार नाही आता.''

मग थोडा विचार करत बूशॉप म्हणाला, ''खरंखोटं माहिती नाही. मात्र, मला असं समजलंय की, डँग्लारने आपल्या प्रतिनिधीला अली पाशाबद्दल चौकशी करण्यासाठी सांगितलं होतं.''

'डँग्लार!' अल्बर्टचे डोळे विस्फारले. ''तोच असणार तो! त्याने यूजेनी आणि माझ्या लग्नाला नकार देऊन आमचा अपमान केला होता. तोच असणार! चल आपण आताच्या आता तिथे जाऊ.''

''नाही, नको. पण आपल्याकडे आत्ता काहीच ठोस पुरावा नाहीय. तेव्हा आपण थोडं धीरानं घेऊ या?''

''तसं आता होणं नाही. एकदा मी काही करायचं असं म्हटलं की म्हटलं. आणि

याबाबतीत तर ते पक्कं आहे, चल...''

ते डँग्लारच्या घरी पोहोचले तेव्हा बाहेर मिस्टर कॅव्हेलकान्टीचं वाहन उभं असलेलं त्यांनी पाहिलं. अल्बर्ट म्हणाला, ''वा, इथे तर जावईदेखील आहे. फारच छान, दोघांनाही मी द्वंद्वासाठी आव्हान देईन आणि त्यांचा खातमा करून टाकेन आता.''

अल्बर्ट घरी येईल याची डँग्लारला कल्पना असल्याने त्याने आधीच आपल्या सेवकाला कोणालाही आत सोडू नये, असे आदेश दिले होते. पण त्याचा काहीच फायदा झाला नाही. अल्बर्ट सरळ आत घुसला आणि त्याच्यामागोमाग ब्यूशाँही आला. त्यांना पाहताच कॅव्हेलकान्टी आणि डँग्लार दोघांनीही आश्चर्याचा धक्का बसला.

अल्बर्ट नाटकी आवाजात म्हणाला, ''मिस्टर डँग्लार, आपण दोघं जरा एकट्यानेच बोलू शकतो का? फारच जरुरीचं काम आहे. आणि हो जावईबापू, तुम्हीही येऊ शकता. कारण तुम्हीही आता यांच्या कुटुंबाचाच भाग झाला आहात ना!'' आन्द्रिया कॅव्हेलकान्टीने त्याच्याकडे रागाने पाहिलं.

अल्बर्ट म्हणाला, ''आज मी कोणालाही सोडणार नाही, त्यांची वाटच लावणार आहे!''

रागाने लाल झालेला मिस्टर डँग्लार ओरडला, ''जर का माझ्या वाटेत कोणी पिसाळलेला कुत्रा आला, तर मी त्याला सरळ ठारच मारतो. फार विचार करत बसत नाही, कळलं का मिस्टर कॅव्हेलकान्टी?''

अल्बर्ट म्हणाला, ''असं का, मग आता थेट मुद्द्याचंच बोलतो. डँग्लार तुम्ही माझ्या वडिलांचं ते प्रकरण का उकरून काढलंत? तुमची ओळख तर किती जुनी आहे, मग असं का केलंत?''

''मी काही उकरूनबिकरून काढलं नाही. मला तसं सांगण्यात आलं. उमराव मॉन्टे क्रिस्टोने मला तसं करायला सांगितलं होतं.''

''काय? कसं शक्यय? ज्याने आमचे प्राण वाचवले, तोच आज आमच्या मुळावर उठला आहे?''

''तसं असेलही, पण मी त्याला तुझे वडील आधी कोण होते आणि नंतर कसे प्रगतिपथावर गेले हे सगळं सांगितलं. तेव्हा त्याने ही सगळी माहिती ऐकून मला माझ्या प्रतिनिधीकडे चौकशी करायला सांगितलं आणि यातून हे सगळं उद्‌भवलं आहे, कळलं? यात माझा काहीही दोष नाही.''

आता अल्बर्टला एकेक गोष्ट नीट दिसू लागली, कळू लागली. पाशाची मुलगी हायडी त्याच्याबरोबर राहत होती. त्याने आपल्याला नॉर्मंडीला मुद्दामहून नेलं...

आणि मग तो चवताळून उठला. म्हणाला, ''आज त्या उमरावाची काही खैर नाही.'' मग त्याने डँग्लारची माफी मागून आपल्यात काहीही वैयक्तिक भांडण नसल्याचं स्पष्ट केलं.

बाहेर पडल्यावर ब्यूशाँ म्हणाला, ''तू काय करतो आहेस हे तुला समजतंय ना?''

''हो, नीट समजतंय. मला माझा शत्रू कोण आहे ते कळलंय.''

पॅरिसमधल्या उमरावाच्या घरी जाऊन त्यांनी सेवकाकडून उमरावाचं त्या दिवसाचं सगळं वेळापत्रक विचारून घेतलं. तो नुकताच नॉर्मंडीहून परतला होता आणि संध्याकाळी एका ऑपेराला जाणार होता. अल्बर्टने त्याला ऑपेरातच गाठायचं ठरवलं. तिथे त्याने ब्यूशाँला, शातो-रेनो आणि मॉरेललाही बोलावलं.

मग तो घरी गेला. आपल्या आईला भेटला. त्याला जे काही कळलं होतं ते सगळं तिला सांगितलं. तिचा चेहरा फिकुटला. ती म्हणाली, ''अरे पण उमरावाने तर तुला जीवनदान दिलं आहे, तो आपला मारेकरी कसा काय असू शकेल?''

''आई, गंमत अशी झाली आहे की, ज्याने मला जीवदान दिलं त्यानेच माझी आज वाटही लावली आहे. त्याचा दाखवायचा चेहरा आणि खरा चेहरा वेगळा आहे. त्यामुळे आता मी त्याचा सूड घेणार आहे. त्याला द्वंद्वाचं आव्हान देणार आहे!'' असं सांगून तो निघून गेला.

खरंतर अल्बर्टच्या आईला मर्सिडिजला झालेल्या प्रकारामुळे आधीच धक्का बसला होता; पण आता तर ती खचूनच गेली. तिला फार थकल्यासारखं वाटलं. पण तरी ती उठली आणि तिने घोडागाडी तयार करायला सांगितलं.

इकडे संध्याकाळी ऑपेरा हाउसमधल्या एका बॉक्समध्ये उमराव बसला होता. त्याच्यासोबत मॅक्सिमिलियन मॉरेलही होता. मॉरेलला अल्बर्टचा निरोप पोहोचला असल्याने आज काहीतरी विचित्र घडणार, हे त्याला कळून चुकलं होतं. त्यामुळे तो अस्वस्थ होता. उमरावाने अल्बर्टला पाहून न पाहिल्यासारखं केलं, जे अल्बर्टला कळलं. ऑपेराला सुरुवात झाली.

ऑपेरा संपल्यानंतर अल्बर्ट थेट उमरावाच्या बॉक्समध्ये गेला आणि म्हणाला, ''मला तुमच्याकडून स्पष्टीकरण हवंय.''

''ऑपेराबाबतचं स्पष्टीकरण का हवंय तुला, अल्बर्ट? काय झालंय तरी काय तुला? तुला बरं वाटत नाहीये असं दिसतंय. हां, आता मला समजलं की, तू असा सैरभैर का झाला आहेस ते. हायडीने मला सांगितलं सगळं मघाशी. मला वाईट वाटतं...''

"एक शब्दही बोलू नका. सगळं काही तुम्हीच केलंय आणि तुम्हीच माझे शत्रू आहात. आणि मी माझ्या शत्रूचं रक्त पाहिल्याशिवाय स्वस्थ बसणारा नाही,'' असं म्हणून त्याने आपल्या हातातले मोजे काढले आणि मूठ वळवून तो ठोसा हाणायला गेला. पण तोच मॅक्सिमिलियन आड आला. त्याने त्याला बाजूला केलं.

पडलेला मोजा उचलून अल्बर्टला देत उमराव म्हणाला, "अल्बर्ट, मला असं वाटतं की, तू टाकलेल्या या हातमोज्याच्या बदल्यात मी तुला बंदुकीची गोळी द्यावी! पण आत्ता मी स्वतःला आवरलंय, हे नशीब समज आणि इथून चालता हो, नाहीतर माझे नोकर तुला बाहेर काढतील.'' संतापाने बिथरलेला अल्बर्ट तिथून बाहेर गेला.

मॅक्सिमिलियनने उमरावाला विचारलं, "आता तुम्ही काय करणार?''

"उद्या सकाळी त्याला ठार मारणार. द्वंद्व करणार त्याच्याशी.''

मग ब्यूशाँ त्या बॉक्समध्ये आला. उमरावाला अभिवादन करत तो म्हणाला, "आत्ता काय घडलं ते मला समजलंय. मला माहीत आहे की, अल्बर्टचं डोकं आत्ता ठिकाणावर नाहीय. मी त्याच्या वतीने माफी मागतो तुमची. मला वाटतं, तुम्ही तेवढे सुज्ञ आहात की, हायडी आणि त्याचे वडील या सगळ्या प्रकरणात तुमची भूमिका काय, याबद्दलचं स्पष्टीकरण तुम्ही त्याला द्याल. कृपया राग...''

ते ऐकताच उमराव हसायला लागला. ब्यूशाँने काय झालं, असं विचारलं. तर तो म्हणाला, "मिस्टर ब्यूशाँ, तुम्ही माझ्याकडे स्पष्टीकरण मागता आहात, याचं मला हसू येतं आहे!''

"मला वाटतं, अशा परिस्थितीत, तुम्हाला अशी आज्ञा...''

उमराव म्हणाला, "आता नीट ऐका आणि लक्षात ठेवा – उमराव मॉन्टे क्रिस्टोला फक्त उमराव मॉन्टे क्रिस्टोच आज्ञा देतो. मी जे काही करतो ते माझ्या मर्जीनेच.''

"होय, पण निदान तुम्ही शाश्वती तरी द्या की...''

"मी स्वतःच जिवंत शाश्वती आहे, मिस्टर. माझ्या रक्तातून, धमन्यांतून ती वाहते आहे. तेव्हा तुमच्या मित्राला माझा निरोप द्या की, उद्या सकाळी आठ वाजता मी त्याला ठार मारणार आहे!''

"म्हणजे याचा अर्थ द्वंद्वाची तयारी करायची का?''

"हो, करायची आणि तुमच्या मित्राला सांगा कोणत्याही शस्त्राने – मग पिस्तूल असो की तलवार – मी द्वंद्वाला तयार आहे. कारण मी जिंकणार हे मला माहीतच आहे.''

"इतकी खात्री?''

"आहेच मुळी! तेव्हा आता तुम्ही निघा आणि आम्हाला ऑपेराचा आनंद घेऊ

द्या. तुमच्या मित्राला सांगा की आज रात्री उगाच आमच्या घरी येऊ नकोस. नाहीतर त्याचे या भूतलावरचे उरलेसुरले शेवटचे तासही त्याला मिळणार नाहीत. या तुम्ही...''

''ठीक आहे. मग द्वंद्व पिस्तुलाने होईल. सकाळी आठ वाजता. वेन्साच्या मैदानावर,'' असं म्हणून ब्यूशाँ निघून गेला.

''पण या सगळ्यामागचं खरं कारण काय आहे?'' मॅक्सिमिलियने विचारलं.

''खरं कारण? ते मला आणि फक्त दोघांनाच माहिती असेल. एक म्हणजे देव, आणि दुसरं...''

''दुसरं कोण?''

''तू आणि इमॅन्यूएल. तुम्हा दोघांनाही मी ते सांगेन. उद्या सकाळी सातला माझ्या घरी या.''

''चालेल. आम्ही जरूर येऊ.''

एकोणचाळीस

ऑपेरा संपल्यानंतर मॅक्सिमिलियन आणि उमराव यांनी एकमेकांचा निरोप घेतला. झालेल्या प्रकारानंतरही उमराव शांत होता. घरी गेल्यावर तो अलीला म्हणाला, ''अली, माझं पांढऱ्या मुठीचं पिस्तूल आण बरं!''

अलीने मालकाच्या आज्ञेची त्वरित अंमलबजावणी केली. तेवढ्यात सेवकाने एक मादाम भेटायला आल्याचं सांगितलं. तोच ती आत येऊन म्हणाली, ''एडमंड, कृपा करून माझ्या मुलाला ठार मारू नकोस!''

उमराव चकित झाला. त्याचे डोळे विस्फारले गेले. त्याच्या हातातलं पिस्तूल खाली पडलं. तो म्हणाला, ''मादाम द मॉर्सेर्फ, काय नाव घेतलंत तुम्ही आत्ता?''

''तुझंच नाव घेतलं मी एडमंड! तुझं खरं नाव. आणि मी जी तुझ्यासमोर उभी आहे ती मादाम मॉर्सेर्फ म्हणून नव्हे, तर मर्सिडिज म्हणून.''

''मादाम मर्सिडिज कधीच मेली आहे. मी अशा कोण्या व्यक्तीला ओळखत नाही.''

''नाही, असं नको म्हणूस. ती अजून जिवंत आहे. आणि तिने तुला तेव्हा पहिल्यांदाच ओळखलं होतं, जेव्हा तू आमच्या घरी आला होतास. तिचं सर्वस्व मिस्टर मॉर्सेर्फमध्ये गुंतलंय.''

''म्हणजे तुम्हाला फर्नांड म्हणायचंय का मादाम,'' त्याने फर्नांड या नावाचा असा काही उल्लेख केला की, त्यातून त्याच्या मनात खदखदणारा द्वेष बाहेर उफाळून आला.

''मला माहित्येय, माझं चुकलं. पण त्याची शिक्षा माझ्या मुलाला का?''

''तुम्हाला कोणी सांगितलं की, मी त्याच्या विरोधात आहे ते?''

''कोणी नाही सांगितलं; पण आईकडे एक वेगळी दिव्यदृष्टी असते. ऑपेरात जे घडलं, ते मी पाहिलंय. मी तिथेच दुसऱ्या बॉक्समध्ये होते.''

''अच्छा. म्हणजे फर्नांडच्या मुलाचा चारचौघात अपमान होताना तुम्ही पाहिलंत

तर.''

''माझ्या मुलाच्याही मागे त्याच्या वडिलांचं दुर्दैव येणार तर!''

''दुर्दैव नव्हे मादाम, शिक्षा असं म्हणा. आणि मी कोणाला काहीही केलेलं नाही. त्याला न्यायालयानेच शिक्षा ठोठावली आहे.''

''पण ते सगळं घडण्यासाठी सगळी सूत्रं तूच हलवलीस ना? फर्नांडने जे केलं ते केलं. पण तुला काय त्रास दिला होता त्याने?''

''बरोबर, मादाम. मी मिस्टर मॉर्सेर्फविरुद्ध नाहीच आहे, मी त्या कोळी असलेल्या मर्सिडिजच्या नवऱ्याच्या विरोधात आहे. फर्नांडच्या विरोधात.''

''पण दोषी कोण आहे, एडमंड! आणि शिक्षा कोणाला? तुला सूड घ्यायचा असेल, तर माझा घे. तू गायब झाल्यावर मी लग्न केलं.''

''पण मी गायब का झालो?''

''कारण तुला पकडून तुरुंगात कैद करण्यात आलं.''

''पण मी बंदिवान का झालो?''

''मला नाही माहीत.''

''मग मी सांगतो! मला कैद झाली, त्या दिवशी माझं तुझ्याशी लग्न होणार होतं. पण तेव्हाच डँग्लार नावाच्या माणसाने एक पत्र लिहिलं, जे फर्नांडने स्वतःहून पाठवलं होतं,'' असं म्हणून उमरावाने आपल्या कपाटाच्या कप्प्यातून नीट ठेवलेला एक पिवळा कागद बाहेर काढून तिला वाचायला दिला. ते दंडाधिकाऱ्याला डँग्लारने लिहिलेलं पत्र होतं. जे एडमंड डान्टेच्या प्रकरणात महत्त्वाचा दस्तऐवज होतं.

ते पत्र पाहून ''अरे, देवा,'' असं म्हणून मर्सिडिज चकित झाली. ''हे पत्र... याने झालं तरी काय?''

''तुम्हाला काय झालं हे माहीतच आहे. मी तुरुंगात गेलो, कैद झालो. चौदा वर्षं मी तिथे होतो. ती वर्षं मी कशी व्यतीत केली ते माझं मलाच माहीत आहे. एवढंच नाही, तर माझे वडीलही भुकेने तडफडून मेले.''

मर्सिडिज त्याच्या पाया पडत म्हणाली, ''हाय रे देवा, एडमंड! कृपया मला माफ कर, या मर्सिडिजला माफ कर. मी तुझ्यावर अजून प्रेम करते.''

उमराव बाजूला होत म्हणाला, ''मादाम, म्हणजे तुम्ही मला देवाच्या आज्ञेविरुद्ध जा असं सांगता आहात, ते शक्य नाही. कदापि शक्य नाही.''

''या आईची करुण प्रार्थना ऐक. मला एकदा तरी मर्सिडिज असं म्हण.''

''मर्सिडिज...'' असं म्हणून तो काही क्षण थांबला. ''माझ्या ओठांना हे नाव उच्चारायची सवयच राहिलेली नाही आता. पण जेव्हा मी चौदा वर्षं तुरुंगात खितपत

पडलो होतो तेव्हा हेच नाव घेत एकेक दिवस कंठायचो.''

"मी दोषी आहे एडमंड. मी दोषी आहे! मला तू मार. पण माझ्या मुलावर सूड घेऊ नकोस. मी ज्या माणसावर प्रेम करते, तो आता खुनी झाल्याचं मला पाहायला लावू नकोस.'' ती इतक्या उत्कटपणे, दु:खातिरेकाने बोलली, की उमरावालाही त्याचा आवंढा रोखता आला नाही. मग तो म्हणाला, "तुझ्या मुलासाठी तू इथे आली आहेस ना, ठीके आहे. दिला मी तुला!''

तिने त्याचे हात चुंबत म्हटलं, "ओह, देव दयाळू आहे. धन्यवाद एडमंड! धन्यवाद!! तू अजूनही मला आवडतो तसाच आहेस.''

"पण लवकरच तुला 'होता' असं म्हणावं लागेल. कारण काल माझ्या भर लोकांत माझा अपमान करणाऱ्यासमोर मी हार मानणं हे माझ्या मानीपणात बसत नाही. त्यामुळे त्याच्याकडून हरण्यापेक्षा मी मलाच मारून टाकणं, हे कधीही चांगलं आणि बेहत्तर. त्याने मी माझा सन्मान तरी राखेन.''

ते ऐकताच मर्सिडिजच्या तोंडून दु:खद उद्गार बाहेर पडले. पण ती म्हणाली, "अजूनही देव आहे आणि तो सगळं पाहतो आहे, असं मला कायमच वाटतं. आता मी पूर्वीइतकी सुंदर राहिले नसले, तरी मी आतून मात्र अजूनही तशीच आहे एडमंड. तेव्हा तूही अजूनही तसाच आहेस हे पाहून मला छान वाटलं. यातून नक्कीच काहीतरी मार्ग निघेल, एडमंड. मी जाते. पुन्हा एकदा धन्यवाद!''

चाळीस

दुसऱ्या दिवशी सकाळी मॅक्सिमिलियन आणि इमॅन्यूएल अर्धा तास आधीच पोहोचले. मॅक्सिमिलियन म्हणाला, "आम्हाला माफ करा, उमराव. आम्ही फार लवकर आलो आहोत. पण काल रात्री माझ्या डोळ्याला डोळा लागला नाही. खरंतर आमच्यातलं कोणीच नीट झोपू शकलेलं नाही."

त्याला आपली वाटणारी काळजी पाहून उमरावाला भरून आलं. तो त्याचा हात हातात धरत म्हणाला, "मॅक्सिमिलियन, तुला माझ्याबद्दल वाटणारं प्रेम पाहून आज मी खूश झालो आहे. हा दिवस सत्कारणी लागला. सुप्रभात, इमॅन्यूएल. तर आता मी तुम्हाला ते सांगू का?"

"अर्थातच, कृपया बोला..."

"पण कदाचित मी चुकीचं..."

"काल रात्रभर मी घडलेला प्रसंग नीट आठवून विचार केला. तेव्हा तुमचा आत्मविश्वास पाहता न्याय तुमच्यात पदरात पडेल असं वाटतं..."

"धन्यवाद मॅक्सिमिलियन!" असं म्हणून उमरावाने दूरवर काही क्षण पाहिलं. मग म्हणाला, "हे घे कागदपत्र. हे माझं इच्छापत्र आहे. माझ्या मृत्यूनंतर तुझ्यासाठी गरजेचं आहे."

"काय? तुमचा मृत्यू?"

"हो, आपण सगळ्याच शक्यता गृहीत धरायला हव्यात ना."

"मला नाही वाटत की, असं काही होईल!"

मग उमरावाने समोरच्याच टेबलावर ठेवलेलं एक पिस्तूल उचललं आणि काही अंतरावर ठेवलेल्या हिऱ्याच्या अंगठीतल्या एका हिऱ्यावर नेम धरून गोळी मारली. ते पाहून मॅक्सिमिलियन म्हणाला, "इमॅन्यूएल पाहिलंस, काय खतरनाक आहे! अल्बर्टची काही खैर नाही. बिचारा! पण त्याला मारू नका. त्याची बिचारी आईच मला

दिसतेय. दया येते मला त्यांची! कारण तुम्ही चढाईच्या बाजूचे असल्याने पहिल्यांदा गोळी तुम्ही मारणार आहात. त्यातच तो गारद होईल! अरे देवा…''

''पण मी मुद्दाम तो गारद होईल असं काही करणार नाही. तू आत्ता माझा निशाणा पाहिलासच. पण तेव्हा मी तो मुद्दाम चुकवेन आणि मग त्याला मला मारू देईन!''

मॅक्सिमिलियन आश्चर्याने म्हणाला, ''काय बोलताहात तुम्ही हे उमराव? अहो, तुम्हाला झालंय तरी काय? कालचे तुम्ही आणि आत्ताचे तुम्ही यात जमीन–अस्मानाचा फरक आहे…''

यावर उमरावाने त्याच्याकडे नुसतंच दुःखाने पाहिलं आणि म्हणाला, ''चला, आपण निघायला हवं. मला वेळ पाळायला आवडते.'' असं म्हणून त्या दोघांतला सामना जिथे होणार होता, त्या ठिकाणी ते गेले.

ते पोहोचले तेव्हा तिथे कोणी आलं नव्हतं. ते गाडीतून उतरले तेव्हा त्यांना थोड्या अंतरावर काही जण दिसले. तिथे गेल्यावर त्यांना कळलं की, ते ब्यूशाँ, शातो-रेनो आहेत; पण अल्बर्ट मात्र अजून आलेला नव्हता. मग आणखी एक गाडी तिथे आली, ज्यातून दब्रे आणि फ्रान्झ उतरले.

त्यांनीही विचारलं, ''अल्बर्ट अजून आलेला नाही का? आम्हाला त्याने इथेच यायला सांगितलं होतं.'' तेवढ्यात दूरवरून घोड्यांचा टापांचा आवाज ऐकू आला. तो अल्बर्टच होता. तो वेगाने त्यांच्या दिशेने येत होता. त्याचे डोळे सुजलेले होते आणि लालबुंद झाले होते. काही मिनिटांत तो तिथे पोहचला. खाली उतरत तो म्हणाला, ''माझ्या विनंतीवरून तुम्ही सगळे इथे आलात, त्याबद्दल तुमचे मनापासून आभार.''

मग ब्यूशाँने पिस्तुलं बाहेर काढली. पण अल्बर्ट म्हणाला, ''एक मिनिट, तुम्ही सगळे जवळ येता का, मला तुम्हाला काहीतरी सांगायचंय… उमराव, या तुम्हीपण या इथे…''

सगळे जण गोलात उभे राहिल्यावर अल्बर्ट सांगू लागला, ''उमराव, माझ्या वडिलांनी ग्रीसमध्ये केलेल्या दगाफटक्याचं कृत्य अक्षम्यच आहे, यात शंका नाही. पण त्याबद्दल तुम्ही त्यांना शिक्षा द्यावीत, असं मला मुळीच वाटलं नव्हतं. म्हणून मी तुमचा सूड घ्यायचा ठरवलं, पण तुमची बाजूही योग्य आहे. कारण तुम्ही घेतलेला सूड हा अली पाशाचा दगाफटका करणाऱ्याच्या विरोधात घेतलेला नसून, तो कोळी असलेल्या फर्नांडच्या विरोधात घेतला असल्याचं जेव्हा मला कळलं, तेव्हा माझे डोळे उघडले.''

हे ऐकून तिथे उपस्थित असलेल्या सगळ्यांचेच डोळे आश्चर्याने विस्फारले गेले. उमरावाने हळूहळू वर स्वर्गाच्या दिशेने आपला चेहरा केला आणि हातही वर नेले. अल्बर्टने आत्ता दाखवलेलं शौर्य, त्याने अल्बर्टचा रोममध्ये वाचवलेला जीव, मर्सिडिजचं त्याच्याकडे येणं आणि नंतर दोघांचा जीव वाचवण्यासाठी तिने अल्बर्टला सत्य सांगणं अशा सगळ्या गोष्टी त्याच्या डोळ्यासमोरून सरकून गेल्या. मग अल्बर्ट म्हणाला, ''तेव्हा आता तुम्ही मला माफ केलं असेल, तर माझा हात आपल्या हातात घ्या.'' उमरावाचे डोळे पाणावले. पण त्याने आपल्या डोळ्यातलं पाणी कसंतरी परतवून लावलं आणि आपला हात त्याच्या हातात दिला. मग अल्बर्ट म्हणाला, ''सद्‌गृहस्थहो, माझ्या माफीचा स्वीकार उमरावांनी केला आहे. आणि जर का मी कोणाला पळपुटा वाटत असेन, तर त्यांना माझ्या या कृत्याचं स्पष्टीकरण मी देऊ इच्छितो.''

एक्केचाळीस

घरी गेल्यावर अल्बर्टने आपलं पिस्तूल, शोभेच्या वस्तू, आईचं पोर्ट्रेट अशा महत्त्वाच्या गोष्टी गोळा केल्या. तोच त्याला बाहेर घोड्यांच्या टापांचा आवाज ऐकू आला. त्याने खिडकीतून पाहिलं, तर त्याचे वडील गाडीतून कुठे तरी जात होते.

तो त्वरित आईच्या खोलीत गेला. आपल्या वडिलांना जाताना त्याने पाहिलं होतं. त्यामुळे तो अतिशय दुःखी झाला होता. पण त्याने स्वतःला सावरलं. त्याची आई, मर्सिडिज आवराआवर करत होती.

तो म्हणाला, ''आई, तू हे काय करतीयस?''

''मी माझ्या मुलासोबत जातेय. माझं काही चूक आहे का त्यात?''

''पण आई, आत्ता या क्षणी माझ्याजवळ प्रसिद्धी आणि पैसा नाही. मी पुढे काय करणार आहे हेही मलाही नीटसं माहीत नाही. मी आता फ्रान्झकडे जाऊन थोडे पैसे कर्जाऊ घेणार आहे. मग काय करायचं याचा विचार करणार आहे. अशा परिस्थितीत मला तुझीही फरफट होऊ द्यायची नाही. तेव्हा तू...''

''बेटा, मला सांग, अख्खं आयुष्य तू गरिबीत आणि भुकेल्या अवस्थेत थोडंच घालवणार आहेस? मी येते तुझ्यासोबत. आज तू जे शौर्य दाखवलं आहेस त्याला तोड नाही. आणि तू निष्ठेने काही गोष्टी केल्यास, तर अजूनही तुझं भवितव्य उज्ज्वल आहे. अजून तू तरुण आहेस. तेव्हा बिनधोक पुढे जा. तुला नक्कीच यशोप्राप्ती होईल, बघ.''

''ठीके, चल, आपण असंच करू या. आत्ताच मी बाबांना घर सोडून जाताना पाहिलं. तेव्हा आता मी बाहेर जाऊन पुढची व्यवस्था करून येतो.''

''चालेल. मी तुझी वाट पाहते, अल्बर्ट.''

अल्बर्ट बाहेर जाऊन परतला तेव्हा बर्तुशिओ तिथे आला होता. त्याने एक पत्र अल्बर्टला दिलं. ते वाचून पूर्ण होण्याआधीच बर्तुशिओ तिथून गायब झाला होता.

अल्बर्टने ते पत्र आपल्या आईला दिलं –

अल्बर्ट, मला माहीत आहे, तू आणि तुझी आई तुमच्या वडिलांच्या घरातली एकही वस्तू न घेता बाहेर पडत आहात. पण थोडा विचार कर. तुझ्या आईचे तुझ्यावर प्रचंड ऋण आहेत. तिने तुझ्यासाठी खूप केलं आहे. तेव्हा या पुढे येणाऱ्या परिस्थितीला एकट्याने तोंड दे. तू तरुण आणि धडाडीचा आहेस, जे समोर येईल ते तू सहन करशील. पण तिचं काय, याचा जरा विचार कर.

अल्बर्ट, आजपासून चोवीस वर्षांपूर्वी मी मायदेशी परतलो होतो, तेव्हा फार आनंदी होतो. माझी एक प्रेयसी होती, जी सोज्ज्वळ होती, जिची मी मनोमन पूजा करायचो. तेव्हा माझ्याकडे तीन हजार फ्रँक्स होते. ते पैसे तिच्यासाठी होते. जे मी मार्सायच्या माझ्या घराच्या बगिच्यात पुरून ठेवले आहेत.

मी आत्ताच मार्सायला जाऊन आलो, आणि त्या बगिच्यात त्याच ठिकाणी खोदून पाहिलं, तर ती पेटी तिथेच आहे. तिला कोणीही हात लावलेला नाही. माझा जन्म झाल्यावर तिथेच एका कोपऱ्यात माझ्या वडिलांनी अंजिराचं झाड लावलं होतं तेही तसंच आहे. तर हे पैसे ज्या स्त्रीवर माझं प्रेम होतं तिलाच मिळावेत, असं मला वाटतं. पर्यायाने ते तुला मिळावेत, असं वाटतं. त्यांचा तुला नव्याने आयुष्य सुरू करण्यासाठी निश्चितच फायदा होईल, अशी मी आशा करतो. तू अतिशय भला आहेस, तेव्हा तू हे नाकारणार नाहीस, असं मला वाटतं...

ता.क. माझं मार्सायचं घर तुझ्या आईला ठाऊक आहे.

मर्सिडिजने ते पत्र आपल्या हृदयाशी धरलं आणि म्हणाली, ''मी घेईन ते... नक्की घेईन... माझा तो अधिकारच आहे.''

बेचाळीस

उमराव मॉन्टे क्रिस्टो, इमॅन्यूएल आणि मॅक्सिमिलियन तिघंही शहरात यायला निघाले. द्वंद्वाचं पर्यवसान शांततेत झाल्याने त्यांना हायसं वाटत होतं. शहराच्या जवळ आल्यावर इमॅन्यूएल म्हणाला, ''उमराव, कृपया मला घरी सोडाल का? माझी बायको आता माझी अगदी वाट पाहत असणार. काय झालं हे तिला लवकरात लवकरत सांगायला हवं. अन्यथा तिला काळजी वाटत राहील.''

''जरूर. तुमच्या कुटुंबीयांना वाटणारी काळजी पाहून मला भरून आलंय.''

''मॅक्सिमिलियन, तुला काय वाटतं अल्बर्टच्या कृत्याबद्दल?''

''मी तरी या कृत्याला शूरवीराचं कृत्यच म्हणेन. कारण लढून एखाद्याचा खातमा करणं हे सोपं असतं; पण हातात तलवार असताना आणि रागाने माथं सणकलेलं असताना त्यावर ताबा मिळवून माफी मागणं हे धैर्याचंच काम आहे, नाही का?'' बाकीच्या दोघांनी त्याच्या बोलण्याला दुजोरा दिला.

उमराव म्हणाला, ''तो मुळीच पळपुटा नाही. मी त्याला त्याच्या डोक्यावर टांगती तलवार असतानाही धैर्याने तोंड देताना पाहिलं आहे.''

मॅक्सिमिलियन म्हणाला, ''खरंय. बरं, उमराव मीही घरापाशीच उतरतो.''

''का? मला वाटलं की तू माझ्यासोबतच दुपारचं जेवण घेशील?''

''नाही, मला मुळीच भूक नाहीये आणि मला जरा कामही आहे.''

''ओह! दुःख आणि प्रेम या दोनच गोष्टींमुळे माणूस तहान-भूक विसरतो. तर मला असं वाटतं...''

''तुम्ही बरोबर ओळखलं, उमराव. मी एका व्यक्तीच्या नितान्त प्रेमात पडलोय. पण आत्ता मी तुम्हाला सगळा तपशील सांगू शकत नाही. मात्र, योग्य वेळ आली की, मी तुम्हाला नक्कीच सांगेन.''

उमराव त्याचा हात हातात घट्ट धरत म्हणाला, ''छान, छान. जरूर सांग. काही

लागलं तर मी आहेच. अगदी काही झालं तरी... लक्षात ठेव.''

ते दोघं त्यांना हवं त्या ठिकाणी उतरले आणि उमराव आपल्या पॅरिसमधल्या घरी आला. घरी आल्या आल्या त्याला बर्तुशिओने सांगितलं, ''सर, ते दोघंही – आई आणि मुलगा घर सोडून जाताहेत.''

उमरावाने लगेचच एक पत्र लिहून ते बर्तुशिओला तत्काळ पोचतं करायला सांगितलं. तो म्हणाला, ''जाताना हायडीला सांग की, मी परतलो आहे.'' पण तोच खुद्द हायडीच तिथे आली. तिने त्याच्या गाडीचा आवाज ऐकला होता. ती त्याची आतुरतेने वाट पाहतच होती. ती म्हणाली, ''मीच तुम्हाला भेटायला आले आहे, उमराव.'' बर्तुशिओ निघून गेला. उमरावाला सुखरूप आलेलं पाहून तिला खूप आनंद झाला होता. मग त्याने घडलेला सगळा प्रसंग तिला सांगितला. तोच बाहेरच्या खोलीत उमराव मॉर्सेर्फ भेटायला आल्याची वार्ता घेऊन सेवक आला.

उमराव मॉन्टे क्रिस्टोला बहुधा हे अपेक्षितच होतं. तो गेला.

''थांबायला लावल्याबद्दल क्षमा करा, उमराव मॉर्सेर्फ, बोला.''

''उमराव, मी तुमच्याकडे इतक्या सकाळी आलो आहे, कारण मला असं समजलं की, माझ्या मुलाने तुमच्याशी द्वंद्व पुकारलं होतं.''

''हो, पण आमच्यात लढत झालीच नाही.''

''त्याच्या वडिलांची वाट लावणारा माणूस त्याच्यासमोर असूनही?''

''हो. कारण त्याला मी गुन्हेगार वाटत होतो. पण खरा गुन्हेगार कोण आहे ते...''

''कोण?''

''त्याचा स्वतःचाच बाप! म्हणूनच मला तो पळपुटा वाटत नाही. तर खराखुरा शूरवीर वाटतो, मिस्टर मॉर्सेर्फ.''

दातओठ खात मॉर्सेर्फ म्हणाला, ''मी आत्ताच्या आत्ता तुझ्याशी द्वंद्व करायला तयार आहे. आज तू तरी राहशील किंवा मी तरी राहीन!''

''मी नेहमीच तयार असतो, मिस्टर,'' उमराव शांतपणे म्हणाला.

''तू मला अजून ओळखत नाहीस, उमराव. आज तुला मी कोण आहे ते दाखवतोच!''

''अच्छा, तुम्हाला काय वाटतं की, मी तुम्हाला ओळखत नाही? तुम्हीच ते सैनिक फर्नांड ना, जे वॉटर्लूच्या लढाईत पळून गेले, तुम्हीच कर्नल फर्नांड – जे स्पेनच्या बाजूने हेरगिरी करत होते आणि तुम्हीच ते फर्नांड ज्यांनी अली पाशालाही दगाफटका केला, बरोबर ना?''

''आता तर तुझी खैर नाही, उमराव. मी तुझा काटा काढणारच आहे आज. तू

माझ्या भूतकाळातली सगळी भुतं उकरून काढली आहेस. माझी पुरती वाट लावली आहेस. चल, आज होऊच दे...'' तोच उमराव आत गेला. त्याने चटकन खलाश्याची टोपी, अंगरखा आणि इतर गोष्टी परिधान केल्या. मग बाहेर येऊन तो म्हणला, ''फर्नांड, जेव्हा तू माझ्या प्रेयसीशी लग्न केलंस, तेव्हापासून तुला हा चेहरा स्वप्नात येऊन त्रास देत असेल, नाही?''

''एडमंड डान्टे!'' भीतीने कापणाऱ्या आवाजात मिस्टर मॉर्सेर्फने अक्षरश: किंकाळी फोडली आणि तो तडक बाहेर पडला. थेट घरी... आपल्या खोलीत गेला. तो आत गेल्यावर त्याची पत्नी आणि मुलगा घराबाहेर पडले. त्यांचं वाहन घरापासून काही अंतरावर गेलं असेल, तेवढ्यात मिस्टर मॉर्सेर्फच्या खोलीत बंदुकीच्या गोळीचा मोठ्ठा आवाज झाला.

त्रेचाळीस

उमराव मॉन्टे क्रिस्टोचा निरोप घेतल्यानंतर मॅक्सिमिलियन व्हॅलेन्टाइनच्या घरी गेला. नुआरतिएने त्याला आठवड्यातून दोनदा तिला भेटायला यायची परवानगी दिली होती.

व्हॅलेन्टाइन त्याचीच वाट पाहत होती. पण आज तिचा चेहरा आनंदित असला, तरी आजाऱ्यासारखा वाटत होता. त्याने तिला तसं विचारलंही, तेव्हा ती म्हणाली की, सकाळपासून माझं पोट दुखतंय. बरं वाटत नाहीये.

त्याने विचारलं, ''तू औषध घेतलंस का काही?''

ती म्हणाली, ''हो, मला आजोबांनी औषध दिलंय. पण ते फारच कडू होतं. मी कसंबसं प्यायलं.'' ते ऐकताच मॅक्सिमिलियनला तिची काळजी वाटली. आपण तिला गमावू की काय, अशी त्याला अचानकभीती वाटू लागली. तर आजोबा नुआरतिएचा चेहरा आक्रसला, लाल झाला. त्यांना काहीतरी सांगायचं होतं. तोच बाहेर घोडागाडीचा आवाज आला. व्हॅलेन्टाइनने खिडकीशी जाऊन पाहिलं, तर मादाम डँग्लार आणि त्याची मुलगी यूजेनी आल्या होत्या. तिने मॅक्सिमिलियनला तिथेच थांबायला सांगितलं. ती त्यांना भेटून लगेचच येणार होती.

मादाम डँग्लार आणि यूजेनी, दोघीही यूजेनीच्या लग्नाची बातमी द्यायला आल्या होत्या. मिस्टर कॅव्हेलकान्टीसोबत तिचं लग्न ठरल्याची बातमी त्यांनी देताच मादाम विलफोर्टला आनंद झाला. मग अल्बर्ट आणि उमराव मॉन्टे क्रिस्टो यांच्या द्वंद्वाचा विषय निघाला. तेव्हा व्हॅलेन्टाइनला सगळं माहीत असूनही ती गप्पच राहिली. मॅक्सिमिलियनमुळे तिला सगळी माहिती मिळाली होती. मग तिला कसंतरी होऊ लागलं, पोटात ढवळू लागलं. म्हणून तिने त्या दोघींचा निरोप घेतला.

पण आजोबांच्या खोलीत जात असतानाच ती बेशुद्ध होऊन खाली पडली. मॅक्सिमिलियनला काहीतरी आवाज आला. तो त्वरित बाहेर गेला. त्याने तिला

उचलून खोलीत आणलं. तिला शुद्ध आली, पण अजूनही तिला कसंतरी होत होतं. व्हॅलेन्टाइन पडल्याचा आवाज मिस्टर विलफोर्टनाही ऐकू आला असावा. तेही त्वरित खोलीकडे येऊ लागले. त्यांची चाहूल लागताच मॅक्सिमिलियन लपून बसला आणि ते आत येताच हळूच दुसऱ्या दरवाजाने सटकला.

अर्धवट ग्लानीत असलेल्या व्हॅलेन्टाइनला पाहताच विलफोर्ट ओरडला, ''कोणीतरी डॉक्टरांना बोलवा.'' त्याच्या आवाजाने खोलीत आलेल्या नोकराला त्याने तत्काळ डॉक्टरांकडे जाण्याचा आदेश दिला.

इकडे मॅक्सिमिलियन बाहेर आला, तेव्हा काळजीने ग्रस्त झाला होता. कारण त्याने डॉक्टरांनी सांगितलेलं विषप्रयोगाबद्दलचं सगळं बोलणं त्या दिवशी ऐकलं होतं. आता त्याची लक्षणंही त्याला नीट माहीत झाली होती. त्यामुळे तो अधिकच घाबरला होता. तोच त्याला उमराव मॉन्टे क्रिस्टोने दिलेलं वचन आठवलं – काही झालं तर मी आहे. म्हणून तो लगेच त्याच्याकडे निघाला.

मॅक्सिमिलियन व्याकूळ होऊन उमरावाला म्हणाला, ''मला तुमची मदत हवीय उमराव. माझं तिच्यावर बेहद्द प्रेम आहे. तिच्यासाठी मी प्राणही द्यायला तयार आहे. मी तिला असं मरताना पाहू शकत नाही. मला मदत करा...''

उमरावाने त्याला शांत केलं आणि काय घडलं ते नीट सांगायला सांगितलं. तेव्हा त्याने बगिच्यात ऐकलेलं बोलणं, कोणाचंही नाव न घेता किंवा काहीही तपशील न सांगता त्याला सांगितलं. ते ऐकून उमराव म्हणाला, ''तू जे सांगतो आहेस ते इतकं उघड आहे की, ते कोणाबद्दल आहे हे कोणालाही तत्काळ समजेलच. पण तरी मी फार खोलात शिरत नाही. तू काळजी करू नकोस. तिला काहीही होणार नाही, याची खात्री बाळग.''

''पण आत्ता तिला काही झालं तर उमराव?''

''असं पाहा, काही गोष्टी आपल्या हातात नसतात. त्यासाठी थोडा वेळ द्यावा लागतो आणि देवाची करुणा भाकावी लागते. आत्ता तू असं कर, घरी जा. मी तुला थोड्या वेळाने बोलवतो तेव्हा ये. मग आपण पाहू.''

मॅक्सिमिलियनने अस्वस्थपणे त्याचा निरोप घेतला.

इकडे डॉक्टर आले होते. सगळी लक्षणं पाहताच ही विषप्रयोगाचीच भानगड असल्याचं त्यांनी ओळखलं. पण तिची परिस्थिती तुलनेने बरी असल्याने तिला वाचवणं शक्य होतं. डॉक्टर काही बोलणार तोच नुआरतिएने त्यांना खुणेने आपल्याला त्यांच्याशी एकट्यानेच बोलायचं असल्याचं सुचवलं. ते ओळखून त्यांनी विलफोर्टला

एक औषध आणण्यासाठी चिठ्ठी लिहून दिली. तो बाहेर जाताच नुआरतिएने नजरेच्या खुणांनी सांगायला सुरुवात केली.

नुआरतिएने त्यांना आपणच तिला थोडं थोडं विष देत असल्याचं, म्हणजे त्यांना दिलेलं औषध देत असल्याचं सांगितलं. जेणेकरून तिला विषाची सवय व्हावी आणि तिच्यावर कोणी विषप्रयोग करत असेल, तर तो निकामी ठरावा, असं सांगितलं. त्याचे हे परिणाम होते आणि आता तिच्या शरीराला हळूहळू त्या विषाची सवय होईल, असंही ते म्हणाले.

तोच विलफोर्ट केमिस्टकडून औषध घेऊन आला. डॉक्टरांनी त्याचे दोन थेंब नीट चाखून पाहिले. मग ते म्हणाले, ''बरोबर आहे. तुम्हाला येताना वाटेत कोणी भेटलं तर नाही ना?''

''नाही.''

''ठीक आहे. आता काय आणि कशी काळजी घ्यायची हे मी सगळ्यांना सांगणार आहे. त्यानुसार तुम्ही करा म्हणजे झालं.''

थोड्या वेळाने जेव्हा डॉक्टर आणि मिस्टर विलफोर्ट व्हॅलेन्टाइनच्या खोलीत गेले, तेव्हा तिथे एक इटालियन पाद्री आला होता. त्याने त्याच दिवशी विलफोर्टच्या शेजारचं घर सहा महिन्यांचं आगाऊ भाडं देऊन घेतलं होतं. त्याचं नाव होतं, ॲबे गायकोमो ब्यूसोनी!

चव्वेचाळीस

तीन दिवसांनंतर संध्याकाळी डँग्लारच्या घरी भरपूर पाहुणे जमले होते. आन्द्रिया कॅव्हेलकान्टी आणि यूजेनी डँग्लार लग्नाच्या करारावर सह्या करणार होते. समारंभाला हितचिंतकांपेक्षा उत्सुक आणि मजा पाहायला आलेल्या लोकांचीच संख्या जास्त होती.

यूजेनीने साधा पांढरा गाउन घातला होता आणि कोणतेही दागिने घातले नव्हते. डँग्लार एका घोळक्यात आर्थिक बाबींविषयी बोलत होता, तर कॅव्हेलकान्टी आपल्या ऐशआरामी जीवनपद्धतीचं वर्णन कोणालातरी ऐकवत होता. लोक ये-जा करत होते. सगळीकडे पाचू, माणिक आणि हिऱ्यांचा लखलखाट होता.

तोच उमराव मॉन्टे क्रिस्टोचं नाव दरवानाने पुकारलं. सगळे पाहुणे त्या दिशेला पाहू लागले. उमराव नेहमीप्रमाणेच साध्या, पण उंची पोशाखात रुबाबदार दिसत होता. त्याने एका नजरेतच कोण कुठे उभं आहे ते पाहून घेतलं आणि मग तो एकेकाशी बोलू लागला. तेवढ्यात आन्द्रिया त्याच्याशी हस्तांदोलन करायला पुढे आला. सगळेच जण त्याच्याशी बोलायला धडपडत होते, त्यांनी उमरावाला गराडाच घातला होता.

थोड्या वेळाने वकील आले. कागदपत्र मांडून ते करार वाचू लागले. सर्वत्र शांतता पसरली. करार वाचून झाल्यावर लोकांत कुजबुज सुरू झाली. यूजेनीची संपत्ती आणि दागदागिन्यांची किंमत ऐकून लोक दिपून गेले होते. तीच गत आन्द्रियाच्या संपत्तीचे आकडे ऐकूनही झाली. आता दोघांनीही सह्या करायची वेळ येऊन ठेपली होती.

पहिल्यांदा डँग्लारने सही केली आणि मग मेजर कॅव्हेलकान्टीने. मग मादाम डँग्लारने सही केली. ती आपल्या नवऱ्याला म्हणाली, ''मिस्टर विलफोर्ट येऊ शकले नाहीत हे किती वाईट झालं ना? उमरावांच्या घरी चोरी आणि खून झाला. त्यामुळे

द काउन्ट ऑफ मॉन्टे क्रिस्टो / २०५

त्यांना अचानक कामाला जावं लागलं.''

''फारच वाईट झालं,'' डँग्लार काहीतरी बोलायचं म्हणून बोलला.

''माफ करा, मादाम डँग्लार. बहुतेक माझ्यामुळेच मिस्टर विलफोर्ट हजर राहू शकले नाहीत.'' मग उमराव पुढे म्हणाला, ''जो माणूस माझ्या घरी चोरी करायला शिरला होता, त्याच्यासोबत नक्कीच त्याचा साथीदार असणार. त्यानेच त्याला मारलं असणार. खून झालेल्या त्या चोराच्या कमरेच्या पट्ट्याकडे पोलिसांचं दुर्लक्ष झालं होतं. तो पट्टा मला आज सापडला.''

हे ऐकून आन्द्रिया हळूहळू मागे जात दाराच्या दिशेने सरकू लागला.

''त्यात मला एक पत्र मिळालं. मिस्टर डँग्लार, ते पत्र तुम्हाला उद्देशून लिहिलेलं होतं.''

''मला?!''

''ते पत्र या प्रकरणात भक्कम पुरावा ठरेल, असं वाटल्याने मी ते तडक मिस्टर विलफोर्टकडे पाठवलं.''

आता आन्द्रिया गुपचूप शेजारच्या खोलीत सटकला.

''हा काहीतरी कट दिसतोय माझ्याविरुद्ध. तो माणूस कोणी पळालेला कैदी होता ना?'' डँग्लार म्हणाला.

''हो. त्याचं नाव होतं कॅडेरूस.'' डँग्लारच्या चेहऱ्याचा रंगच उडाला. आन्द्रिया तर एव्हाना दरवाजापाशी पोहचला होता.

''माफ करा. माझ्या या बोलण्यामुळे आपण सगळे जण अस्वस्थ झालेले दिसताय. चला, लग्नसमारंभ पार पडू दे...'' उमराव म्हणाला.

''आन्द्रिया कॅव्हेलकान्टींना बोलवा. त्यांना आता सही करायचीय,'' कोणीतरी म्हणालं. तेवढ्यात लोक भीतीने कुजबुजू लागले. दारातून पोलीस आत येत होते. ते पाहून मादाम डँग्लार चक्कर येऊन खाली कोसळली. पोलिसाने आत येऊन विचारलं, ''तुमच्यापैकी आन्द्रिया कॅव्हेलकान्टी कोण आहे?'' सगळे इकडेतिकडे पाहू लागले.

''पण तुम्हाला आन्द्रिया का हवेत?'' डँग्लारने पोलिसाला विचारलं.

''त्याच्यावर कॅडेरूस नामक पळालेल्या कैद्याच्या खुनाचा आरोप आहे.''

उमरावाने आजूबाजूला पाहिलं. आन्द्रिया गायब झाला होता!

पंचेचाळीस

या प्रसंगानंतर एखाद्या भयानक साथीच्या रोग्यापासून दूर पळावं, तसे सगळे पाहुणे काही मिनिटांतच निघून गेले. यूजेनी आपली घट्ट मैत्रीण लुईझ दार्मिलीसोबत रागाने आपल्या खोलीत निघून गेली.

खोलीत शिरल्या शिरल्या ती खुर्चीवर कोसळली. ''किती भयंकर आहे हे सगळं! आन्द्रिया कॅव्हेलकान्टी – एक खुनी!'' तिची मैत्रीण म्हणाली.

''हं! त्या मोर्सेर्फच्या तावडीतून सुटले आणि या कॅव्हेलकान्टीच्या हातात सापडणार होते!'' यूजेनी उपहासाने म्हणाली.

''पण आता काय करायचं?''

''काय म्हणजे? जे आपण आधी ठरवलं होतं तेच. निघून जायचं इथून. इथे थांबलं तर आणखी कोणाशीतरी लग्न लावतील माझं. त्यापेक्षा आता हे एक आयतं कारणच मिळालंय पळून जायला!''

''किती ठाम आणि शूर आहेस गं तू!'' लुईझ म्हणाली.

''आणि आपली तयारी झाली आहे का?''

''सगळं तयार आहे. आपले पासपोर्टसुद्धा. तू मिस्टर लिओ दार्मिली. म्हणजे माझा भाऊ! हा बघ माझा नवीन पासपोर्ट. हा पुरुषाचा पासपोर्ट मला उमराव मॉन्टे क्रिस्टोने मिळवून दिला.'' लुईझ म्हणाली, ''पण... पण एकदा आपल्या या योजनेवर पुन्हा विचार कारायला हवा, असं नाही ना वाटत तुला?''

''मी नीट विचार केलाय. आपल्याकडे पंचेचाळीस हजार फ्रँक्स आहेत. सहा महिन्यांत आपण गाण्याच्या कार्यक्रमांतून हे पैसे दुप्पट करू शकू.''

दोघी मुलींनी पटापट आपल्या बॅगा भरल्या. मग यूजेनीने पुरुषाचे कपडे चढवले. एवढंच नाही तर आपल्या सुंदर लांबसडक केसांना सरळ कात्री लावून ते अगदी छोटे करून टाकले! लुईझने हळहळत विचारलं, ''आपण पहिल्यांदा कुठे जायचं?''

''बेल्जियमला. मग ब्रुसेल्स, स्त्रासबर्ग, मग स्वित्झर्लंड ओलांडून आपण इटलीत जाऊ. सगळी योजना तयार आहे माझी.''

मध्यरात्री खोलीतल्या मेणबत्त्या विझवून, त्या दोघी गुपचूप घराबाहेर पडल्या. त्यांनी रस्त्यात एक घोडागाडी केली. अर्ध्या तासाच्या आत त्या पॅरिसच्या बाहेर पोहचल्याही होत्या.

डँग्लारने आपली मुलगी गमावली होती.

सेहेचाळीस

आन्द्रिया लबाड आणि हुशार होताच. डँग्लारच्या घरातून पळून जाताना त्याने लग्नात लोकांना पाहण्यासाठी मांडून ठेवलेले यूजेनीचे दागदागिने शिताफीने लंपास केले.

पोलिसांच्या हातावर तुरी देऊन बाहेर पडल्यावर तो पंधरा-वीस मिनिटं धावतच होता. शेवटी एका रस्त्यावर आजूबाजूला कोणी नाही हे पाहून त्याने एक घोडागाडी केली आणि ती भरधाव पळवायला सांगितली. शेवटी एका ठिकाणी उतरून तो फुटपाथवर बसला. घाईने एखाद्या हॉटेलमध्ये शिरण्यात काही शहाणपणा नव्हता. आत्ताच नीट विचार करून काहीतरी योजना बनवायला हवी होती. पॅरिसमध्ये थांबणं तर वेडेपणाच ठरला असता, पण मोठी घोडागाडी करून बाहेर पडायचं तर पासपोर्ट लागला असता.

थोडं विचार करून आन्द्रिया उठला. त्याने आपल्या कोटावर थोडी माती टाकली आणि सरळ एका जवळच्या खानावळीचा दरवाजा ठोठावला.

''माफ करा. पण मी माझ्या घोड्यावरून खाली पडलोय. मला लवकर घरी पोहोचायचं आहे. खूप महत्त्वाचं काम आहे. कृपया, तुम्ही मला एखादा घोडा तात्पुरता देऊ शकाल का?'' त्याने विचारलं.

खानावळीच्या मालकाने त्याला एक घोडा दिला, आणि आपल्या धाकट्या मुलाला त्याच्या सोबत जाऊन, घोडा परत आणायला सांगितलं. अशा प्रकारे आन्द्रिया पहाटे चार वाजता पॅरिसच्या बाहेर पोहोचला होता.

त्याने एका हॉटेलमध्ये जाऊन एक खोली आरक्षित केली. काहीच न घडल्यासारखा तो तिथल्या जेवणावर तुटून पडला. मग डाराडूर झोपूनही गेला.

थोड्या वेळाने गुपचूप हॉटेलमधून सटकायचं, मग जंगलातून वाट काढत, जवळची सरहद्द गाठायची आणि मग देशाबाहेर पळून जायचं अशी त्याची योजना होती.

दुसऱ्या देशात गेल्यावर तो त्याच्याजवळचे दागिने विकू शकला असता. आणि आपल्या मुलीचं लग्न मोडल्याने नाचक्की झालेला डँग्लारही हे प्रकरण दाबून टाकेल, असं त्याला वाटत होतं. म्हणूनच तो जरा बेफिकिरीने जास्तच वेळ झोपला आणि त्याला जाग आली तोवर खूप उशीर झाला होता! खिडकीतून पाहिल्यावर त्याला असं दिसलं की, हॉटेलला पोलिसांचा वेढा पडला होता. 'बापरे! मलाच पकडायला आलेत हे! संपलं सगळं!' त्याच्या मनात आलं. तो भीतीने पार गळाठून गेला. पण क्षणभरच!

मग त्याला सुटकेचा एक मार्ग सुचला आणि तो पटकन टेबलाशी गेला. तिथल्या कागदावर त्याने एक चिठ्ठी लिहिली -

माझ्याकडे खोलीचं भाडं देण्यातके पैसे नाहीत. पण मी एक सच्चा प्रामाणिक मनुष्य आहे. म्हणूनच ही माझी टाय-पिन मी ठेवून जात आहे. तिची किंमत भाड्याच्या दसपट तरी असेल. मला शरम वाटत असल्याने मी पहाटेच निघून गेलो. मला माफ करा.

त्या चिठ्ठीवर आपली टाय-पिन ठेवून मग तो सरळ खोलीतल्या फायर प्लेसकडे गेला. मग सराईतासारखा त्या चिमणीतून झपझप वर चढून गेला.

पहाटेच टेलिग्रामने सगळ्या भागातल्या पोलिसांना निरोप गेल्याने पोलीस खुन्याचा सगळीकडेच कसून शोध घेत होते. पोलीस आन्द्रियाच्या खोलीत शिरले तेव्हा त्यांना दार उघडंच सापडलं आणि टेबलावर ती चिठ्ठी. आन्द्रिया केव्हाच तिथून पळून गेलाय हे त्यावरून उघड दिसत होतं. पण पोलिसांचा अधिकारी इतक्या सहजी हार मानणाऱ्यातला नव्हता.

त्याने लाकूड आणून खोलीतल्या फायरप्लेसमध्ये आग पेटवली. तरीही त्याच्या अपेक्षेप्रमाणे चिमणीतून कोणीच खाली पडलं नाही! आन्द्रिया चिमणीच्या शेजारी हॉटेलच्या छपरावर आडवा पडला होता. कोणत्याही क्षणी पोलीस वर पोचले असते. त्यामुळे पुन्हा हॉटेलमध्ये जाऊन दुसऱ्या एखाद्या चिमणीतून बाहेर पडावं असा त्याने विचार केला.

त्याप्रमाणे तो दुसऱ्या एका चिमणीतून अर्धाधिक अंतर खाली उतरलाही. तेवढ्यात त्याचा पाय घसरला आणि तो धाडकन खोलीतल्या शेकोटीपाशी पडला. तिथे नेमक्या दोन नायिका पलंगावर झोपलेल्या होत्या. त्याला पाहून त्या दचकून जाग्या झाल्या अन् किंचाळायला लागल्या. हॉटेलच्या लोकांना आरडाओरडा करून बोलवू लागल्या.

"प्लीज! दया करा! बेल वाजवू नका. मला वाचवा, मी तुम्हाला काही करणार नाही!" आन्द्रियाने याचना केली.

"अरे! आन्द्रिया! खुनी आन्द्रिया!!"

"यूजेनी! मिस डँग्लार!" आता आश्चर्याने ओरडायची पाळी आन्द्रियाची होती. लुईझ दार्मिली "वाचवा वाचवा!" म्हणून किंचाळतच होती.

"कृपया, मला वाचवा. पोलीस माझ्या मागावर आहेत," आन्द्रिया घाबरून विनवण्या करत होता.

"खरंतर खूप उशीर झालाय! पोलीस वर येतच असतील. पण तू पुन्हा या चिमणीतून वर जा आणि मी काही सांगणार नाही," यूजेनी म्हणाली. पण त्याच क्षणी पोलीस खोलीत पोचले. आता आन्द्रियाला पळायला जागाच नव्हती. त्याला पोलिसांनी ताब्यात घेतलं.

जाता जाता लबाड आन्द्रिया त्या दोन मुलींकडे वळून म्हणाला, "काय मिस यूजेनी? तुमच्या वडिलांसाठी काही निरोप आहे का? मी आता पॅरिसलाच जातोय, म्हणून विचारलं!" यूजेनीने शरमेने मान खाली घातली. "अहो, तुम्ही माझ्यामागे अशा वेड्यासारख्या धावत आलात त्याबद्दल मी दोष देणार नाही तुम्हाला! मी जवळपास तुमचा नवरा झालोच होतो की!" असं म्हणून उपहासाने हसत तो पोलिसांसोबत बाहेर पडला.

यूजेनी आणि लुईझही पुढच्या प्रवासाला निघाल्या. फक्त या वेळी शरमिंदी झालेली यूजेनी मुलीच्याच वेषात प्रवास करत होती!

पॅरिसला नेल्यावर आन्द्रियाला तुरुंगात टाकण्यात आलं.

■ सत्तेचाळीस ─────────

व्हॅलेन्टाइन अजूनही पूर्णपणे बरी झाली नव्हती. पण तिला मादाम विलफोर्टकडून यूजेनी आणि आन्द्रियाच्या त्या प्रकरणाची बातमी समजली.

दिवसभर ती तशी बरी असे; पण रात्री तिला भास होत. त्यातच ती खूप अशक्त झाली होती. दिवसभर तिचे आजोबा तिच्यापाशी बसून राहत. मग संध्याकाळी मिस्टर विलफोर्ट तास-दोन तास बसत. मग डॉक्टर येऊन जात आणि त्यांनी पाठवलेली नर्स व्हॅलेन्टाइन झोपेपर्यंत तिच्यापाशी बसत असे.

रोज सकाळी मॅक्सिमिलियन नुआरतिएकडे येऊन व्हॅलेन्टाइनच्या तब्येतीची चौकशी करत असे. त्याची काळजी दिवसेंदिवस कमी होत होती. मॉन्टे क्रिस्टोने त्याला सांगितलं होतं, की ती जर दोन तासांच्या आत मरण पावली नाही, तर ती नक्कीच वाचेल. आणि आता तर चार दिवस झाले होते. अन् तिची तब्येतही हळूहळू सुधारत होती.

रोज रात्री व्हॅलेन्टाइनला तिच्या खोलीत कोणाच्यातरी आकृत्या फिरताना दिसत. कधी तिची मृत आजी तर कधी तिला बोलावणारा मॅक्सिमिलियन, कधी तर चक्क मॉन्टे क्रिस्टो दिसे आणि काही वेळा तर फर्निचर इकडून तिकडे हलल्याचा भास होई. मग पहाटे कधीतरी तिला गाढ झोप लागे.

एक दिवस नर्स गेल्यानंतर तिचा ताप पुन्हा वाढला. मिणमिणत्या दिव्याच्या उजेडात तिला शेजारच्या वाचनालयाचं दार हळूहळू उघडताना दिसलं. हाही भासच असेल असं तिला वाटलं. कोणीतरी खोलीत आलं. तो मॅक्सिमिलियन असावा असं तिला वाटलं. पण ती दुसरीच व्यक्ती होती. तिने टेबलावर ठेवलेलं औषध घेण्यासाठी हात पुढे केला, तर ती आकृती तिच्या जवळ आली. इतकी की, तिचा श्वास तिला जाणवला आणि स्पर्शही झाला. ती व्यक्ती तिचं संरक्षण करायला आली आहे, असं तिला जाणवलं.

त्या आकृतीने तिचं औषध चाखून पाहिलं आणि मग ती व्यक्ती म्हणाली, ''आता तू हे प्यायलीस तरी हरकत नाही.''

व्हॅलेन्टाइन दचकली. तिला होणारे भास आता बोलूही लागले होते? ती ओरडणार तेवढ्यात ती आकृती म्हणाली, ''मी उमराव मॉन्टे क्रिस्टो. घाबरू नकोस आणि मदतीसाठी ओरडूही नकोस. तुला भास होत नाहीये. मी तुझा हितचिंतक मित्रच आहे.''

''तुम्ही इथे काय करताय?'' जणू तिच्या भेदरलेल्या डोळ्यांनीच विचारलं.

मॉन्टे क्रिस्टोला ते समजलं. तो म्हणाला, ''मीही चार रात्री झोपलो नाहीये. मी तुझ्यावर लक्ष ठेवतोय – तुझ्या संरक्षणासाठी, मॅक्सिमिलियनसाठी!''

'मॅक्सिमिलियन! त्याने तुम्हाला सगळं सांगितलं का?'' व्हॅलेन्टाइनचे गाल लाल झाले.

''हो. सगळं. मी तुला वाचवेन, असं मी त्याला वचन दिलंय.''

''तुम्ही डॉक्टर आहात का?''

''हो, तसंच समज. मी या शेजारच्या खोलीतून सगळं पाहत होतो. मी शेजारीच राहतो. तिथून या खोलीत यायला गुप्त मार्ग आहे.''

''हे संरक्षण वगैरे काय बोलताय तुम्ही? मला काहीच समजत नाहीये.''

''आता नीट ऐक. तुझ्या खोलीत कोण येतं, तुला काय प्यायला देतं यावर मी लक्ष ठेवून होतो. कितीतरी वेळा मी गुपचूप इथे येऊन या पेल्यातलं विष ओतून खरं औषध भरून ठेवत होतो. म्हणूनच तू अजून जिवंत आहेस.''

''काय? विष? माझं मरण?''

''हो. पण आधी हे औषध पी. आणि मग रात्रभर इतर काहीही पिऊ नकोस.''

''मी खूप आभारी आहे, उमराव. पण... मला सांगा, माझ्या औषधाच्या पेल्यात विष भरून ठेवणारी व्यक्तीही तुम्ही पहिली असेल? कोण आहे ती? मला सांगा कृपया. कारण मला आकृत्या हलताना भास होतात, कोणीतरी दिसतं. पण कळत काहीच नाही. आणि माझा जीव कशाला कोण घेईल?''

''हं! कळेलच तुला. आता झोपायचं सोंग कर. म्हणजे सगळं समजेल.''

बाहेर कसलातरी आवाज झाल्याने उमराव लगेच शेजारच्या खोलीत जाऊन लपला. मग शेजारच्या, म्हणजे एडवर्डच्या खोलीतून एक हलका आवाज आला. मग अगदी हळूच दार उघडलं गेलं. व्हॅलेन्टाइन स्तब्ध पडून राहिली.

कोणीतरी तिच्या अगदी जवळ आलं आणि तिला हलकेच हाका मारू लागलं. तिने काहीच हालचाल केली नाही म्हटल्यावर ती झोपली आहे असं त्या व्यक्तीला

वाटलं. मग त्या व्यक्तीने औषधाच्या पेल्यात काहीतरी द्रव भरलं. त्याच वेळी व्हॅलेन्टाइनने हळूच डोळे किलकिले करून पाहिलं, तर ती व्यक्ती म्हणजे चक्क मादाम विलफोर्ट होती!

तिला पाहून व्हॅलेन्टाइन क्षणभर थरथरली आणि मादाम विलफोर्टने झटकन मागे वळून पाहिलं. पण ती झोपली आहे याची खात्री पटताच ती हलकेच बाहेर निघून गेली.

काही मिनिटांनी उमराव तिच्या खोलीत आला. ''आता पटली खात्री?''

''हो! बापरे! माझा तर विश्वासच बसत नाहीये. पण का? का ती मला मारायचा प्रयत्न करतीये?'' व्हॅलेन्टाइन दुःखाने म्हणाली.

''का?! तू इतकी कोमल निरागस मनाची आहेस, की तुला त्यामागचं कारण ओळखता येत नाहीये? तुझ्या दोन्ही आजी-आजोबांची सगळी संपत्ती एडवर्डला मिळावी म्हणून ती हे करतीये.''

''ओह! बिच्चारा एडवर्ड! आता मला सगळं समजलं! म्हणजे मला हे जग सोडून गेलंच पाहिजे!'' व्हॅलेन्टाइन रडत रडत म्हणाली.

''नाही व्हॅलेन्टाइन! आपण हे गूढ उकललं आहे. आणि तुला अजून खूप जगायचं आहे, खूप काही पाहायचं आहे. मात्र, त्यासाठी तू माझ्यावर पूर्ण विश्वास ठेवला पाहिजेस. काहीही झालं तरी घाबरू नकोस. तू तुझा स्पर्श, दृष्टी आणि ऐकण्याची क्षमता गमावलीस तरी डगमगू नकोस. अगदी तुला शवपेटीत जरी बंद केलं गेलं तरी घाबरू नकोस. कळलं? मी आहे.''

''हे जरा अतिच झालं, नाही! पण ठीके, आजोबा आणि मॅक्सिमिलियनसाठी मला जगलं पाहिजे. मी वाट्टेल ते करायला तयार आहे, उमराव.''

''ठीके. काहीही झालं तरी आशा सोडू नकोस. देवावर आणि मॅक्सिमिलियनच्या प्रेमावर विश्वास ठेव.'' असं म्हणून उमरावाने तिला एक गोळी दिली. व्हॅलेन्टाइनने ती गोळी गिळून टाकली.

''काही काळजी करू नकोस. तुझे प्राण आता वाचलेत. येतो मी.''

व्हॅलेन्टाइनला झोप लागली. उमरावाने पेल्यातलं ते द्रव शेकोटीत ओतून टाकलं. जेणेकरून पाहणाऱ्याला वाटावं की, व्हॅलेन्टाइनने ते प्यायलं आहे. मग तो शेजारच्या खोलीतून बाहेर निघून गेला.

अठ्ठेचाळीस

व्हॅलेन्टाइनच्या खोलीत पूर्ण शांतता होती आणि एकुलता एक दिवा मिणमिणत होता. थोड्याच वेळात दार हळूच उघडलं गेलं. मादाम विलफोर्ट हळूच खोलीत शिरली. तिने टेबलावरचा रिकामा झालेला पेला पहिला, पण व्हॅलेन्टाइनकडे पाहण्याची तिची हिंमत होत नव्हती. तिने तो पेला धुऊन पुन्हा ठेवून दिला आणि शेवटी हळूच व्हॅलेन्टाइनजवळ गेली. तिच्या छातीवर हात ठेवल्यावर तिला समजलं की, व्हॅलेन्टाइनचा श्वास बंद झाला आहे. तिची बोटं हळूहळू निळी पडत चालली होती.

आपली अखेरची कामगिरी पूर्ण झाल्याचा मादाम विलफोर्टला आनंद झाला. ती कितीतरी वेळ तशीच खिळून उभी राहिली. ती घामाने भिजली होती. तिच्या मनात एकाच वेळी आनंद आणि भीती अशा दोन्ही भावना दाटून आल्या होत्या. शेवटी ती हळूच आपल्या खोलीत गेली.

व्हॅलेन्टाइनला इतकं गाढ झोपलेलं पाहून सकाळी आलेल्या नर्सला तिला उठवावंसं वाटलं नाही. पण नंतर आठ वाजून गेल्यावरही ती उठत नाही, काही हालचाल करत नाही म्हटल्यावर नर्स घाबरली. तिने व्हॅलेन्टाइनची नाडी पहिली. पण व्हॅलेन्टाइनचे प्राण केव्हाच गेले होते हे तिला क्षणात समजलं. ‘‘लवकर या! धावा! धावा!’’ ती ओरडू लागली.

खालच्या मजल्यावरून डॉक्टर आणि मिस्टर विलफोर्ट धावत वर आले. डॉक्टरांनी त्वरित पुढे होऊन व्हॅलेन्टाइनची नाडी तपासली. ‘‘आणखी एक बळी! देवा रे! हे कधी थांबणार?’’ ते पुटपुटले.

‘‘काय बोलताय काय तुम्ही?’’ मिस्टर विलफोर्ट म्हणाला.

‘‘खरं तेच सांगतोय. व्हॅलेन्टाइन आता या जगात नाही!’’

विलफोर्ट मटकन खालीच बसला. तेवढ्यात मादाम विलफोर्ट खोलीत आली आणि खोटे खोटे अश्रू ढाळू लागली. अचानक तिचं लक्ष डॉक्टरकडे गेलं. टेबलावर

तिने जो पेला धुऊन रिकामा करून पुसून ठेवला होता तो आता पुन्हा भरलेला दिसत होता आणि त्यातल्या द्रव्याचा रंग तिने जे विष दिलं होतं अगदी तसाच होता. मादाम विलफोर्ट भीतीने जागीच गोठून गेली. दुःखात बुडालेल्या विलफोर्टच्या मात्र हे काहीच लक्षात आलं नाही.

''अच्छा! तर या वेळी ब्रूसीन नाही वापरलंय. हे तर वेगळंच विष आहे!'' डॉक्टर म्हणाले. मादाम विलफोर्ट कशीबशी खोलीतून बाहेर पडली आणि तेवढ्यात कोणीतरी पडल्याचा आवाज झाला.

डॉक्टरच्या चाणाक्ष नजरेने हे सगळं टिपलं होतं. ''जा, मादाम विलफोर्ट चक्कर येऊन पडलेल्या दिसतायत. त्यांना मदत कर,'' डॉक्टर नर्सला म्हणाले.

अचानक मॅक्सिमिलियन खोलीत अवतरला आणि दुःखाने ओरडला, ''काय! कोण म्हणालं की व्हॅलेन्टाइनचे प्राण गेलेत?'' त्याचा चेहरा दुःखाने भेसूर झाला होता. नेहमीप्रमाणे तो सकाळी नुआरतिएच्या खोलीत त्याला भेटायला गेला होता. तेव्हाच वृद्ध नुआरतिएच्या चेहऱ्यावर काळजी दिसत होती. त्याने नजरेनेच 'व्हॅलेन्टाइनकडे जा' असं त्याला सांगितलं होतं.

व्हॅलेन्टाइनच्या निष्प्राण देहाकडे बघूनसुद्धा त्याचा आपल्या डोळ्यांवर विश्वास बसत नव्हता. तेवढ्यात विलफोर्ट म्हणाला, ''अं... कोण तुम्ही? या घरात आत्ताच मृत्यू झालाय. निघून जा इथून!''

पण मॅक्सिमिलियनच्या कानात काहीच शिरत नव्हतं. तो पुतळ्यासारखा स्तब्ध उभा राहिला. मग त्याने बोलण्यासाठी तोंड उघडलं; पण त्याच्या तोंडून शब्दच बाहेर पडेना. मग अचानक वळून तो धावत बाहेर निघून गेला.

काही मिनिटांतच डॉक्टर आणि विलफोर्टनी पाहिलं, तर मॅक्सिमिलियन म्हाताऱ्या नुआरतिएला खुर्चीसकट उचलून खोलीत आणत होता. त्याच्या अंगात एवढं बळ कुठून संचारलं होतं देव जाणे!

''बघा आजोबा, त्यांनी तिला काय केलंय ते!'' मॅक्सिमिलियन ओरडून सांगत होता. आपल्या वडिलांना 'आजोबा' म्हणणाऱ्या या अनोळखी तरुणाकडे विलफोर्ट आश्चर्यचकित होऊन बघतच राहिला.

त्या क्षणी नुआरतिएचे जणू सगळे प्राण डोळ्यांत गोळा झाले होते. त्याचं हृदय जणू आतल्या आत, मूकपणे आकांत करत होतं. त्याचा चेहरा लाल-जांभळा झाला. मानेतल्या शिरा ताणल्या गेल्या आणि डोळे विस्फारले. एखाद्या स्पष्ट किंकाळीपेक्षाही त्याचा हा मूक शोक भयंकर होता.

''आजोबा, सांगा त्यांना. ते मला विचारतायत की मी कोण आहे? मला इथे

येण्याचा काय अधिकार आहे? सांगा त्यांना मी कोण आहे ते!'' मॅक्सिमिलियन हुंदके देत म्हणाला. नुआरतिएच्या डोळ्यांतून अश्रू ओघळू लागले.

''सांगा त्यांना, मी तिचा प्रियकर आहे! सांगा की, ती माझी या जगातली सगळ्यात प्रिय व्यक्ती होती. सांगा त्यांना की, तिच्या या मृत शरीरावर माझा अधिकार आहे!'' असं बोलत मॅक्सिमिलियन तिच्या पलंगाशेजारी कोसळला.

त्याचं पराकोटीचं दुःख पाहून डॉक्टरनेही आपला चेहरा लपवला. खुद्द विलफोर्टनेही त्याच्या खांद्यावर हलकेच हात ठेवला. मॅक्सिमिलियनने व्हॅलेन्टाइनचा थंड पडलेला हात हातात घेतला होता.

शेवटी महत्प्रयासाने मिस्टर विलफोर्टने आपल्या दुःखाला आवर घातला आणि तो मॅक्सिमिलियनला म्हणाला, ''तुझ्या आणि व्हॅलेन्टाइनच्या प्रेमाबद्दल मला काहीच माहीत नव्हतं. पण आता इथे तुझं दुःख पाहून मला तुझ्या खऱ्या प्रेमाची प्रचिती आलीय. त्यामुळे तुम्ही दोघांनी मला काही सांगितलं नसलं, तरी मी ते सगळं माफ करून टाकलंय. पण आता तुला तुझ्या लाडक्या व्हॅलेन्टाइनचा अखेरचा निरोप घ्यावा लागेल. तिला आता कोणाच्याच मदतीची गरज उरली नाहीये. आता फक्त एखाद्या पाद्र्याला बोलावून तो प्रार्थना म्हणेल, ही व्यवस्था केली पाहिजे.''

''ते तर तुम्ही बोलवाच मिस्टर विलफोर्ट, पण तिच्या मृत्यूचा बदला घेतल्याशिवाय मी स्वस्थ बसणार नाही!'' मॅक्सिमिलियन ओरडला.

''म्हणजे? काय बोलतोयस तू हे...?'' विलफोर्टचा आवाज थरथरत होता.

''म्हणजे, तुमच्यातल्या बापाचं दुःख आता आवरा. आता तुमच्यामधला न्यायदंडाधिकारी जागा व्हायला हवा. तुम्हाला सगळ्यांना माहीतच आहे, मी काय बोलतोय ते. व्हॅलेन्टाइनचा खून झाला आहे!'' मॅक्सिमिलियन म्हणाला.

''हो!'' नुआरतिए आपल्या डोळ्यांनीच आग ओकत होता.

''नाही! तुझा काहीतरी गैरसमज झालेला दिसतोय. माझ्या घरात कोणताच गुन्हा घडलेला नाही. माझ्या कुटुंबावरच दुर्दैवाचा घाला पडला आहे! देव माझी परीक्षाच घेतोय,'' विलफोर्ट म्हणाला.

''उलट, मी तर म्हणेन की खुनी या घरातलाच कोणीतरी आहे! चार महिन्यांत चार खून. मला हेही माहीत आहे की, डॉक्टर तुम्हाला त्याबद्दल आधीच सावध करू पाहत होते. हो की नाही?'' मॅक्सिमिलियन म्हणाला.

''काय मूर्खासारखं बोलतोयस!'' काय उत्तर द्यावं ते विलफोर्टला सुचत नव्हतं.

''विचारा की डॉक्टरांना. तुमचं त्या दिवशीचं बोलणं मी ऐकलं होतं. आणि मी प्रतिज्ञा करतो की, व्हॅलेन्टाइनच्या खुनाचा बदला घेईन!''

"मलाही तुमच्या भेकडपणाचा वीट आला आहे, मिस्टर विलफोर्ट. मी मिस्टर मॉरेलना न्याय मिळवून देण्यात मदत करेन," डॉक्टर म्हणाले.

"बाप रे! देवा!" विलफोर्ट पुटपुटत होता.

"नुआरतिएना काहीतरी बोलायचं आहे," मॅक्सिमिलियन म्हणाला.

नुआरतिएने डोळ्यांनी खाणाखुणा करून सांगितलं की, खुनी कोण आहे ते त्यांना माहीत आहे आणि ते एकट्याने विलफोर्टशी बोलू इच्छितात. पंधराएक मिनिटांनी विलफोर्टने डॉक्टर व मॅक्सिमिलियनना आत बोलावलं. त्याचा चेहरा लालबुंद झाला होता.

"सद्गृहस्थहो, मला तुमच्याकडून एक वचन हवं आहे. तुम्ही या घरातलं हे भयंकर गुपित उघड करणार नाही!" विलफोर्ट म्हणाला.

मॅक्सिमिलियन आणि डॉक्टर दचकले. "पण तो खुनी?" मॅक्सिमिलियन उद्गारला.

"त्याबद्दल भीती बाळगू नका. त्याचा न्यायनिवाडा नक्कीच केला जाईल, हा माझा शब्द आहे. खुनी कोण आहे ते माझ्या वडिलांनी मला सांगितलं आहे. तेही बदला घेण्यासाठी तितकेच उत्सुक आहेत. पण तरीही तुम्ही ही गोष्ट गुप्त ठेवावी अशी माझ्या वडिलांचीही इच्छा आहे. हो ना?"

नुआरतिएने डोळ्यांनीच हो म्हटलं. मॅक्सिमिलियनचा यावर विश्वासच बसेना. "हे पाहा, माझ्या वडिलांनी असं सांगितलंय म्हणजे व्हॅलेन्टाइनच्या खुनाचा बदला खचितच घेतला जाईल, अशी त्यांना खात्री असणार. तुम्हीही कृपया यावर विश्वास ठेवा. मला फक्त तीन दिवसांची मुदत द्या. मी जो न्यायनिवाडा करेन त्याने भले भले लोकही थक्क होतील, याची खात्री बाळगा," विलफोर्ट म्हणाला.

नुआरतिएने या सगळ्याला संमती दर्शवली.

"तर मग तुम्ही मला तसं वचन देताय ना?" विलफोर्टने विचारलं.

"हं," डॉक्टर पुटपुटले. मॅक्सिमिलियन मात्र दुःखाने वेडापिसा झाला होता. त्याने एकदा व्हॅलेन्टाइनच्या थंड पडलेल्या ओठांवर ओठ टेकवले आणि तो हुंदका दाबत बाहेर पळून गेला. विलफोर्टने शेजारीच राहायला आलेल्या पाद्र्याला घरी येण्याबाबत आधीच निरोप धाडला होता.

थोड्या वेळात पाद्री आला आणि त्याची व नुआरतिएची क्षणभर नजरानजर झाली. त्या एका क्षणभरात जणू दोघांच्यात बराच संवाद घडला असावा, असं त्यांच्या डोळ्यांकडे पाहून वाटलं. डॉक्टर निघून गेल्यावर पाद्र्याने व्हॅलेन्टाइनच्या खोलीची सगळी दारं बंद करून घेतली.

एकोणपन्नास

दुसऱ्या दिवशी उमराव मॉन्टे क्रिस्टो सकाळी डँग्लारच्या घरी गेला. डँग्लारने त्याचं स्वागत केलं आणि म्हणाला, ''काय दुर्दैव आहे पाहा, मिस्टर विलफोर्टच्या संपूर्ण कुटुंबावरच कोणाची तरी दुष्ट सावली पडली आहे जणू! शिवाय मिस्टर द मॉर्सेर्फनेही अपमानित झाल्याने आत्महत्या केली. आणि त्या दुष्ट लफंग्या बेनेडेट्टोमुळे माझी अब्रू गेली... आणि त्यात...''

''आणखी काय?''

''तुम्हाला माहीत नाही? माझी मुलगी यूजेनी घर सोडून निघून गेलीये. बहुतेक या सगळ्या प्रकाराने ती हादरली असावी. म्हणून काही काळ दूर जाण्याची परवानगी घेऊन ती गेली. पण तिचा स्वभाव बघता ती या घरात परत येईल, असं मला नाही वाटत.''

''अरेरे, फारच वाईट झालं. तुमची तर ती किती लाडकी लेक असणार... पण खरं सांगू का, पैसा हा नेहमीच माणसाला दुःखातून वर आणतो, असं नाही वाटत तुम्हाला? आणि तुमच्यासारख्या याच क्षेत्रात असणाऱ्या माणसाला तर...'' उमराव म्हणाला.

डँग्लारने उमरावाकडे चटकन नजर टाकून उमराव उपहासाने तर बोलत नाही ना, याचा अंदाज घेतला. मग तो म्हणाला, ''हो. जर संपत्तीने तुमचं सांत्वन होणार असेल, तर माझंही झालं पाहिजे. मी तेवढा श्रीमंत नक्कीच आहे...''

''तुमची संपत्ती इतकी आहे मिस्टर, की कोणी त्याला हात लावायची हिंमतच करू शकत नाही, आणि कुणी चुकून हिंमत केली तरी त्यांना काहीच करता येणार नाही.''

''हं. जरा एक मिनिट थांबा! मी काही धनादेशांवर सह्या करत होतो. त्या होईपर्यंत थांबाल का जरा?''

"हो. नक्कीच."

डँग्लारने मॉन्टे क्रिस्टोला काही धनादेश दाखवले. प्रत्येक धनादेश दीड लाख फ्रँक्सचा होता! "पाहिलंत, असा व्यवसाय असतो माझा!" तो म्हणाला.

उमराव मॉन्टे क्रिस्टोने शांतपणे ते पाचही धनादेश घडी करून खिशात ठेवून दिले. मग म्हणाला, "इतक्या मोठ्या रकमेची पत मिळते यावर विश्वास बसणं अवघडच आहे, नाही! म्हणूनच मी तो प्रयोग करून पाहतो, काय! माझी तुमच्याकडे साठ लाखांची पत आहेच. त्यातले मी फक्त नऊ लाख वापरले आहेत. म्हणजे तुम्ही अजून मला एकावन्न लाख देणं लागता. तर मी हे पाच कागद घेतो. तुमची नुसती सही पहिली तरी मला कोणीही हे पैसे देईल, नाही का? मी खरंतर त्यासाठीच आज आलो होतो. मला पैशाची खूपच निकड आहे."

"काय!" डँग्लारला चांगलाच घाम फुटला. "त...तुम्ही ते धनादेश नेताय?" तो अडखळत म्हणाला. "खरंतर, मला ते एका हॉस्पिटलला द्यायचे होते म्हणून मी आज..."

"ठीके, काही हरकत नाही. हे पाच त्यांना द्या आणि मला दुसरे पाच लिहून द्या."

डँग्लारने हात पुढे केलाही, पण अचानक त्याने आपला विचार बदलला आणि बळंच हसून म्हणाला, "असू देत. काही हरकत नाही उमराव. ठेवा तुम्ही हे धनादेश." मग आपली काळजी आणि भीती लपवत तो चेहऱ्यावर हसू आणत म्हणाला, "हां, मी अजूनही तुम्हाला एक लाख देणं लागतो ना?"

"ते जाऊ दे हो. इतक्या किरकोळ रकमांचा हिशेब कुठे ठेवत बसायचं! ते राहू दे. आपला व्यवहार पूर्ण झाला असं समजू या," असं म्हणून उमराव बाहेर पडला तेव्हाच नोकराने हॉस्पिटलचे कमिशनर आल्याची वर्दी दिली. डँग्लारचा चेहरा पांढराफाटक पडत गेला. तो घाईघाईने त्यांना भेटायला गेला.

"तुम्हाला माझं पत्र मिळालं असेलच," कमिशनर मिस्टर बोवील म्हणाले.

"अं... हो."

"मग ही घ्या पावती आणि माझे पैसे द्या."

"अं... मिस्टर बोवील, तुम्हाला उद्या पैसे दिले तर... चालेल का? म्हणजे झालं असं की, आत्ताच उमराव मॉन्टे क्रिस्टो तुमच्यासाठी बाजूला ठेवलेले पन्नास लाखांचे धनादेश घेऊन बाहेर पडले." डँग्लार कसनुसं म्हणाला.

"काय?"

"त्यांची माझ्याकडे खूप मोठ्या रकमेची पत होती. ते आत्ताच पैसे घेऊन गेले.

आणि आता मी जर तुम्हाला पुन्हा पन्नास लाख दिले तर... म्हणजे, मी एकाच दिवशी एक कोटी रुपये दिले म्हणून माझ्या बँकेला ते संशयास्पद वाटेल...''

''म्हणजे आत्ता जो मनुष्य बाहेर पडला तोच का हा? मी त्यांच्याकडेच जातो आणि हॉस्पिटलसाठी देणगी मिळतेय का ते पाहतो. आत्ताच मादाम द मॉर्सेर्फने त्यांची आणि त्यांच्या मुलाची सगळी संपत्ती आम्हाला दान केलीये,'' मिस्टर बोवील कौतुकाने म्हणाला.

''काय? पण का?''

''त्यांना वाईट मार्गाने कमावलेला... पापाचा एक पैसाही नको होता म्हणे.''

''पण मग ते राहणार कसे?''

''बहुतेक, मादाम प्रोविन्समध्ये राहणार आहेत. अल्बर्ट सैन्यात भरती झाला आहे. पण ते जाऊ दे. माझ्या पन्नास लाखांचं काय? मला खूप तातडीने पैसे हवे आहेत. उद्या दुपारी दोन वाजायच्या आत.'' मिस्टर बोवील म्हणाला.

''उद्या दुपारी नक्की. बारा वाजता कोणालातरी पाठवा माझ्याकडे,'' डँग्लार उत्तरला.

डँग्लारने मिस्टर बोवीलशी हस्तांदोलन केलं. मग यूजेनीच्या जाण्याबद्दल आणि व्हॅलेन्टाइनच्या अंत्यसंस्काराच्या कार्यक्रमाबद्दल दोन शब्द बोलून मिस्टर बोवील निघून गेला.

तो जाताच डँग्लार स्वतःशीच म्हणाला, ''मूर्ख मनुष्या! उद्या तू इथे येईपर्यंत मी खूप दूर निघून गेलेलो असेन!'' मग त्याने पन्नासएक हजारच्या नोटा बरोबर घेतल्या, दार बंद केलं आणि काही कागद जाळून टाकले. मग त्याने एक पत्र लिहिलं. त्यावर मादाम डँग्लारचं नावं घालून तो लिफाफा त्याने टेबलावर ठेवून दिला. मग आपल्या पासपोर्टकडे बघत तो समाधानाने हसला.

पन्नास

मिस्टर बोवील बाहेर पडले तेव्हा व्हॅलेन्टाइनची अंत्ययात्रा चालली होती. तोच घोडागाडीतून उमराव मॉन्टे क्रिस्टो खाली उतरून त्या जमावात मिसळून गेला. त्याला पाहून शातो-रेनो आणि ब्यूशाँ त्याच्यापाशी आले.

''तुम्ही मॅक्सिमिलियनला कुठे पाहिलंत का?'' उमरावाने विचारलं.

''नाही.''

उमराव काहीच बोलला नाही, पण त्याचं आजूबाजूला नीट लक्ष होतं. ते जेव्हा दफनभूमीत पोचले तेव्हा उमरावाला मॅक्सिमिलियन दिसला. वाळूच्या एका टेकाडावर उभा राहून तो सगळं पाहत होता.

त्याला पाहून शातो-रेनो, दब्रे आणि ब्यूशाँमध्ये कुजबुज सुरू झाली. ''तो पाहा तिकडे आहे मॅक्सिमिलियन!''

''असा का दिसतोय दुःखी?''

''तो खूपच भावुक आहे ना!''

''तो तर मिस व्हॅलेन्टाइनला नीटसं ओळखतही नव्हता. मग...?''

चटकन विषय बदलून उमराव एका कबरीपाशी जाऊन लपला आणि मॅक्सिमिलियनच्या पुढच्या हालचालींचं निरीक्षण करू लागला.

सगळे लोक गेल्यावर मॅक्सिमिलियन व्हॅलेन्टाइनच्या कबरीपाशी आला आणि गुडघे टेकून खाली कोसळला. ''ओह व्हॅलेन्टाइन!'' त्याने व्याकूळ साद घातली. उमरावाचं हृदय त्या आर्ततेने पिळवटून गेलं. तो पुढे झाला आणि मॅक्सिमिलियनच्या खांद्यावर हात ठेवत म्हणाला, ''मी तुलाच शोधत होतो. मी तुला घरी सोडू का?''

''नको. मला प्रार्थना करू द्या.'' तो तुटकपणे म्हणाला.

उमराव काहीच न बोलता दूर गेला आणि त्याच्याकडे पाहत उभा राहिला.

थोड्या वेळाने मॅक्सिमिलियन घराच्या दिशेने चालू लागला. उमरावाने त्याचा

पाठलाग सुरू केला. मॅक्सिमिलियन घरी पोहोचल्यावर उमरावही काही वेळाने त्याच्या घरी गेला.

"माफ करा, पण मला एका अत्यंत महत्त्वाच्या विषयावर मॅक्सिमिलियनशी बोलायचंय, आत्ताच!" उमराव ज्यूलीला म्हणाला.

"हो... तो आत्ताच त्याच्या खोलीत गेला बहुतेक," ती उत्तरली.

उमराव मॉन्टे क्रिस्टो तिसऱ्या मजल्यावरच्या मॅक्सिमिलियनच्या खोलीपाशी गेला, पण काचेचं दार बंद होतं. 'दार वाजवावं का? नकोच. दाराचा आवाज ऐकून त्याने पटकन काही बरंवाईट करून घेतलं तर?...' काही क्षण विचार करून मग उमरावाने सरळ आपल्या कोपराने जोरात धक्का मारून ते दार फोडलं.

आत बसलेला मॅक्सिमिलियन त्या आवाजाने दचकला.

"माफ कर. मी जरा घसरलो आणि काच फुटली," उमराव म्हणाला. "पण असो. काय करतोयस तू? काहीतरी लिहितोयस का?"

"हो," मॅक्सिमिलियन थंडपणे म्हणाला. त्याच्या आवाजात मित्रत्व, आपुलकी काहीही नव्हती. मग टेबलावर बघत उमराव मॉन्टे क्रिस्टो म्हणाला, "आणि तुझी पिस्तुलं काय करतायत इथे?"

"मी लवकरच एका प्रवासाला जाणार आहे," मॅक्सिमिलियन उत्तरला.

"हे बघ, आपण दोघंही हे जे खोटे शांतपणाचे मुखवटे घालून बोलतोय हे आता बाजूला ठेवू. मॅक्सिमिलियन, तू स्वतःला संपवायला निघालायस?"

"असं का वाटतंय तुम्हाला उमराव?" मॅक्सिमिलियन थंडपणे म्हणाला.

"मला माहितेय," असं म्हणून उमरावाने झटकन टेबलावरचं ते पत्र उचललं." त्याबरोबर मॅक्सिमिलियन उसळला आणि ते खेचून घेऊ लागला.

"काय झालं मी स्वतःला मारलं तर, हां? कोण मला थांबवणार आहे? माझा प्रेमभंग झालंय, माझं संपूर्ण आयुष्य उद्‌ध्वस्त झालंय. सगळ्या आशा धुळीला मिळाल्या आहेत. मी काही चुकीचं बोलतोय का, सांगा ना उमराव?"

"तू बोलतोयस ते चूक आहे," आता उमराव शांत आवाजात म्हणाला.

"तुम्ही – तुम्हीच तर मला खोटी वचनं दिलीत. आशेला लावलं. नाहीतर मी कधीच तिला वाचवलं असतं. तुम्हीच वचन दिलं होतंत. तर मग तिला औषध का नाही दिलंत?"

"मॅक्सिमिलियन..."

"काही बोलू नका. तुम्ही सांगितल्याप्रमाणेच मुखवटा उतरवतोय मी आता. मघाशी मी तुम्हाला काही बोललो नाही, कारण तसा माझा स्वभाव नाही. पण आता

तुम्ही माझ्या खोलीतच घुसलात सरळ! आता तुमच्या मित्राला मरताना पाहा!'' असं म्हणून त्याने पिस्तूल उचललं.

''नाही, मॅक्सिमिलियन! थांब! तू स्वतःला असं संपवणार नाहीयेस!'' उमराव ओरडला.

''तुम्ही कोण सांगणारे? मला थांबवून दाखवाच!''

''मी? मलाच तो अधिकार आहे. मी मिस्टर मॉरेल यांच्या मुलाला असं मरू देणार नाही.''

आपल्या वडिलांच्या नावाच्या उल्लेखाने मॅक्सिमिलियन अडखळला, क्षणभर थांबला. ''त्यांना कशाला यात आणताय?'' तो म्हणाला.

''कारण एकदा तेही असेच स्वतःला संपवायला निघाले होते, तेव्हा मी त्यांचा जीव वाचवला होता. आणि आज तू अगदी त्याच वाटेवर निघाला आहेस. ज्याने ती पैशाची थैली तुझ्या बहिणीला दिली होती तो मीच आहे. मीच तुमचं जहाज सुखरूप पोचवलं होतं. कारण मीच एडमंड डान्टे आहे! तुला लहानपणी मांडीवर खेळवणारा एडमंड डान्टे!'' हे ऐकून मॅक्सिमिलियनच्या अंगातलं त्राणच गेलं. धडपडत मागे जात तो जमिनीवर कोसळला. क्षणभरानंतर त्याच्यात जणू नवी शक्ती संचारली आणि तो आपल्या बहिणीला व इमॅन्यूएलला मोठमोठ्याने हाका मारू लागला. मग तसाच बाहेर पळत गेला.

ज्यूली आणि इमॅन्यूएल त्या हाका ऐकून धावत वर आले. मॅक्सिमिलियन त्यांना म्हणाला, ''या माणसाच्या पायाशी लोळण घ्या! हाच तो, आपल्या वडिलांचा जीव वाचवणारा! हाच एड...'' तो 'एडमंड डान्टे' असं म्हणणार तोच उमरावाने त्याचा हात गच्च पकडला.

ज्यूलीने प्रेमभराने उमरावाचा हात हातात घेतला आणि इमॅन्यूएलने त्याला मिठी मारली. मॅक्सिमिलियन तर त्याच्या पायाशीच कोसळला होता. त्या क्षणी डान्टेचं मन भरून आलं. त्याचं हृदय काहीशा सुंदर भावनेने फुलून आलं होतं. भावनोद्रेकाने त्याच्या डोळ्यांतून पाणी वाहू लागलं.

जरा सावरल्यानंतर ज्यूली बाहेर गेली. तिला ती थैली आणायची होती. इमॅन्यूएलने उमरावला विचारलं, ''तुम्ही आमच्यासमोर हे गुपित उघड करायला इतका वेळ का तरं घेतलात?''

''आत्ता एक गोष्ट अशी घडली की, मला तसं करणं भाग पडलं. नाहीतर मी हा रहस्यभेद आयुष्यभर करणारच नव्हतो.'' मग उमराव हळू आवाजात म्हणाला, ''मॅक्सिमिलियनवर जरा लक्ष ठेवा.''

ज्यूली खोलीत आल्यावर उमराव मॉन्टे क्रिस्टोने ती थैली परत मागितली. पण ज्यूलीने ती देण्यास नकार दिला. ''नाही! मी ही थैली कायम माझ्यापाशीच ठेवणार आहे. उद्या जर तुम्ही आम्हाला सोडून दूर निघून गेलात तर?''

''हो, मी जाणार आहेच. आठवडाभरात मी हा देश सोडून जाईन. इथे इतके लोक सुखात राहत होते आणि माझे वडील मात्र भुकेने तडफडून मेले. त्या सगळ्या लोकांना देव चांगली शिक्षा देईल.'' मग मॉन्टे क्रिस्टो पुढे म्हणाला, ''मला जरा मॅक्सिमिलियनशी एकट्याशी बोलायचं आहे.''

''मॅक्सिमिलियन! यातून बाहेर ये!'' खुर्चीवर विमनस्कपणे बसलेल्या मॅक्सिमिलियनला उमराव म्हणाला.

''हं... माझी काळजी करू नका. मी स्वतःवर पिस्तूल चालवणार नाही! पण हे दुःख आपोआपच माझा प्राण घेईल...''

''माझं ऐक, असं करू नकोस. एक दिवस मीही स्वतःचा प्राण घ्यायला निघालो होतो. तुझे वडीलही त्या दुःखाच्या भरात स्वतःचा जीव द्यायला निघाले होते. आणि आता तूही तेच करतोयस. पण माझं ऐक... एक दिवस तू सुखी होशील, आनंदी होशील आणि हे सुखी जीवन मिळाल्याबद्दल देवाचे आभारच मानशील. जसे तुझे वडील आणि मी आता...''

''पण तुमचं तर फक्त स्वातंत्र्य हिरावलं गेलं होतं ना?'' मॅक्सिमिलियन उमरावाचं बोलणं मध्येच तोडत म्हणाला. ''आणि माझ्या वडिलांची फक्त संपत्ती गेली होती. पण माझ्यापासून माझी व्हॅलेन्टाइन दूर गेलीये!''

''मॅक्सिमिलियन, तू मला माझ्या मुलासारखा आहेस; पण तरी तुझं दुःख पाहून माझ्या डोळ्यांत आत्ता अश्रू नाहीत. हे पाहून तरी माझ्या बोलण्यावर विश्वास ठेव. तुला आत्महत्या करण्यापासून परावृत्त केलं म्हणून तू नंतर माझे आभारच मानशील, याची मला खात्री आहे.''

''काय बोलताय तुम्ही? तुम्ही कधी कोणावर प्रेम केलं नाहीये का?''

उमरावाच्या तोंडून एक सुस्कारा बाहेर पडला.

''सांगा ना?'' मॅक्सिमिलियन म्हणाला, ''खरं प्रेम? माझ्या आणि व्हॅलेन्टाइनसारखं? अवर्णनीय प्रेम? आणि आता तेच नसेल, तर या जगण्याला काय अर्थ आहे?''

''माझ्यावर विश्वास ठेव. अजूनही आशा आहे...'' उमराव म्हणाला.

''असं नका म्हणू. नाहीतर मी पुन्हा व्हॅलेन्टाइनला पाहू शकेन अशी आशा माझ्या मनात निर्माण होईल.''

उमराव मॉन्टे क्रिस्टो फक्त हसला. "मुला, माझं ऐक... आशा ठेव.''

"तुम्ही माझ्या भावनांशी खेळताय... आता मी माझं दुःख इतकं आत खोल दडवून ठेवीन की, ते कोणाला दिसणारही नाही. तुम्ही या आता...''

"नाही. मी तुझ्यासोबतच राहणार आहे. आपण दोघं एका आठवड्यात फ्रान्सबाहेर पोचलेले असू. माझ्याकडे तुझ्या दुःखावर एक इलाज आहे. फक्त मला थोडे दिवस दे.''

"म्हणजे तुम्ही माझं दुःख आणखी काही दिवस वाढवणार तर!''

"काय हे मॅक्सिमिलियन! मी फक्त थोडे दिवस मागतो आहे तुझ्याकडे. उमराव मॉन्टे क्रिस्टो काहीही करू शकतो यावर तुझा विश्वास नाही का? उमराव मॉन्टे क्रिस्टोच्या शक्तीची तुला प्रचिती नाही का? उमरावची देवावर इतकी श्रद्धा आहे की, काहीही अद्भुत घडू शकतं, हे तुला माहीत नाही का?''... "आणि तसं नाही झालं तर...''

"तर काय?''

"एका महिन्याभरात मी तुझ्या दुःखावर इलाज करू शकलो नाही, तर मी स्वतः ही पिस्तुलं तुझ्यासमोर आणून ठेवेन किंवा सगळ्यात जहरी विष तुला आणून देईन,'' उमराव म्हणाला.

"वचन देताय तसं तुम्ही मला?''

"मी तशी शपथ घेतो. बरोबर एक महिना... ही तारीख लक्षात ठेव. पण माझ्या वचनाच्या बदल्यात तूही मला एक वचन दे. पुढचा महिनाभर तू माझ्या सोबत राहशील. जीवाचं बरंवाईट करायचा प्रयत्न करणार नाहीस...''

"हो. मी वचन देतो!''

"मग चल तर माझ्या घरी. हायडीच्या खोल्या रिकाम्याच आहेत. ती आधीच निघाली आहे. ती आपल्याला नंतर भेटेल.''

एखादा नम्र शिष्य गुरूच्या आज्ञेप्रमाणे वागावा तसा मॅक्सिमिलियन आज्ञाधारकपणे उमरावाच्या मागेमागे निघाला.

एक्कावन्न

ज्या हॉटेलमध्ये अल्बर्ट द मॉर्सेर्फ आणि त्याची आई राहत होते, त्याच हॉटेलमधल्या एका प्रशस्त खोलीत एक गूढ मनुष्य राहत होता. त्याचा चेहरा अजूनपर्यंत हॉटेलमधल्या एकाही कर्मचाऱ्याने पाहिलेला नव्हता. तो बाहेर पडताना चेहऱ्यावर नेहमी रुमाल बांधून जात असे. त्याला भेटायला अधूनमधून एक स्त्री येत असे; पण तीही नेहमी काळ्या बुरख्यात असल्याने ती कोण आहे हे कोणालाच माहीत नव्हतं.

ज्या दिवशी उमराव मॉन्टे क्रिस्टोने डँग्लारच्या घरी जाऊन धनादेश घेतले होते, त्याच्या दुसऱ्याच दिवशी ती स्त्री हॉटेलच्या त्या खोलीत शिरली.

तिच्या चेहऱ्यावर काळजी आणि चिंता पाहून खोलीतल्या त्या माणसाने विचारलं, ''काय झालं तरी काय?''

''माझा नवरा... माझा नवरा काल रात्री निघून गेला...''

''काय? मिस्टर डँग्लार घर सोडून निघून गेले? कुठे? कायमचे?''

''माहीत नाही! पण त्यांनी हे पत्र ठेवलं होतं,'' असं म्हणून मादाम डँग्लारने ते पत्र त्याच्याकडे दिलं. तिचा चेहरा शरमेने लाल झाला होता.

हे पत्र तू वाचशील तेव्हा मी तुझ्या मुलीप्रमाणेच फ्रान्सबाहेर गेलेलो असेन.

काल माझ्याकडून पन्नास लाख फ्रँक्स नेण्यात आले होते आणि आणखी पन्नास लाखांची मागणी करण्यात आली. ते मी दुसऱ्या दिवसावर ढकललं. कारण त्यात माझी अब्रू जाणार हे निश्चित होतं. तुझ्याइतकं हे आणखी कोणाला नीट समजणार, नाही का? खरंतर माझ्या संपत्तीविषयी माझ्यापेक्षा तूच अधिक जाणून असशील. कारण त्यातल्या अर्ध्याअधिक संपत्तीचं तू काय केलंस ते तुलाच माहीत! माझ्या संपत्तीच्या राखरांगोळीत तुला उरलंसुरलं काहीतरी मिळेल कदाचित. बाकी, तुला असं सोडून जाताना मला मुळीच वाईट वाटत नाहीये. कारण तुझे खास मित्र आहेतच तुला मदत करायला.

इतके दिवस मला वाटत होतं की, आपल्या कुटुंबासाठी तू पैशाचे व्यवहार सांभाळत आहेस. मात्र, तुझ्यामुळे आज आपला सत्यानाश झाला आहे. गेल्या पंधरा वर्षांत मी संपत्ती वाढवण्यासाठी झटत होतो; पण तू फक्त स्वतःचा विचार करत राहिलीस. आणि गेल्या काही दिवसांत फक्त वाईट गोष्टीच घडत गेल्या, ज्यात माझी काहीच चूक नव्हती.

त्यामुळे आपण भेटलो होतो त्याच स्थितीत मी तुला सोडून जातो आहे. श्रीमंत, पण बेअब्रू. आजपासून मी फक्त स्वतःसाठी पैसा कमावेन, तूच तर माझ्यापुढे ते उदाहरण घालून दिलं आहेस. त्याबद्दल आभार!

तुझा नवरा

सरदार डँग्लार

''आता?'' मादाम डँग्लारने चिंतातुरपणे विचारलं.

''आता काय?'' दब्रे बेफिकीरीने म्हणाला.

''काय म्हणजे? अरे, तो कायमचा निघून गेलाय!''

''बरं मग!'' दब्रे थंडपणे म्हणाला. ''तू काय करायचं ठरवलं आहेस?''

''तेच तर मी तुला विचारायला आले होते!'' धडधडत्या अंतःकरणाने मादाम डँग्लार म्हणाली.

''अच्छा! तुला माझा सल्ला हवा असेल, तर तो असा की, काही काळ लोकांपासून दूर जायला तू प्रवास कर. मी तुझा भागीदार असल्याने आपला हिशेब आपण पूर्ण करून टाकू!'' दब्रे शांतपणे म्हणाला.

मादाम डँग्लारच्या सगळ्या आशांचा चुराडा झाला होता. काहीच संबंध नसल्यासारखं दब्रेचं वागणं पाहून ती हादरली होती. आपली सगळी शक्ती पणाला लावून तिने अश्रू थोपवून धरले होते.

''आपल्या शेअर्सचे हे कागद बघ. एकूण सगळा हिशेब केला तर आपल्याला प्रत्येकी साधारण दहा लाख फ्रँक्स मिळताहेत. तेवढे तुला एकटीला पुरेसे आहेत की! नाही का?'' दब्रे म्हणाला.

मादाम डँग्लारने आपल्यावाटचे कागद मुकाट्याने उचलले. तिचं हृदय आक्रंदत होतं. तिला अपेक्षित असलेला एकही सहानुभूतीचा, प्रेमाचा शब्द तिला ऐकायला मिळाला नव्हता. पण तरीही चेहऱ्यावर चीड न दर्शवता दार उघडून ती भराभरा पायऱ्या उतरून निघून गेली. दब्रेने शांतपणे आपले कागद आवरले. वीस मिनिटांनी तोही हॉटेलची खोली सोडून निघून गेला.

त्याच हॉटेलमधल्या दुसऱ्या खोलीत मर्सिडिज आणि अल्बर्ट राहत होते. गेल्या काही दिवसांत मर्सिडिज पूर्ण बदलली होती. तिच्या डोळ्यांतली चमक आणि ओठांची लाली हरवली होती. तिला निराशेने घेरलं होतं. तरी ती आलेल्या विपरीत परिस्थितीला मोठ्या धीराने सामोरी जात होती.

अल्बर्ट म्हणाला, ''आई, आपल्याकडच्या पैशांचा हिशेब करू.''

''काहीच नाहीये रे!''

''असं कसं! उमरावचे तीन हजार फ्रँक्स आहेत की! पुष्कळ आहेत ते.''

''पण ते आपण स्वीकारायचे की नाही?'' मर्सिडिज शरमून म्हणाली.

''नक्कीच स्वीकारायचे! आणि मी कालच सैन्यात भरती झालोय. हे पाहा, दोन हजार मिळणार आहेत त्याचे! त्यातले हे एक हजार घे आत्ता.''

''तुझ्या रक्ताची ही किंमत का रे!'' मर्सिडिज रडत म्हणाली.

''रडू नकोस आई, उलट आता तर माझी जगण्याची उमेद जास्तच वाढलीय. मी सैन्यात प्राणपणाने लढेन. या पैशावर तू दोन वर्षं तरी गुजराण करू शकशील.''

''पण मी कशी जगू तुझ्याशिवाय?''

''हे बघ, तू अशी निराश होऊ नकोस. मला वचन दे की तू चांगल्या दिवसांच्या आशेवर जगशील म्हणून. सहा महिन्यांनी एक तर मला वीरमरण आलेलं असेल, नाहीतर मी मोठा अधिकारी तरी झालो असेन. बघच तू! मग आपण पुन्हा श्रीमंत होऊ. आणि जर मी मेलोच... तर मग तू मृत्यूला जवळ केलंस तरी हरकत नाही. निदान आपल्या कुटुंबाच्या या दुर्दैवी कहाणीचा अंत तरी होईल!''

''ठीके,'' मर्सिडिज धीराने म्हणली. मग ते दोघे हॉटेलमधून बाहेर पडले.

खालीच त्यांना दब्रे भेटला. पैशाने श्रीमंत, पण बेअब्रू झालेली आणि चांगलीच अद्दल घडलेली एक स्त्री नुकतीच हॉटेलमधून बाहेर पडली होती. आणि आता गरीब, पण मनाची श्रीमंती लाभलेली मर्सिडिज ताठ मानेने त्याच हॉटेलमधून बाहेर पडत होती. त्या दोघींमधला हा टोकाचा फरक पाहून दब्रे अस्वस्थ झाला.

मर्सिडिजने अल्बर्टचा निरोप घेतला तेव्हा एक माणूस झाडामागे लपून ते पाहत होता. ''देवा, माझ्यामुळे त्यांचं सुखी आयुष्य उद्ध्वस्त झालंय. मी त्यांच्या जीवनात आनंद आणण्यासाठी काय करू? देवा, मला मदत कर!'' तो पुटपुटला.

बावन्न

सगळ्यात भयंकर कैद्यांना डांबण्यासाठी कुप्रसिद्ध असलेल्या ला फोर्स नावाच्या त्या तुरुंगात एक माणूस कोणालातरी भेटायला गेला. एका कैद्याला बोलावलं गेलं... ''बेनेडेट्टो! तुला भेटायला कोणीतरी आलंय.''

'वा! आपल्यावर कोण्या श्रीमंत माणसाचा वरदहस्त आहे हे नक्की! तोच आपल्याला सोडवायला आला असणार,' आन्द्रियाच्या मनात विचार आला. मोठ्या आशेने तो भेटायच्या खोलीत गेला. पण तिथे बसलेल्या माणसाला बघून तो घाबरून ओरडला, ''तू!''

''मला ओळखलं नाहीस का बेनेडेट्टो?'' बर्तुशिओ म्हणाला.

''शू:ऽऽ! हळू आवाजात बोल!'' आन्द्रिया म्हणाला.

''तुला स्वतंत्र खोली मिळावी यासाठी मी इथे बोलणी करायला आलोय, हे त्यासाठीचं पत्र...''

'अच्छा! म्हणजे तोच श्रीमंत माणूस याच्या मागे दिसतोय!' आन्द्रियाच्या मनात आलं.

''आता नीट ऐक,'' बर्तुशिओ म्हणाला. ''मला उमराव मॉन्टे क्रिस्टोने पाठवलंय...''

''हो का! तेच माझे खरे वडील तर नाहीत ना, म्हणून मला मदत...''

''तुझ्यासारख्या चोर आणि खुन्याचे ते वडील असूच शकत नाहीत. त्या महान व्यक्तीबद्दल असं वाईटसाईट बोलू नकोस. तुझ्या फायद्यासाठीच मी इथे आलोय. तेव्हा उगाच बडबड करण्यापेक्षा जरा ऐकून घे,'' बर्तुशिओ म्हणाला.

''पण माझे जन्मदाते वडील कोण आहेत, हे मी शोधून काढेनच!'' आन्द्रिया हट्टाने म्हणाला.

''तेच सांगायला आलोय मी. पण आत्ता नाही. मी उद्या परत येईन,'' बर्तुशिओ निघण्यापूर्वी इतकंच म्हणाला.

त्रेपन्न

व्हॅलेन्टाइनच्या खोलीत नुआरतिए आणि अॅबे ब्यूसोनी थांबले होते. अॅबे ब्यूसोनीच्या शांतवणाऱ्या शब्दांमुळे की काय माहीत नाही, पण आपल्या लाडक्या नातीचा मृत्यू होऊनही नुआरतिए आता सावरला होता.

व्हॅलेन्टाइनच्या मृत्यूनंतर विलफोर्टने स्वतःला खोलीत कोंडून घेतलं होतं आणि मन दुसरीकडे वळावं म्हणून तो सतत काम करत होता.

खूप काम केल्यावर पाय मोकळे करायला म्हणून तो बागेत गेला, तर त्याला नुआरतिएची खिडकी उघडी दिसली. खिडकीत बसलेल्या आपल्या वडिलांच्या चेहऱ्यावर त्याला प्रचंड राग आणि तिरस्कार दाटून आलेला दिसला. ते कोणाकडे पाहत आहेत, म्हणून विलफोर्टने त्या दिशेने पाहिलं तर त्याची बायकोच एका झाडाखाली बसलेली त्याला दिसली. मग विलफोर्टने पुन्हा आपल्या वडिलांकडे पाहिलं. जणू आपल्या नजरेतल्या अंगारांनी त्याने आपल्या मुलाला त्याने दिलेल्या वचनाची आठवणच करून दिली.

"धीर धरा. अजून फक्त एक दिवस..." तो म्हणाला. त्याच्या शब्दांनी नुआरतिएला दिलासा मिळाला.

रात्रभर काम करून सकाळी विलफोर्टने ठरवलं की आज न्याय होणार!

नोकराने येऊन सांगितलं, "आन्द्रियाच्या खटल्यासाठी कोर्टात जायची वेळ झाली आहे आणि मादामलाही तुमच्यासोबत यायची इच्छा आहे."

"मलाच मादामशी जरा बोलायचं आहे," असं म्हणून विलफोर्ट आपल्या बायकोच्या खोलीत गेला. ती नेहमीसारखीच शांत दिसत होती.

"तू इतका पांढरा का पडला आहेस? पुन्हा रात्रभर काम केलंस ना?..."

"एडवर्ड!" अचानक विलफोर्ट आपल्या मुलावर खेकसला, "मला तुझ्या आईशी महत्त्वाचं बोलायचंय. ताबडतोब बाहेर जा!" असं काही ऐकायची सवयच नसल्याने

एडवर्ड जागेवरच राग वा भीतीने तसाच उभा राहिला. मग विलफोर्टने त्याची पापी घेतली आणि त्याला बाहेर नेलं.

"काय झालं?" मादाम विलफोर्टने उसनं अवसान आणून हसत विचारलं.

"तू नेहमी वापरतेस ते विष कुठे ठेवतेस?" विलफोर्टने सरळच विचारलं.

"ऑ? म.. मला कळलं नाही..." मादाम विलफोर्टचा आवाज भीतीने चिरकला.

"जे विष देऊन तू माझ्या सासू-सासऱ्यांना आणि माझ्या मुलीला मारलंस ते विष कुठे ठेवतेस, असं मी विचारतोय," विलफोर्टने शांतपणे विचारलं.

"काय बोलतोयस! मी माझ्या नवऱ्याशी बोलतेय की न्यायदंडाधिकाऱ्याशी?" मादाम विलफोर्ट हात तोंडावर दाबत किंचाळली.

"न्यायदंडाधिकाऱ्याशी!"

"तू बोलत काहीच नसलीस, तरी नकारही देत नाहीयेस! इतक्या निर्लज्ज क्रौयाने तू हे गुन्हे केले आहेस की काय बोलावं! डॉक्टरांनीही मला सावध केलं होतं. एका क्षणी मला माझ्या प्रिय व्हॅलेन्टाइनवर संशय आला त्याबद्दल देव मला क्षमा करो; पण तिच्या मृत्यूने मात्र माझी खात्रीच पटली! तुझे गुन्हे जगासमोर जाहीर करायची वेळ आली आहे. मी - एक न्यायदंडाधिकारी या नात्याने बोलत आहे, नवरा म्हणून नव्हे!" विलफोर्ट म्हणाला.

"ओह! कृपया, मी भीक मागते तुझ्याकडे, यावर विश्वास ठेवू नकोस!" आपला चेहरा हातांनी झाकून घेत मादाम विलफोर्ट रडत म्हणाली.

"तू इतकी भेकड आहेस! तरीही चार लोकांना स्वतःच्या डोळ्यांनी तडफडून मरताना पाहिलंस! किती क्रूरपणे सगळी योजना बनवलीस तू..." मादाम विलफोर्ट आपल्या नवऱ्याच्या पायाशी लोळण घेऊन रडू लागली.

"तुझी ही कृती म्हणजे या गुन्ह्यांना दिलेली कबुलीच आहे तर! पण आता फार उशीर झालाय. तुला शिक्षा ही मिळणारच!" विलफोर्ट म्हणाला, "तुला काय वाटलं? तू एका न्यायदंडाधिकाऱ्याची बायको आहेस म्हणून तुझी फाशी चुकेल!"

"क...काय! फाशी!" मादाम विलफोर्टने एक भयंकर किंकाळी फोडली आणि तिचा चेहरा भीतीने पांढराफटक पडला.

"एक मिनिट. तुला फाशी होणार नाही. कारण तसं केल्याने फक्त तुझीच नाही, तर माझीही अब्रू, प्रतिष्ठा धुळीला मिळेल. त्यामुळे मी काय सांगतोय ते नीट ऐक..."

"ओह! नाही, नाही! नको! नाही!" मादाम असंबद्ध बडबडू लागली. तिला काहीच सुधरत नव्हतं.

"अच्छा! मग मला सांग, तू ते विष कुठे ठेवतेस?"

"काय? तुला मी ते विष...! नाही! तू माझ्याशी असं कसं वागू शकतोस?" ती रडत भेकत म्हणाली.

"मला तू फासावर जायला नको आहेस, बस्स. समजलं तुला?" विलफोर्ट जरबेने म्हणाला.

"दया कर माझ्यावर! मला जगू दे!"

"मला न्याय करायचा आहे. तुझ्याजागी दुसरी कोणीही स्त्री असती तरी मी तिला सरळ फासावरच चढवलं असतं. पण तू माझी बायको आहेस म्हणून मी दयाच तर करतोय. म्हणून मी विचारतोय की ते विष कुठे आहे?"

"मला माफ कर! मी तुझी बायको आहे ना!"

"तू भेकड आहेस, एक खुनी आहेस!"

"देवाच्या नावाने... तुझं माझ्यावर प्रेम होतं ते तरी आठव..."

"नाही!"

"आपला मुलगा....! त्याच्यासाठी तरी जगू दे मला!"

"नाही! काय माहीत? कदाचित तू उद्या त्याचाही जीव घेशील!" विलफोर्ट कठोरपणे म्हणाला.

"काय! माझ्या मुलाचा जीव घेईन मी? माझ्या एडवर्डचा? त्याच्यासाठीच तर मी..." असं म्हणून मादाम वेड्यासारखी हसू लागली, मध्येच ओरडत रडू लागली.

"लक्षात ठेव, मी घरी येईपर्यंत न्याय झाला नसेल, तर मी स्वतः तुला अटक करेन! आणि तुझी रवानगी तुरुंगात होईल!" असं म्हणून तो ताडताड बाहेर निघून गेला. मादाम विलफोर्ट चक्कर येऊन खाली कोसळली.

चौपन्न

बेनेडेट्टोच्या सनसनाटी प्रकरणाला वृत्तपात्रांनी मोठी प्रसिद्धी दिली होती. तसंच आन्द्रिया कॅव्हेलकान्टीला ओळखू लागलेले बरेच जणही कुतूहलाने या प्रकरणाची सुनावणी ऐकायला आले होते. त्यामुळे कोर्ट खचाखच भरलं होतं.

मादाम डँग्लारसुद्धा बुरखा घालून हजर होती. आन्द्रियाला पोलिसांनी कोर्टात आणलं आणि सुनावणी सुरू झाली.

"तुझं पूर्ण नाव सांग," वकील म्हणाला.

"न्यायाधीशसाहेब, या प्रश्नाचं उत्तर आधी देण्याऐवजी मी प्रश्नांची उत्तरं वेगळ्या क्रमाने दिली तर चालेल ना? त्याचं स्पष्टीकरण मी देईनच नंतर," आन्द्रिया शांतपणे म्हणाला.

सगळ्यांना आश्चर्य वाटलं, पण कोणी आक्षेप घेतला नाही.

"तुझी जन्मतारीख? आणि जन्माचं ठिकाण?" वकिलाने विचारलं.

"२७ सप्टेंबर १८१५. पॅरिसमधील ओतयमध्ये माझा जन्म झाला." न्यायाधीशाच्या डोळ्यांत डोळे घालून बघत आन्द्रिया म्हणाला. विलफोर्टचा चेहरा लालबुंद झाला होता.

"तुझा व्यवसाय काय?"

"मी आधी बनावट कागदपत्रं वगैरे बनवायचो, मग मी चोर बनलो आणि आत्ताच काही दिवसांपूर्वी मी खुनी झालो आहे," आन्द्रिया तितक्याच शांत आवाजात म्हणाला.

"आता तरी तुझं नावं सांगशील का नाही कोर्टाला?" वकील म्हणाला.

"हो, आता ती वेळ आलीय!" आन्द्रिया म्हणाला. "पण मला माझं नाव काय ठेवलं होतं ते माहीत नाही; पण माझ्या वडिलांचं नाव मात्र मला माहीत आहे, ते मी कोर्टाला सांगू शकतो."

"मग सांग तर!"

''न्यायदंडाधिकारीसाहेब हेच माझे वडील आहेत. विलफोर्ट त्यांचं नाव!'' आन्द्रिया शांतपणे म्हणाला.

''काय!'' कोर्टात सगळीकडे उद्गार उमटले. विलफोर्टच्या चेहऱ्याकडे कोणाचं अजून तरी लक्ष गेलं नव्हतं! कोर्टात कुजबुज सुरू झाली. लोकांना शांत करण्यातच पाच मिनिटं गेली. लोकांमध्ये बसलेली ती बुरखाधारी स्त्री मात्र चक्कर येऊन पडली होती.

''तू कोर्टाचा अपमान करतो आहेस! तुझं नाव तू आधी बेनेडेट्टो सांगितलं होतंस आणि तू अनाथ आहेस असंही!'' वकील रागाने म्हणाला.

''हो, पण तेव्हा मला सत्य माहीत नव्हतं, जे आता समजलंय. मी मृत जन्मलो असं माझ्या आईला सांगून माझ्या वडिलांनी मला त्यांच्या घराच्या बागेत पुरलं होतं...'' असं म्हणून आन्द्रियाने बर्तुशिओने सांगितलेली सगळी कहाणी कथन केली. ''मी मोठा झालो तेव्हा वाईट मार्गाला लागलो हे खरंय, पण मला सांगा, माझ्या दुर्दैवाची सुरुवात माझ्या जन्मापासूनच नाही का सुरू झाली? आणि त्यात माझा काहीच दोष नव्हता!''

''तुझ्या आईचं काय?''

''मला तिचं नाव आजपर्यंत समजलेलं नाही!''

त्याच क्षणी लोकांमधून एक किंकाळी बाहेर पडली. कोणीतरी हुंदके देऊ लागलं होतं. मादाम डँग्लारला जणू वेडाचा झटकाच आला होता. तिला कोर्टातून बाहेर नेत असताना सगळ्या लोकांना ती कोण आहे ते दिसलं! विलफोर्टनेही तिला ओळखलं आणि तो थरथरत उभा राहिला.

''पण या सगळ्याचा पुरावा काय?'' वकिलाने आन्द्रियाला विचारलं.

''पुरावा? मिस्टर विलफोर्टकडेच पाहा की!'' तो म्हणाला.

आता सगळ्यांच्या नजरा न्यायदंडाधिकाऱ्यांकडे वळल्या. विलफोर्ट धडपडत खाली कोसळला. त्याच्या चेहऱ्यावर त्याच्याच नखांचे ओरखडे उठले होते आणि केस विस्कटले होते.

''बाबा, ते पुरावा मागतायत. मी काय देऊ त्यांना?'' आन्द्रियाने मुद्दाम विचारलं.

''नाही! त्याची गरज नाही. तो म्हणतोय ते सगळं खरंय!'' विलफोर्ट कसाबसा म्हणाला. ''देवाने मला शिक्षा दिली आहे! मीच गुन्हेगार आहे, मला सगळं मान्य आहे! मी स्वतःला कोर्टासमोर उभं करतो... देवा!...'' असं म्हणून विलफोर्ट धडपडत कोर्टाबाहेर निघून गेला.

सगळे लोक अवाक होऊन हे नाट्य पाहत होते. त्यांचा आपल्या डोळ्यांवर आणि कानांवर विश्वासच बसत नव्हता.

पंचावन्न

विलफोर्ट आपल्या घोडागाडीत जाऊन कोसळला. शरम आणि भीतीने त्याला कसंतरीच होत होतं. त्याच्या शरीराच्या प्रत्येक कणातून वेदना प्रकट होत आहेत, असं त्याला वाटलं. ''देवा! देवा!'' एवढंच तो पुटपुटत होता.

अचानक त्याला आपल्या बायकोची आणि सकाळच्या प्रसंगाची आठवण झाली. त्याच्या तोंडून एक अस्फुट किंकाळी बाहेर पडली. ''ओह! मी काय करून बसलो हे! देवा! मी कोणत्या तोंडाने तिच्यासमोर न्यायदंडाधिकारी बनून गेलो आणि तिला मृत्युदंडाची शिक्षा सुनावली? खरंतर मीच गुन्हेगार आहे! मी हे काय केलं! नाही, तिला मी मरू देणार नाही. आम्ही तिघंही फ्रान्सबाहेर निघून जाऊ. मी आयुष्यभर रोज पश्चात्ताप करत राहीन, मी तिच्यासमोर सगळं कबूल करेन! देवा! मी फाशीबद्दल बोललो तिच्याशी, पण माझ्यासाठीच इथे फाशीची दोरी वाट पाहतेय! म्हणजे आम्ही नवरा-बायको एकमेकांसारखेच आहोत! नाही, तिला मरू देणार नाही मी!''

''लवकर चल!'' तो गाडीवानाला म्हणाला.

'नाही! तिलाही पश्चात्ताप होईल. आणि तिने तर हे सगळं आपल्या मुलासाठीच केलं होतं. आम्ही एडवर्डला प्रेम देऊ. अन् कोणी आम्हाला शोधत आमच्या मागे आलंच तर मी त्याला सामोरं जाईन. माझ्या बायकोला मी वाचवेन. ती तरी सुखी होईल तिच्या मुलाबरोबर. हो! म्हणजे माझी पापं धुतली जातील!' त्याच्या मनात आलं.

घरी पोचल्यावर तो तडक बायकोच्या खोलीत गेला. दार वाजवून तो आत घुसला तेव्हा ती जमिनीवर कोसळली होती. ''सगळं संपलंय! आता तुला माझ्याकडून आणखी काय हवंय?'' असं म्हणून मादाम विलफोर्टचं शरीर निष्प्राण झालं.

''काय झालं हे! देवा!'' तो किंचाळला. मग अचानक त्याला मुलाची आठवण झाली. ''एडवर्ड! माझा मुलगा कुठे आहे? एडवर्ड?'' तो वेड्यासारखा ओरडत

सुटला. त्याच्या आर्त हाका ऐकून कोणाच्याही हृदयाचं पाणी पाणी झालं असतं. तोच शेजारच्याच खोलीत त्याला एडवर्ड सोफ्यावर पडलेला दिसला. विलफोर्ट धावत त्याच्यापाशी गेला आणि त्याला छातीशी धरून 'जागं' करायचा प्रयत्न करू लागला.

तोच त्याला एडवर्डच्या छातीवर ठेवलेली एक चिठ्ठी दिसली. मादाम विलफोर्टने त्यात लिहिलं होतं –

मी एक चांगली आई होते, यावर तरी तुझा विश्वास आहे ना? कारण माझ्या मुलासाठीच मी गुन्हेगार झाले. आणि एक चांगली आई कधीच आपल्या मुलाला मागे सोडून जात नाही.

विलफोर्टचा आपल्या डोळ्यांवर विश्वासच बसेना. ‘‘देवा!'' त्याच्या तोंडून हे शब्द बाहेर पडले आणि मग त्याने हृदय पिळवटून टाकणारी एक किंकाळी फोडली. तो धडपडत वडिलांच्या खोलीत गेला. तिथे ॲबे ब्यूसोनीही होता. विलफोर्टच्या अवतारावरून कोर्टात घडलेल्या प्रसंगाची त्याला कल्पना आली. पण या घरात काय घडलंय हे त्याला माहीतच नव्हतं.

‘‘तू... तुम्ही?'' विलफोर्ट म्हणाला.

‘‘मी तुला हे सांगायला आलोय, की तुझ्या गुन्ह्यांची पुरेशी शिक्षा तुला मिळालीय. आता देव तुला अधिक शिक्षा करणार नाही!''

‘‘हा आवाज? तुमचा आवाज ॲबे ब्यूसोनीचा नाही!''

‘‘बरोबर,'' असं म्हणून ॲबे ब्यूसोनीने आपले खोटे केस उतरवले.

‘‘काय! उमराव मॉन्टे क्रिस्टो!''

‘‘नाही विलफोर्ट. नीट पहा!''

‘‘हा आवाज... कुठे ऐकलाय हा आवाज? काय बिघडवलं होतं मी तुझं? कोण आहेस तू? का ही शिक्षा देतोयस मला?...''

‘‘नीट आठव...'' उमराव म्हणाला.

‘‘ओह! तू... तू...!''

‘‘हो! मी एडमंड डान्टे!''

‘‘काय! चल माझ्यासोबत –'' असं म्हणून विलफोर्टने त्याला ओढत आपल्या बायकोच्या खोलीत नेलं. ‘‘बघ! बघ काय झालंय ते! तुझा बदला पूर्ण झाला का आता?'' तो ओरडला.

उमराव मॉन्टे क्रिस्टोचा चेहरा पांढराफाटक पडला. त्याला कळून चुकलं की, त्याला बदला घ्यायचा होता, त्यापेक्षा कितीतरी भयंकर इथे घडलं होतं! तो सोफ्यावर निपचित पडलेल्या मुलाकडे गेला. त्याच्या मागे उभ्या असलेल्या विलफोर्टने एक

किंकाळी फोडली आणि मग तो खदाखदा हसू लागला!

नंतर विलफोर्ट बागेत जाऊन ठिकठिकाणी खोदू लागला. ''माझा मुलगा! सापडेल आत्ता! सापडेल मला तो! मुलगा... माझा मुलगा!'' तो बडबडत होता.

त्या भयंकर दृश्याकडे उमराव काही क्षण पाहत राहिला. विलफोर्टला ठार वेड लागलं होतं! मग तो तिथून बाहेर पडला आणि मॅक्सिमिलियनकडे गेला. त्याला म्हणाला, ''तयारी कर. आपण उद्याच पॅरिस सोडून जातोय.''

''का? तुमचं सगळं काम संपलं का?''

''हो. आणि मला भीती वाटतेय की मला जे करायचं होतं त्यापेक्षा जास्तच भयंकर घडून गेलं आहे! देव मला क्षमा करो!''

छपन्न

दुसऱ्या दिवशी उमराव मॉन्टे क्रिस्टो मॅक्सिमिलियनला न्यायला त्याच्या घरी गेला. मॅक्सिमिलियन दुःखी आणि हरवलेलाच होता. त्यामुळे त्याची बहीण चिंतेत होती.

''उमराव! तुम्ही परत याल तेव्हा माझ्या आनंदी भावाला परत घेऊन या हां!'' ती म्हणाली.

''हो नक्कीच! तो परत येईल तेव्हा आनंदी असेल!'' उमराव म्हणाला. मॅक्सिमिलियनने त्याच्याकडे रागाने कटाक्ष टाकला.

''आम्ही आधी मार्सायला जाणार आहोत आणि तिथून बहुधा रोमला.''

मॅक्सिमिलियन मात्र बहिणीला आणि तिच्या नवऱ्याला म्हणाला, ''अच्छा! कदाचित तुम्ही मला परत कधीच पाहणार नाही!''

''काय?'' त्याच्या या विचित्र वागण्याने दोघं काळजीत पडले; पण उमरावाने त्यांना दिलासा दिला आणि ते दोघं निघाले.

आपल्या घरापाशी उमरावाला अली भेटला. ''मी दिलेलं पत्र नुआरतिएना दाखवलंस का?'' उमरावाने विचारलं. अलीने होकारार्थी मान डोलावली.

''चांगलंय!'' उमराव खुशीने म्हणाला.

उमराव आणि मॅक्सिमिलियनचा प्रवास झपाट्याने होत होता. पण मॅक्सिमिलियनचा चेहरा दुःखीच होता. लवकरच ते समुद्रापाशी आले, जिथे उमरावाची बोट तयार होती. बोटीने ते मार्सायला पोहचले. मार्सायच्या किनाऱ्यापाशी गर्दी जमली होती.

''तिथे बघा उमराव! तो युनिफॉर्ममधला अल्बर्ट द मॉर्सेर्फच आहे ना!'' मॅक्सिमिलियन उद्गारला.

''हो!'' उमराव म्हणाला. पण त्याचं लक्ष एका बुरखेधारी स्त्रीकडे होतं. अल्बर्टचा निरोप घेऊन ती सरळ डान्टेच्या वडिलांच्या घराकडे गेली.

मॅक्सिमिलियन आपल्या वडिलांच्या कबरीला भेट देण्यास गेला आणि उमराव आपल्या वडिलांच्या घरी! तिथे बसून मर्सिडिज एकटीच मूकपणे अश्रू ढाळत होती. तिने आता आपला बुरखा काढला होता.

उमराव तिच्याकडे जात हळुवारपणे म्हणाला, ''मी तुला आता पुन्हा सुखी नाही करू शकत. पण एक मित्र या नात्याने तुझं सांत्वन मात्र करू शकतो.''

''हं... मी दुःखी तर आहेच. खूप खूप दुःखी. पण आता मी पूर्णपणे एकटीही आहे. माझा लाडका मुलगाही मला सोडून गेलाय.''

''त्याने केलं ते योग्यच केलं. मोठ्या दिलदार आणि चांगल्या मनाचा मुलगा आहे अल्बर्ट. तो तुमच्या भविष्यासाठीच झटतोय आणि तो सगळं नव्याने उभं करेल याची मला पूर्ण खात्री आहे.''

''ओह! माझं हृदय आता इतकं विदीर्ण झालंय... याच ठिकाणी मी पूर्वी इतकी सुखात होते, आनंदी होते. आता तिथेच मला मरण येईल...''

''तुझ्या शब्दांनी माझ्या हृदयाला घरं पडतायत! तुझ्या सगळ्या दुःखाचं कारण मी आहे, होय ना? तू माझा द्वेष, रागराग करणं बरोबरच आहे!''

''राग? एडमंड, तुझा राग? तू माझ्या मुलाचा जीव वाचवलास. एकदा बघ माझ्याकडे, मग तुला समजेल, माझ्या मनात तुझ्याबद्दल वाईट भावनेचा लवलेशही नाहीये!''

उमरावाने खाली वाकून मर्सिडिजच्या हातावर ओठ टेकवले. पण त्यात पूर्वीच्या प्रेमाचा लवलेशही नव्हता. होता तो फक्त आदर आणि सद्भावना.

''तुझ्या मृत्यूची बातमी मिळाली तेव्हाच मीही प्राण सोडायला हवे होते! पण मी तसं केलं नाही आणि हे दुर्दैव सगळ्यांच्या वाट्याला आलं,'' मर्सिडिज दुःखाने म्हणाली.

''नाही, मर्सिडिज! अशी स्वतःविषयी अतिकठोर होऊ नकोस. तू एक आदरणीय आणि चांगली स्त्री आहेस. फक्त भूतकाळाचा आणि वर्तमानकाळाचा विचार कर, म्हणजे तुला कळेल की, मी जे काही केलं त्यामागे खरंतर देवाचाच हात होता. मी जणू देवाचीच इच्छा कृतीत उतरवत होतो. कसा होतो मी पूर्वी - प्रेमळ, निर्मळ मनाचा, भोळा आणि सहजपणे समोरच्याला माफ करणारा... पण नियती माझ्या आयुष्याशी असा काही खेळ खेळली की, मी पूर्ण उद्ध्वस्त झालो. मग अचानक मी त्यातून बाहेर पडलो, मला हे सगळं वैभव मिळालं... आणि मी प्रयत्नपूर्वक स्वतःला बदललं. सूडापोटी क्रूर, कपटी बनलो. वाईट गोष्टी बघून मनावर परिणाम होऊ दिला नाही. जणू आंधळा आणि बहिरा बनलो मी. पण प्रत्येक क्षणी मी पेटून उठलो होतो

आणि देवाच्या इच्छेनुसार झपाटल्यासारखा या मार्गावरून चालत राहिलो...''

''बस्स! एडमंड, बस्स!'' मर्सिडिज म्हणाली, ''मी तुला त्या दिवशी नुसतं ओळखलं एवढंच नाही, तर तुझं मनही जाणलं. माझ्या मनात तुझ्याबद्दल तितकाच आदर आहे! तू सगळ्यांहून फार वेगळा आहेस. एकमेवाद्वितीय!...''

''आता मी निघतोय. तत्पूर्वी मला सांग की, तुला काय हवंय?''

''मला माझ्या मुलाला सुखी पाहायचंय, बस्!''

''मग त्यासाठी मला जे जे शक्य आहे ते ते मी करेन! आणि महत्त्वाचं म्हणजे आशा सोडू नकोस. देव दयाळू आहे!''

''हो. मी या आशेवरच जगेन.''

उमराव गेला तेव्हा मर्सिडिज खिडकीपाशी उभी राहिली होती. तिचं लक्ष त्याच्याकडे नव्हतं, तर क्षितिजावर धूसर दिसणाऱ्या तिच्या मुलाच्या जहाजाकडे होतं. पण तिच्या तोंडून नकळत शब्द बाहेर पडले, ''एडमंड! एडमंड...!''

सत्तावन्न

अत्यंत जड अंतःकरणाने उमराव तिथून बाहेर पडला. आता तो कदाचित मर्सिडिजला पुन्हा कधीच भेटणार नव्हता. लहानग्या एडवर्डच्या मृत्यूमुळे तो आतून हादरला होता. आपण जो बदला घेत होतो तो योग्य होता की नाही, अशी शंका अचानक त्याच्या मनात घोंघावू लागली होती.

'असं का होतंय? माझा हा मार्ग चुकीचा तर नव्हता? नाही, नाही... आता या क्षणी असं निराश होऊन चालणार नाही. मी जे काही केलं ते योग्यच असायला हवं... माझी तशी खात्री पटली पाहिजे...' असा विचार करत तो किनाऱ्यावर आला. दूरवर त्याला शातो-दीफचा तुरुंग दिसला, कितीतरी वर्षं या तुरुंगात तो होता. गतकाळातल्या सगळ्या आठवणींचा महापूर त्याच्या मनात दाटून आला.

काहीतरी विचार करून तो बोटीत बसला आणि तुरुंगाकडे निघाला. आता तो तुरुंग म्हणून वापरला जात नसे. फक्त ती जागा कोण्या दरोडेखोरांनी वापरू नये, म्हणून तिथे काही पहारेकरी नेमलेले होते.

तिथे पोचल्यावर तुरुंग दाखवणारा एक गाइड पुढे आला. त्याने उमरावाला आत नेलं. उमराव स्वतः ज्या कोठडीत होता ती आणि शेजारची पाद्र्याची कोठडी गाइडने त्याला दाखवली. त्यांच्याबद्दल प्रसिद्ध असलेली आख्यायिकाही ऐकवली! ती कोठडी पाहून उमरावाच्या मनात सगळ्या स्मृती ताज्या झाल्या आणि त्याच्या मनात उत्पन्न झालेल्या शंका दूर होऊ लागल्या.

या कोठड्या दाखवल्याबद्दल डान्टेने त्या गाइडला सोन्याची नाणी दिली. गाइड हरखून गेला. त्याचा दिलदारपणा पाहून तो म्हणाला, "तुमचा उदारपणा पाहून मी भारावून गेलो आहे साहेब. याबदल्यात मीही तुम्हाला काही देऊ इच्छितो. मला या कोठडीत काही वस्तू सापडल्या होत्या..."

"खरंच? दोऱ्या आणि काही हत्यारं होती का?" डान्टेने अधीरपणे विचारलं.

२४२ / द काउन्ट ऑफ मॉन्टे क्रिस्टो

"हो! पण तुम्हाला कसं कळलं?" गाइडने आश्चर्याने विचारलं.

"अं... असंच. मी आपला अंदाज बांधला."

"साहेब, ती दोरी आणि हत्यारं असं सगळं मी पर्यटकांना विकून टाकलं मागेच. पण माझ्याकडे आणखी काहीतरी आहे. कापडाच्या पट्ट्यांवर लिहिलेलं पुस्तक की तसंच काहीतरी..."

"तुझ्याकडे ते पुस्तक आहे?" डान्टे आनंदाने म्हणाला. "मला ते देशील?"

गाइड ते पुस्तक आणायला जाताच डान्टे जमिनीवर गुडघे टेकून बसला आणि प्रार्थना करू लागला, "देवा! मला मार्ग दाखव... मी योग्य मार्गावर असल्याचा काहीतरी संदेश दे... माझ्या मनातली ही संशयाची जळमटं दूर होऊ दे. नाहीतर माझ्या सगळ्या कृत्यांबद्दल मला पश्चात्ताप वाटू लागेल!"

"साहेब, हे घ्या!"

उमरावाने अधीरपणे ते पुस्तक घेतलं. पहिल्याच पानावरच्या मजकुराने त्याचं लक्ष वेधून घेतलं –

'तुम्ही दानवांचे, पशूंचे दात उपटून टाका आणि सिंहांना आपल्या पायांखाली चिरडून टाका... देव हाच संदेश देत आहे!' असं ते वचन होतं.

"हेच ते! मला माझं उत्तर मिळालं! धन्यवाद पाद्रीबुवा! धन्यवाद परमेश्वरा!!" उमराव ओरडला. मग त्याने आपल्या खिशातून पैशाची एक थैली काढली आणि त्या गाइडला बक्षीस म्हणून देऊन टाकली.

त्याच्या मनातल्या सगळ्या शंका-कुशंका दूर झाल्या. मळभ दूर होऊन लख्ख प्रकाश दिसत होता! ते अमूल्य पुस्तक छातीशी कवटाळत तो घाईने तुरुंगातून बाहेर पडला. मग त्याने आपली बोट मार्सायच्या दिशेने नेण्यास सांगितलं.

मार्सायला पोचल्यावर उमराव मॅक्सिमिलियनला भेटला.

"हे बघ, मला एका कामासाठी इटलीला जावं लागतंय. पण तू मला वचन दे, की तू इथेच थांबशील आणि स्वतःचं काही बरंवाईट करून घेणार नाहीस. चार तारखेला इथे तुझ्यासाठी बोट तयार असेल. पाच तारखेला तू मला मॉन्टे क्रिस्टोच्या बेटावर यायला हवा आहेस. समजलं?"

"पण... पाच तारखेलाच तो दिवस आहे उमराव, लक्षात आहे ना..." मॅक्सिमिलियन म्हणाला.

"हो, माझ्या नीट लक्षात आहे. त्या दिवशीही जर तुझी मरणाची इच्छा असेल तर मी स्वतः तुला मदत करेन. येतो मी."

काही वेळात उमरावाचं जहाज क्षितिजापलीकडे गेलं.

इकडे, एक माणूस घोडागाडीतून रोमच्या जवळ पोहचला होता. तो वारंवार आपल्या खिशात असलेले कागद नीट आहेत ना हे तपासत होता.

शहरात पोचल्यावर तो सरळ थॉम्सन ॲन्ड फ्रेंचच्या ऑफिसमध्ये गेला.

''मी सरदार डँग्लार,'' तो म्हणाला. त्याला आत नेण्यात आलं. तोच बाहेर थांबलेला पेप्पिनो आत आला. कारकुनाशी इकडचंतिकडचं बोलून मग डँग्लारने त्याला ठाऊक असलेली माहिती खरी असल्याची खात्री करून घेतली. त्याच्याकडे पन्नास लाख रुपये होते!

डँग्लारसाठी पेप्पिनोने घोडागाडी तयारच ठेवली होती. काहीच कल्पना नसलेला डँग्लार घोडागाडीत जाऊन बसला. पण घोडागाडीने त्याला त्याच्या हॉटेलवर नेलंच नाही! घोडागाडी पुढे जातच राहिली. आता मात्र डँग्लारचा अस्वस्थपणा मिनिटागणिक वाढू लागला होता.

''कुठे चाललोय आपण? कुठे नेताय मला?'' त्याने खिडकीतून डोकं बाहेर काढायचा प्रयत्न करत विचारलं. पण पेप्पिनो आणि त्याचा गाडीवान इटालियन भाषेत त्याच्या अंगावर काहीतरी खेकसले. 'देवा! माझं अपहरण झालंय!' डँग्लार मनातल्या मनात म्हणाला. काही वेळाने घोडागाडी एका ठिकाणी थांबली, जे होतं ल्यूगी व्हाम्पाच्या टोळीचं लपायचं ठिकाण!

डँग्लार आता पुरता घाबरला होता. त्याला एका खोलीत बंद करण्यात आलं. तिथे झोपण्यासाठी एक गवताचा पलंग होता. त्यामुळे त्याच्या जीवात जीव आला. 'म्हणजे मला हे लोक लगेच मारणार नाहीत तर!' तो स्वतःशीच म्हणाला. 'हे तेच गुंड दिसतायत. अल्बर्ट द मॉर्सेर्फचं अपहरण करणारे! अल्बर्टला काही त्या लोकांनी लगेच मारून टाकलं नव्हतं!' असा विचार मनात आल्यावर त्याला जरा दिलासा मिळाला. 'माझ्याकडून पैसे उकळायचे असणार या लोकांना... अल्बर्टपेक्षा आपण बडी असामी आहोत... म्हणजे आपल्याकडे नक्कीच जास्त रक्कम मागतील असं समजू. तरी आपल्याकडे पन्नास लाख उरतीलच!' डँग्लार विचार करत होता. 'आपण नक्कीच यातून सहीसलामत बाहेर पडू! आपल्याकडे भरपूर पैसा आहे!' या सुखावणाऱ्या विचाराने मग डँग्लारला चक्क शांत झोप लागली!

अठ्ठावन्न

सकाळी उठल्यावर पहिल्यांदा डँग्लारने आपल्याला काही इजा तर झाली नाहीये ना ते तपासलं. त्याने आपले खिसे पहिले तर त्याच्याकडचे पैसे आणि पन्नास लाखाचे धनादेशही सुखरूप होते. 'काय विचित्र गुंड आहेत हे!' त्याच्या मनात आलं.

नंतर दिवसभर त्याच्या खोलीबाहेरचा पहारेकरी सोडला तर तिथे कोणी फिरकलंही नाही. डँग्लारला आता भूक लागली होती. पण आपणहून खायला मागून आपलीच मानहानी करण्यापेक्षा तो गप्प बसून राहिला.

आणखी काही तास गेले. आता मात्र डँग्लारला राहवेना. शेवटी त्याने बाहेरच्या पहारेकऱ्याला बोलावलं. त्याने पेप्पिनोला आणलं. ''मला काही खायला मिळणार आहे की नाही?'' डँग्लारने विचारलं.

''आमच्या साहेबांना भूक लागलीय का?'' पेप्पिनो तिरकसपणे उद्गारला. ''तुम्हाला काय हवंय ते सांगता? लगेच आणून देतो. हां, पण त्याचे पैसे मात्र द्यावे लागतील बरं का!''

डँग्लार बेफिकीरीने म्हणाला. ''ठीके. मला चिकन खायला हवंय!''

काही मिनिटांतच चिकनचा उत्तम पदार्थ डँग्लारच्या समोर आणून ठेवण्यात आला. तो खायला सुरुवात करणार तोच पेप्पिनो म्हणाला, ''एक मिनिट साहेब! खाण्यापूर्वी पैसे द्यायचे असा इथे नियम आहे!''

ते ऐकून डँग्लारने बेफिकीरीने वीसचं एक नाणं पेप्पिनोच्या दिशेने भिरकावलं. ते उचलत पेप्पिनो म्हणाला, ''साहेब, तुम्ही अजून देणं लागता.''

''काय? या चिकनसाठी वीस फ्रँकपेक्षा जास्त पैसे?'' डँग्लार वैतागला.

''फार नाही साहेब, अजून फक्त नव्व्याण्णव हजार नऊशे ऐंशी फ्रँक्स!''

''काय मजा करतोस होय!'' असं म्हणून डँग्लार चिकनचा तुकडा तोंडात टाकणार

तोच पेप्पिनोने हात पुढे केला.

‘‘काय! एका चिकनची किंमत एक लाख फ्रँक्स?’’ डँग्लार रागाने ओरडला.

‘‘हो साहेब, या गुहेत कोंबड्या पाळणं किती अवघड आहे याची तुम्हाला कल्पना आहे का?’’ पेप्पिनो शांत आवाजात म्हणाला.

‘‘दुष्ट गुंड! तुम्ही कोणाशी बोलताय हे तुम्हाला माहीत नाहीये वाटतं! मी एक छदामही देणार नाही!’’ डँग्लार ओरडला. पहारेकऱ्याने शांतपणे ते चिकन उचललं आणि तो निघून गेला.

‘‘काय... काय हवंय तरी काय तुम्हाला माझ्याकडून? सरळ सरळ सांगा तरी!’’ शेवटी वैतागून डँग्लार पेप्पिनोला म्हणाला.

‘‘आम्हाला कुठे काही हवंय साहेब? तुम्हालाच काय हवंय ते सांगा आणि आम्ही ते आणून देतो.’’

‘‘ठीके. मग ब्रेड आणा.’’

‘‘हा घ्या. नव्व्याण्णव हजार नऊशे ऐंशी फ्रँक्स द्या.’’

‘‘काय? ब्रेडचीही तीच किंमत?’’ डँग्लार अविश्वासाने म्हणाला.

‘‘हो. तीच किंमत साहेब.’’

‘‘पण चिकन आणि ब्रेड... त्याच किमतीला?’’

‘‘हो. इथे तुम्ही काहीही खा त्याची किंमत एक लाख!’’ पेप्पिनो म्हणाला.

‘‘काय? तुम्हाला मला उपासमारीने मारायचंय हे सरळ का नाही सांगत?’’

‘‘पण साहेब, तुमच्याकडे पन्नास लाख फ्रँक्स आहेत ना. म्हणजे तुम्ही पन्नास चिकन खाऊ शकता की!’’

डँग्लार आता गळपटला होता. तो थरथरू लागला होता. ‘‘ठीके तर... म्हणजे मी तुम्हाला एक लाख दिले तर मला हवं तेवढं खाता येईल?’’

‘‘हो, साहेब. बरोबर!’’

थरथरत्या हातांनी डँग्लारने एक लाखाचा एक धनादेश लिहून दिला.

एकोणसाठ

दुसऱ्या दिवशी डँग्लारने जेव्हा पाणी किंवा वाइन मागितली तेव्हाही ''एका बाटलीचे पंचवीस हजार द्यावे लागतील,'' असं पेप्पिनोने सांगितलं! मग डँग्लारने त्यांच्या प्रमुखाला भेटायची इच्छा व्यक्त केली. ल्यूगी व्हाम्पा लगेच हजर झाला. डँग्लारने त्याला विचारलं, ''का असं करताय तुम्ही? काय हवंय तुम्हाला माझ्याकडून?''

''अर्थातच, तुमचे पन्नास लाख हवेत.'' ल्यूगी व्हाम्पा शांतपणे म्हणाला.

''मग माझा जीवच का नाही घेत एकदाचा?''

''तसा आम्हाला आदेश मिळालेला नाही.''

''म्हणजे? तुम्ही कोणाच्यातरी आज्ञा पाळता? कोण आहे तो?''

''देव.''

''म्हणजे? आणि मलाच का छळायला सांगितलंय तुम्हाला?''

''माहीत नाही.''

''पण... पण मग माझे सगळे पैसे संपल्यावर काय?... त्यापेक्षा मला मला मारून का नाही टाकत!'' डँग्लार किंचाळला, ''मी नाही तुम्हाला पैसे देणार. तसाही मी मरणारच आहे! मला त्रास द्या, छळ करा, मारून टाका!''

डँग्लार असं म्हणाला खरं, पण त्याचा निर्धार दोनच दिवस टिकला. मग त्याला इतकी भूक लागली की त्याने दहा लाख देऊन उत्तम प्रतीचं संपूर्ण जेवण मागवलं!

थोड्या दिवसांतच डँग्लारकडचे सगळे पैसे संपून गेले आणि फक्त पन्नास हजार रुपये उरले! त्याला आता चित्रविचित्र भास होऊ लागले. तो वेड्यासारखं बरळू लागला. तो आता अक्षरशः अस्थिपंजर झाला होता. ''मला इथे राहू द्या. मला या तुरुंगातून बाहेर काढू नका, माझे पैसे घ्या पण मला फक्त जगू तरी द्या!'' अशी तो भीक मागू लागला.

एकदा ल्यूगीने त्याला विचारलं, ''तुम्हाला त्रास होतोय का खूप?''

“भयंकर त्रास!”

“पण यापेक्षा कितीतरी जास्त त्रास काही माणसांना सहन करावा लागला होता. तुला पश्चात्ताप तरी होतोय की नाही, आपल्या पापकृत्यांचा?” ल्यूगीच्या मागून एक गंभीर आवाज आला. तो ऐकून डँग्लारच्या अंगावर काटा उभा राहिला.

“हो हो!” तो छाती बडवत म्हणाला.

“मग मी तुला माफ करेन!” ती व्यक्ती अंधारातून पुढे येत म्हणाली.

“उमराव मॉन्टे क्रिस्टो!” डँग्लार मोठ्याने म्हणाला.

“नाही, मी उमराव मॉन्टे क्रिस्टो नाही. मी तो माणूस आहे, ज्याला तू धोका दिलास, फसवलंस, त्याची मानहानी केली. ज्याचे वडील तुझ्यामुळे भुकेने तडफडून मेले. ज्याच्या प्रेयसीला तू वेश्येप्रमाणे वागायला भाग पाडलंस. तरीही आज मी तुला माफ करतोय. मी आहे एडमंड डान्टे!”

डँग्लार एक किंकाळी फोडून जमिनीवर कोसळला.

“ए, चल उठ! तुझा जीव वाचलाय, हे भाग्यच समज. तुझे ते दोन साथीदार काही तेवढे नशीबवान नव्हते. एक तर मेलाय आणि दुसऱ्याला वेड लागलंय. तुझ्याकडे उरलेले पैसे हे मी तुला दिलेली भेट समज. आणि मी नेलेले ते पन्नास लाख मी त्या हॉस्पिटलला कधीच देऊन टाकले आहेत.”

डँग्लार काही बोलणार तोच डान्टे तिथून गायब झाला. मग खायला देऊन, डोळे बांधून त्याला दूरवर सोडून देण्यात आलं. डोळे उघडले तेव्हा डँग्लार एका जंगलात होता. पाणी पिण्यासाठी तो एका झऱ्यापाशी वाकला तेव्हा त्याला पाण्यात आपलं प्रतिबिंब दिसलं. त्याचे केस संपूर्ण पांढरे झाले होते!

साठ

मॅक्सिमिलियन मॉन्टे क्रिस्टोच्या बेटावर पोहोचला. इकडेतिकडे पाहत उभा राहिला. तोच उमरावाने त्याचं स्वागत केलं, ''ये ये, मॅक्सिमिलियन.''

उमराव काही बोलायच्या आत मॅक्सिमिलियन म्हणाला, ''मी माझ्या मित्राच्या बाहूंत प्राण सोडायला आलोय. माझं माझ्या बहिणीवर आणि मेव्हण्यावर खूप प्रेम असलं, तरी ते मला धीराने निरोप देऊ शकणार नाहीत. ज्यूली तर कोलमडूनच पडेल. पण तुमच्यावर माझा पूर्ण विश्वास आहे. तुम्ही मला तसं वचनही दिलंय. तुम्ही मला हसत हसत निरोप द्याल ना?''

''तू अजूनही इतकं दुःख प्रकट करतोयस? तू इतका दुबळा असशील असं वाटलं नव्हतं.''

''मी आता फक्त मृत्यूला समोरा जाण्यास उत्सुक आहे, बस्स. आणि आजची ती ठरलेली तारीख आहे,'' मॅक्सिमिलियन ठामपणे म्हणाला.

''ठीके. चल तर मग.''

''मला माहितेय उमराव, तुम्ही मला काहीही त्रास न होता मृत्यू येईल अशी व्यवस्था केली असेल. म्हणजे मरताना माझ्या ओठांवर व्हॅलेन्टाइनचं नावं असेल आणि हातात तुमचा – माझ्या प्रिय मित्राचा – हात. हो ना?''

''अगदी बरोबर,'' उमराव म्हणाला. पण तरीही त्याला परावृत्त करायचा प्रयत्न उमरावाने चालूच ठेवला. पण मॅक्सिमिलियन काही बधला नाही. शेवटी उमरावाने एका बाटलीतून हिरवट द्रवाचा एक चमचा मॅक्सिमिलियनला दिला आणि दुसऱ्या चमच्यात तो द्रव स्वतःसाठीही काढला.

''हे... हे काय करताय तुम्ही? मी जे करतोय तेच तुम्ही करणार? नाही नाही!'' मॅक्सिमिलियनने त्याला अडवलं. आणि स्वतः ते विष प्यायलं.

हळूहळू त्याच्या आजूबाजूचं जग सगळं धूसर झालं. त्याची जीभ जड झाली,

त्याला हात-पाय हलवता येईनात आणि तो सोफ्यावर आडवा पडला. तोच मॉन्टे क्रिस्टोने खोलीचं दार उघडलं. आतून एका अत्यंत सुंदर स्त्रीची आकृती बाहेर आलेली मॅक्सिमिलियनला अस्पष्ट दिसली.

'स्वर्गाची दारं इतक्यात आली की काय?' त्याच्या मनात आलं. 'व्हॅलेन्टाइन!' त्याने अगदी आतून साद दिली, पण त्याच्या तोंडून काहीच बाहेर पडलं नाही. पुढच्याच क्षणी त्याचे डोळे मिटले होते.

व्हॅलेन्टाइन धावत मॅक्सिमिलियनच्या उशाशी गेली. "तो झोपेत तुझंच नावं घेतोय पाहा!" उमराव म्हणाला, "आता पुन्हा कधी एकमेकांना सोडून जाऊ नका. तो आत्महत्या करायला निघाला होता. पण सुदैवाने मी तुम्हा दोघांचेही प्राण वाचवलेत आणि तुमची भेटही घडवून आणलीये!"

व्हॅलेन्टाइनने अत्यानंदाने त्याचा हात हातात घेऊन त्यावर ओठ टेकवले. उमरावाच्या डोळ्यांत आनंदाश्रू होते. त्याने विचारलं, "तू आनंदात आहेस ना?"

"हो! तुम्ही ते हायडीलाही विचारू शकता. तिनेच तर माझी काळजी घेतली इतके दिवस. मला ती बहिणीसारखी आहे आता!"

"हो ना? मग आता माझं एक काम कर. तू आणि मॅक्सिमिलियन हायडीची काळजी घ्या, तिला प्रेम द्या, तिचं रक्षण करा. कारण आतापासून ती या जगात अगदी एकटी असेल," उमराव दुःखाने म्हणाला.

"का? का बरं एकटी असेन मी?" हायडी दारापाशी आली होती.

"कारण उद्यापासून तू मुक्त असशील. तुला तुझं खरं स्थान परत मिळेल. माझ्या अंधाऱ्या भूतकाळाची आणि भविष्याची सावली मी तुझ्यावर पडू देऊ इच्छित नाही. तू एक राजकन्या आहेस आणि राहशील..." उमराव म्हणाला.

हायडीचा चेहरा पांढराफटक पडला. "म.. म्हणजे... तुम्ही मला सोडून जाणार?" ती कशीबशी पुटपुटली.

"हायडी, तू एक तरुण आणि सुंदर मुलगी आहेस... मला विसरून जा आणि आयुष्यात सुखी हो!"

"ठीके," असं म्हणून ती निघून जाऊ लागली.

"उमराव, पाहा ती किती पांढरी पडलीये ते! तिला किती त्रास होतोय! का असं करताय तुम्ही?" व्हॅलेन्टाइन ओरडली.

"ते म्हणतायत ते बरोबर आहे. ते माझे मालक आणि मी त्यांची गुलाम आहे. त्यांना हवं तसं मला वागलं पाहिजे!" हायडी कडवटपणे म्हणाली.

उमरावाचं सर्वांग थरथरलं. हायडीचं बोलणं त्याच्या हृदयाला खोलवर स्पर्शून गेलं

होतं. ''हायडी! काय बोलते आहेस तू? तू... तू खरंच माझ्यासोबत सुखी होशील?''
त्याने थरथरत्या आवाजात विचारलं.

''तुम्ही दिलेलं आयुष्य मला प्रिय आहे, त्यामुळे मला मरावं लागलं तर नक्कीच
वाईट वाटेल...'' ती हळूच म्हणाली.

''म्हणजे... मी जर तुला सोडून गेलो तर...''

''हो, तर मी मारून जाईन,'' ती शांतपणे म्हणाली.

''हायडी! म्हणजे तुझं माझ्यावर प्रेम आहे?''

''व्हॅलेन्टाइन, ते विचारत आहेत की माझं त्यांच्यावर प्रेम आहे का! सांग त्यांना,
जसं तुझं मॅक्सिमिलियनवर प्रेम आहे तसंच माझंही यांच्यावर आहे म्हणून!''

उमरावाला भरून आलं. त्याने हायडीपुढे आपले बाहू पसरले आणि ती आनंदाने
त्याच्या मिठीत विसावली. ''हो! माझं प्रेम आहे तुमच्यावर! माझ्यासाठी तुम्ही
जगातला सगळ्यात चांगला, सगळ्यात प्रेमळ आणि सगळ्यात महान मनुष्यप्राणी
आहात!''

''ठीके मग प्रिये, तुझ्या मनाप्रमाणेच होईल!'' उमराव भावुक होऊन म्हणाला.
''देवाने मला माझ्या शत्रूंचा सूड घ्यायला सांगितलं आणि मी तसं केलं. पण आता
सर्वांत शेवटी मी स्वतःलासुद्धा शिक्षा देणार होतो. पण देवाच्या मनात तसं दिसत
नाहीये. त्याने मला माफ केलेलं दिसतंय! हायडी, तुझ्या सहवासात कदाचित मी
सगळ्या वाईट गोष्टी विसरू शकेन! तुझ्या एका शब्दाने गेल्या वीस वर्षांतला माझा
सगळा त्रास संपलाय. या जगात मला तुझ्याशिवाय कोणीच नाही! तुझ्यामुळे मी पुन्हा
एकदा खऱ्या अर्थाने जीवन जगेन!''

मग उमराव आणि हायडीने व्हॅलेन्टाइनचा निरोप घेतला.

तासभर उलटला असेल, व्हॅलेन्टाइन अधीरपणे मॅक्सिमिलियनच्या शेजारी बसून
होती. थोड्या वेळाने त्याने डोळे उघडले. मग हळूहळू तो भानावर आला. आपण
अजूनही जिवंत आहोत याचा अर्थ उमरावाने आपल्याला फसवलं असं वाटून तो
उठला, तोच त्याला व्हॅलेन्टाइन दिसली. ''ओह!'' एक अस्फुट किंकाळी फोडून तो
आपल्या गुडघ्यावर कोसळला.

दुसऱ्या दिवशी किनाऱ्यावर जॅकोपो, उमरावाच्या बोटीचा कप्तान त्यांची वाट
पाहत होता. त्याने मॅक्सिमिलियनकडे एक पत्र दिलं -

प्रिय मॅक्सिमिलियन,
ही बोट तुम्हाला लेघॉर्नला घेऊन जाईल. तिथे नुआरतिए आपल्या नातीची वाट

पाहताहेत. तिथे तू व्हॅलेन्टाइनशी विवाह कर. हे बेट आणि माझं पॅरिसचं घर हे माझ्याकडून, एडमंड डान्टेकडून तुला, माझ्या मालकाच्या, मिस्टर मॉरेलच्या मुलाला, लग्नाचा अहेर समज.

हे सगळं करताना मला असं वाटलं, मी देव झालोय. पण मला साक्षात्कार झाला की, देव सर्वशक्तिमान आहे आणि सगळं त्याच्याच हाती आहे.

आता तुला एक गुपित सांगतो. या जगात सुखही नाहीये आणि दुःखही. पण ज्याने अतीव दुःख सोसलंय त्यालाच खऱ्या आनंदाची किंमत कळते. म्हणूनच मरणाचा विचार करणं, तिथपर्यंत पोहचणं आवश्यक असतं. तेव्हाच तुम्ही खऱ्या अर्थाने 'जगणं' आणि त्यातला आनंद समजून घेऊ शकता.

त्यामुळे आनंदात राहा, माझ्या प्रिय मुला. आणि नेहमी लक्षात ठेव, जोपर्यंत देव आपलं भविष्य आपल्यासमोर उघड करत नाही, तोपर्यंत संपूर्ण मानवजातीला झालेलं ज्ञान चारच शब्दांत सांगता येईल - प्रतीक्षा करा आणि आशादायी राहा!

तुझा मित्र

एडमंड डान्टे ऊर्फ उमराव मॉन्टे क्रिस्टो

मॅक्सिमिलियन आजूबाजूला पाहत म्हणाला, ''किती दिलंय आपल्याला या उमरावांनी! पण ते आहेत तरी कुठे? मला त्यांना भेटायचंय.''

जॅकोपोने क्षितिजापाशी बोट केलं.

''म्हणजे? उमराव कुठे आहेत? आणि हायडी?'' व्हॅलेन्टाइनने विचारलं.

''तिथे पाहा!'' जॅकोपो म्हणाला.

दूरवर क्षितिजावर त्यांना उमरावाची बोट दिसली. मॅक्सिमिलियन आणि व्हॅलेन्टाइन हात हलवत कितीतरी वेळ त्या बोटीकडे पाहत राहिले.

''आपण त्यांना परत कधी पाहू की नाही?'' मॅक्सिमिलियन पुटपुटला.

व्हॅलेन्टाइन तत्काळ म्हणाली. ''लक्षात आहे ना, उमराव काय म्हणाले ते - प्रतीक्षा करा आणि आशादायी राहा!''

www.ingramcontent.com/pod-product-compliance
Lightning Source LLC
Chambersburg PA
CBHW052029020726
47501CB00004B/1314
* 9 7 8 8 1 8 4 8 3 6 7 1 4 *